தமிழக இனக்குழு ஆட்டக் கலைகள்

முனைவர் கோ. மலர்விழி

Made with ♥ on the Notion Press Platform
www.notionpress.com

சமர்ப்பணம்

துடும்பாட்டம்

ஒயிலாட்டம்

தேவராட்டம்

சேவையாட்டம்

கணியான் கூத்து

கலைஞர்கள் அனைவருக்கும்...

பொருளடக்கம்

முன்னுரை

தொடக்க கால மனிதன் தன் உள்ளத்து உணர்ச்சிகளை வெளிப்படுத்துவதற்கு ஒரு கருவியாக நடனத்தைக் கண்டுபிடித்தான். இந்நடன நிகழ்வு பார்வையாளர்களின் முன்னிலையில் நிகழ்த்தப்படுகின்ற போது அது நிகழ்த்துபவனுக்கும், பார்வையாளனுக்கும் ஒரு சேர உள்ளத்தில் மகிழ்வு உணர்வைத் தந்தது. ஒரு தனி மனிதனின் அல்லது அவன் சார்ந்து இருக்கிற சமுதாயத்தில் நடந்த முக்கியமான நிகழ்வுகளை மீள நினைத்துப் பார்க்கவும், அது தொடர்பாக உள்ள உணர்வுகளை வெளியிடவும், இந்நடனங்கள் ஒரு கருவியாக அமைந்தன. இத்தகைய நடனக்கலைகள் ஆட்டக்கலைகள் என்று நாட்டார் வழக்காறுகளில் குறிப்பிடப்பட்டுள்ளது.

ஆதியில் பொது நிலையில் அமைந்த இவ்வகை ஆட்டக்கலைகள் பிற்காலத்தில் ஒரு குறிப்பிட்ட இன மக்களின் வாழ்வியல் மற்றும் சமூகச் சூழல்களுக்கு ஏற்பப் பல புதிய பரிமாணங்களைப் பெற்று வளரத் தொடங்கின. தொடக்கத்தில் அங்க அசைவுகளுக்கு முதன்மை கொடுத்துப் படைக்கப்பட்ட ஆட்டக்கலைகள் காலப்போக்கில் இசைக்கருவிகளின் துணையோடு இணைந்து புதியப் பொலிவினைப் பெறத் தொடங்கின, நடனம், இசை, பாட்டு என்ற மூன்றும் ஒன்றாக கலந்து இயங்கும் இக்கலைகள் பார்வையாளர்களுக்கு மன மகிழ்ச்சியைத் தருகின்றன. தொடக்க நிலையில் பொது நிலையில் ஆட்டக்கலையாக இருந்த இக்கலை காலப்போக்கில் பல்வேறு வகைப்பாடுகளுக்கு உள்ளாகியது. பொழுது போக்குக்கலைகள், வழிபாட்டுக்கலைகள், செவ்வியல் கலைகள் என்ற நிலையில் இருந்த இக்கலைகள் நாட்டார் கலைகள் நகர்புறக் கலைகள் என இடம் மற்றும் பண்பாடுகளுக்கு ஏற்ப மேலும் சில பிரிவுகளாகப் பிரிந்தன.

மக்களின் அனைத்து வாழ்வியல் கூறுகளையும் உள்ளடக்கிய ஒரு பெரும் பரப்பாகும். அதனுள் நாட்டார் சமயமும், வழிபாட்டு முறைகளும் ஒரு குறிப்பிட்ட மக்களின் இனம் மற்றும் அவர்களின் பண்பாட்டோடு பின்னிப்பிணைந்திருக்கின்றது. ஒரு குறிப்பிட்ட இனத்தின் இன வரலாற்றைக் கண்டறிவதற்கும், மீட்டுருவாக்கம் செய்து கொள்வதற்கும் அவர்களுடைய சமய வழிபாட்டு முறைகள் முக்கியமான சான்றாதாரங்கள் ஆகின்றன.

வாழ்வியல் சமய வழிபாடுகளில் சடங்குகள் முதன்மைபெற்ற-போது பங்கேற்பாளர்களை ஒருமுகப்படுத்துவதற்கும், மனமகிழ்வைப் பெறச் செய்யவும், சில வகையான நிகழ்த்துக்கலைகள் அவசியப்-பட்டது. அவ்வகையான வழிபாட்டோடு தொடர்புடைய நிகழ்த்துக் கலைகளில் ஆட்டக்கலைகள் மக்களால் மனம் விரும்பி வரவேற்-கப்பட்டன. இத்தகைய ஆட்டக்கலைகளில் கம்பளத்து நாயக்கரின் தேவராட்டம், சேவையாட்டமும், கணியான் கூத்தும், மலைவேடரின் ஒயிலாட்டமும், அருந்ததியினரின் துடும்பாட்டமும் ஒன்றாகும். நாட்-டுப்புற மக்களிடத்தில் எண்ணிலடங்கா கலைச் செல்வங்கள் ஒளிந்-திருக்கின்றன. அக்கலைச் செல்வங்களைக் கண்டறிந்து அவற்றை வெளிக்கொணர்ந்து சரியான முறையில் அறிமுகம் செய்யும் போது அக்கலைக்குரிய மக்களின் சமுதாயப் பண்பாட்டு நிலைகளைத் தெளிவாகப் புரிந்து கொள்ளலாம்.

நாட்டார் கலைகளைப் பொறுத்தவரையில் இக்கலைகள் குறிப்-பிட்ட இனக்குழுக்களைச் சார்ந்ததாக இருக்கின்றன. இம்மக்களின் தொழில், உணவு, சமயம் வழிபாடு, நம்பிக்கைகள், பொழுது போக்கு ஆகியவற்றோடு இவை பின்னிப்பிணைந்து இருப்பதைப் பார்க்க முடிகின்றது. நாட்டார் கலைகளில் கைவினைக் கலைகள் பெரும்-பாலும் அவர்களுடைய தொழில் சார்ந்த நிலைகளில் முக்கியத்துவம் பெற்றுள்ளன. நாட்டார் இனக்குழு நிகழ்த்துக் கலைகள் அம்மக்-களின் வாழ்வியல் சடங்குகளோடும், வழிபாட்டு முறைகளோடும் பொழுது போக்கு நிகழ்வுகளோடும் மிகுதியான தொடர்பினைக் கொண்டிருக்கின்றன. தேவராட்டம், சேவையாட்டம், ஒயிலாட்டம், கணியான் கூத்து, துடும்பாட்டம் ஆகிய கலைகளையும், கலைக்குரிய இனத்தையும் ஆய்வதே இவ்வாய்வின் முக்கிய நோக்கமாகும். இக்-கலைகள் எப்போது தோன்றியது, தோற்றத்திற்கான காரணம், கலைக்கும் கலையை நிகழ்த்தும் இனத்திற்கும் உள்ள தொடர்பு இக்-கலைகளின் இன்றைய நிலை, அதன் படிநிலை வளர்ச்சி எப்படி உள்ளது. எதிர்காலங்களில் இக்கலைகளின் நிலை எப்படி இருக்கும் போன்றவற்றையும், கலைகளில் பெண் கலைஞர்கள் பங்கெடுப்பு இல்லாததற்கான காரணத்தையும் நோக்குவதாக இந்நூல் அமைந்-துள்ளது.

இவ்வைந்து ஆட்டக்கலைகள் கும்மி, ஒயில் கும்மி, தப்பாட்டம், சிக்காட்டம், சிலம்பாட்டம், களரி ஆகியவற்றோடு தொடர்பு கொண்-டிருப்பதால் இவ்வாட்டங்களில் அடவுகள் சில ஆய்வு ஆட்டங்க-

ளிலும் காணப்படுகின்றன. அவற்றை குறித்து எழுதுவதாக இந்நூல் உள்ளது. தமிழகத்தின் பல்வேறு நிகழ்த்துக்கலைகள் இருக்கின்றன. இவ்வைந்து கலைகளும் அவ்வவ் இனத்தின் வழிபாட்டோடு நெருங்கிய தொடர்பு கொண்டவையாகும். இனம் சார்ந்த வழிபாடுகளில் இக்கலைகள் ஓர் அங்கமாகவே விளங்குகின்றன.

இனக்குழு குறித்த விளக்கம், கம்பளத்தார்,கணியான், மலைவேடர், அருந்ததியர் ஆகிய இனக்குழுக்களின் வரலாறுகள், ஆட்டக்கலைகளின் தோற்றம், ஆட்டக்கலைகளின் தொழில்முறைப் பயிற்சி, ஐவகை நிலப்பாகுபாடு, நிலத்திற்கேற்ற கருப்பொருளில் தெய்வங்கள், தெய்வங்களுக்கேற்ற ஆட்டக்கலைகள், விலங்குகள் பெறும் இடம், விலங்குகள் சமயத்துடன் இணைக்கப் படுதல், விலங்கு பறவைகளுடன் தொடர்புடைய ஆட்டக்கலைகள், வழிபாட்டில் ஆட்டக்கலைகள் இணைதல், புராணக்கதைக் கூறுகளை உள்ளடக்கிய ஆட்டங்கள் என்ற அடிப்படையில் இந்நூல் அமைந்துள்ளது.

'ஆட்டக்கலைகள் நிகழ்த்தப்படும் சூழல்' என்னும் இரண்டாம் இயலில் பண்பாடு, இனக்குழு சமூகம் மற்றும் வேட்டைச் சமூகத்தின் சமயநிலை, சமயமும் பாவனைச் சடங்கும், வேளாண் சமூக சமயத்தில் ஆட்டக்கலைகளும், பயிர்த் தொழில் பாதுகாப்பும், மழை வேண்டி செய்யும் சடங்குகள், சூழல், வழிபாட்டுச்சூழல், வழிபாட்டு ஆட்டக்கலைகள், கரகாட்டம், காவடிஆட்டம், துடும்பாட்டம், கணியான்கூத்து, பொய்க்கால் குதிரை, மயில் நடனம், மாட்டுநடனம், ஒயிலாட்டம், தேவராட்டம், சேவையாட்டம், கோலாட்டம், வில் அம்பாட்டம், செலாகுத்தாட்டம், கும்மி கொட்டல் போன்ற ஆட்டக்கலைகள் வழிபாட்டில் பெறும் இடம் குறித்தும், இனக்குழு கலைகள் வழிபாடு, வாழ்வியல், பொழுதுபோக்கு ஆகியவற்றில் எத்தகைய பங்கு வகிக்கின்றன என்பது பற்றியும் இந்நூலில் விளக்கமாகக் கூறப்பட்டுள்ளன.

கலைஞரின் வாழ்க்கைக்கும் கலைக்கும் இடையிலான தொடர்பு' என்னும் மூன்றாம் இயலில் செவ்வியற்கலைகள், ஆட்டக்கலைகளுக்கான பயிற்சி முறை, இசைக்கருவி மற்றும் இசைக்கலைஞர்களின் ஒத்துழைப்பு, ஆட்டக்கலையில் ஏற்படும் சூழல் மற்றும் வட்டார மாற்றங்கள், பாடல் மற்றும் இசை இணைந்த ஆட்டக்கலைகள், நாட்டப்புறக் கலைஞர்களிடையே சாதிப்பாகுபாடு, சமூகப்படிநிலை, இசைக்கருவிகள், நாட்டார் கலைக்கும் அடிநிலை மக்களுக்கும் இடையிலான தொடர்புகள், மனித ஆட்டக்கலைகள்

வளர்ந்த சூழல், உடல் அசைவும் பொருள் வெளிப்பாடும், கலை தவிர்த்த பிறத்தொழில்கள், ஆட்டக்கலையில் உடல் அசைவுகளுக்கு ஏற்ற ஆடை அணிகள் ஆகியன குறித்து இந்நூலில் கூறப்பட்டுள்ளன

'ஆட்ட அடவும் இசையும்' என்னும் நான்காம் இயலில் ஐந்து இனக்குழு ஆட்டங்களுக்கான அடவு முறைகள் குறித்தும், அடவுகள் வெளிப்படுத்தும் பொருள்கள் குறித்தும், இவ்வைந்து ஆட்டங்களுக்கான இசைக்கருவிகள், அவற்றை தயாரிக்கும் முறைகள் குறித்தும், ஆட்டக் கலைஞரின் ஒப்பனைகள் குறித்தும், இவ்வின மக்களில் பெண்களின் நிலை குறித்தம், இசைக்கருவிகள் தயாரிப்பில் ஏற்பட்டிருக்கும் மாற்றங்கள் குறித்தும், நாட்டார் கலைகளின் இன்றைய நிலை குறித்தும் எடுத்துரைக்கப்பட்டுள்ளன.

1

இனக்குழுவும் ஆட்டக்கலையும்

இனக்குழு விளக்கம்

சமுதாய பண்பாட்டு மானிடவியலுக்கு அடித்தளமாகத் திகழ்வது இனக்குழுவியலாகும். 'இனக்குழுவியல்' என்னும் பொருளுடைய 'Ethnoraphy' என்னும் ஆங்கிலச் சொல் 'Ethnos' 'Orapheinn' ஆகிய கிரேக்கச் சொற்களின் மூலங்களைப் பெற்றது. 'Ethnos' என்பதற்கு இனம் (Race) இனக்குழு (Ethinic Grahp) மக்கள் (People) என்பது பொருள். ஆகவே இனவரைவியல் என்பது ஒரு தனிப்பட்ட இனக்குழு அல்லது மக்களைப் பற்றி எழுதல் என்னும் பொருளை உணர்த்துகிறது. ஒரு இனக்குழுவைப் பற்றிய முழுமையான படிப்பு என்னும் வகையில் இப்பிரிவை 'இனக்குழுவியல்' என்றும் கூறலாம்.

இனக்குழுவியல் என்பது ஒரு தனிப்பட்ட சமூகத்தில் பண்பாட்டை முழுமையாகப் புரிந்து கொண்டு அவற்றை முறையாகத் தொகுத்து வழங்குதலாகும். இனக்குழு என்பது ஓர் இனத்திற்கே உரிய மக்களைப் பற்றி முழுமையாக அறிந்து கொள்ளுதலாகும். அம்மக்களின் பண்பாட்டு, சமூகம், பொருளாதாரம், சடங்குமுறைகள் நிகழ்த்துக்கலைகள் போன்றவைகள் வேறுபட்டு இருப்பதோடு அம்மக்களுக்கு மட்டுமே உரியதாக இருப்பதனையே இனக்குழு வாழ்வியல் என்பர். அக்குறிப்பிட்ட இனக்குழு மக்கள் வேறு இனமக்களிடம் இருந்து அனைத்து நிகழ்வுகளிலும் வேறுபட்டு இருப்பர். அம்மக்கள் செய்யும் சடங்கு முறைகளும் சரி, வேறுபிற நிகழ்வுகளும் சரி மற்ற இன மக்களால் பயன்படுத்தப்படுவதில்லை.

நாட்டுப்புற மக்களின் உணர்வோடும், இரத்தத்தோடும், பண்பாட்டோடும் இணைந்து வந்துள்ளவை ஆடற்கலைகள். இந்நாட்டுப்புற ஆட்டக்கலைகளில் சில கலைகள் அவர்களின் பிறப்பு முதல் இரத்தத்தில் ஊறி வந்துள்ளன. சில கலை-

களை அம்மக்கள் ஆர்வமிகுதியால் பிறரிடம் இருந்து கற்றுக்கொள்கின்றனர். இக்கலை வளர்ச்சியின் போக்குகளும் சமுதாய வளர்ச்சியும் ஒன்றுக்கொன்று நெருங்கிய தொடர்புடையவையாகும்.

பண்டைக்கால இனக்குழு வாழ்க்கையில் படைக்கப்பட்ட கலைகள் அனைத்தும் கூட்டுக்கலை முயற்சிகளாக இருந்தன. படைப்பாளி, பார்வையாளர் என்ற பிரிவினைகள் ஏதுமின்றி அனைவரும் படைப்பாளிகளாகவும், பார்வையாளர்களாகவும் அங்கு இருந்தனர். வாழ்க்கை வளம் வேண்டி இவர்கள் ஆடல் பாடல்களில் ஈடுபட்டனர். பின்னர் இனக்குழு வாழ்க்கை மெல்ல மெல்ல மறைந்து உடைமையாளர்கள், உடைமையற்றோர் என்று சமுதாயம் பொருளாதார நிலையில் இரண்டாகப் பிரிந்தது. அரசுகள் தோன்றி வளர்ந்தன. கூடவே கலைகளிலும், கலைஞர்களிலும் பிரிவினைகள் தோன்றின.

ஆயகலைகள் அனைத்தும் அனைவருக்கும் பொதுவானவையே. ஆயினும் அவை வளரும் வகையிலும் வளர்க்கப்படும் முறையிலும் வேறுபாடுகள் தென்படுகின்றன. நாட்டுப்புறக் கலைகளில் பெரும்பாலானவை பல்வேறு இனத்தாரால் ஆடப்படினும் சில குறிப்பிட்ட கலைகள் குறிப்பிட்ட இனத்தாரால் மட்டுமே தொன்று தொட்டு ஆடிப்பாதுகாக்கப்பட்டு வருகின்றன. இவ்வாறு குறிப்பிட்ட இனத்தாரால் மட்டுமே ஆடக்கூடிய கலைகள் இனச் சார்புக் கலைகள் என்று குறிப்பிடப்படுகின்றன.

குழுவாக வாழும் பழக்கமுடைய இனக்குழு மக்களிடத்தில் இனச்சார்புக் கலைகள் நிறைந்து காணப்படுகின்றன. குறிப்பிட்ட இனமக்களால் ஆடப்பட்டு வரும் கலைகள் அவ்வின மக்களுடைய வாழ்க்கை மற்றும் வழிபாட்டுச் சூழல்களில் மிகுந்த முக்கியத்துவம் பெறுவனவாக உள்ளன. குறிப்பிட்ட இனப்பண்பாட்டுப் பின்னணியில் கலைகளை ஆய்வு செய்யும் பொழுது கலையின் தோற்றம், வரலாறு, வளர்ச்சி பொருள் வெளிப்பாடு, கலை நுட்பங்கள், தனித்துவம் ஆகியவை குறித்து எளிதில் புரிந்து கொள்ள முடிகின்றது.

இனச் சார்புக் கலைகளை ஆய்ந்து நோக்கும் அடிப்படைகளாக பின்வருவனவற்றை ஓ.முத்தையா குறிப்பிட்டுள்ளார். அவை

1. கலை சார்ந்த இனத்தின் பூர்வீகத் தோற்றம்
2. குறிப்பிட்ட இனத்தவரால் மட்டும் ஆடப்படுவதற்கான காரணம்
3. கலைகளை நிகழ்த்தும் மக்களின் வாழ்க்கை, வழிபாட்டுச் சடங்குகளுக்கும், கலைகளுக்கும் இடையிலான தொடர்பு.
4. இனச்சார்பு ஆட்டக்கலைகளின் தனித்தன்மை
5. கால மாற்றங்களால் ஏற்பட்ட கலை மாறுபாடுகள்
6. இனச்சார்புக் கலைகளில் பிற சமூகத்தொடர்பு

7. இனச்சார்புக் கலைகளின் இன்றைய நிலை. (தேவராட்டம், ப -14)

இவ்வழிகளில் இனச்சார்புக் கலைகளை ஆராய்வதன் மூலம் பிற ஆட்டக்கலைகளிலிருந்து இனச்சார்புக்கலைகள் எவ்விதம் வேறுபடுகின்றன. அவற்றின் பண்புகள் குறித்து அறிந்து கொள்ளலாம்.

நாட்டுப்புற மக்களின் ஆட்டக்கலைகள் அவர்களின் பண்பாட்டை வெளிப்படுத்துகின்றன. இவ்வாட்டக்கலைகளில் கணியான் கூத்து, துடும்பாட்டம், தேவராட்டம், சேவையாட்டம், ஒயிலாட்டம் போன்ற ஆட்டக்கலைகள் ஒரு குறிப்பிட்ட இனமக்களின் வாழ்வியல் சடங்குகளுடன் இணைந்தும் சமய வழிபாட்டில் அதிக இடம் பிடித்தும் வருகின்றன. மேலும் இக்கலைகளை அவ்வின மக்களே பரம்பரை பரம்பரையாக ஆடிவருகின்றனர். இதனால் இக்கலைகளை இனக்குழு ஆட்டக்கலைகள் எனலாம். ஒரு குறிப்பிட்ட இன மக்களுக்குரிய கலைகள் அதே இன மக்களால் அடுத்த தலைமுறையினருக்குக் கற்று தரப்படுகின்றன. மேற்குறித்த ஐந்து இனக்குழுக்களின் தோற்றம் குறித்த வரலாற்றை அறிந்து கொள்வது இங்கு பயனுள்ளதாக இருக்கும்.

கம்பளத்து நாயக்கர்

கம்பளத்து நாயக்கர்கள் தென் தமிழகத்தின் திண்டுக்கல், மதுரை, திருநெல்வேலி, தேனி, தூத்துக்குடி போன்ற மாவட்டங்களில் பரவலாக காணப்படுகின்ற ஒரு இனமாகும். இதுதவிர கொங்கு பகுதிகளில் ஒரு சில இடங்களிலும், திருச்சி மாவட்டத்திலும் வாழுகின்றனர். இவர்களின் பூர்வீகம் ஆந்திர மாநிலம் என்றும் பல்வேறு அரசியல் சூழ்நிலைகளின் காரணமாக தமிழகத்திற்கு பிழைப்பிற்காக வந்தவர்கள் என்பதும் கள ஆய்வின் மூலம் அறிந்துகொள்ள முடிகின்றது.

கம்பளத்து நாயக்கர்கள் தெலுங்கைத் தாய்மொழியாகக் கொண்டவர்கள். இவர்கள் நாயக்கர்கள். தமிழகத்தை ஆண்ட காலத்தில் ஆந்திராவில் இருந்து குடிபெயர்ந்து வந்தவர்கள் என்பதனை சோ.சேகர் என்பவரின் ஆய்வின் மூலமாகவும் ஒ.முத்தையா என்பவரின் ஆய்வின் மூலமாகவும் அறிய முடிகின்றது. எனினும் களஆய்வில் வேறு வகையான செய்தியை அறிய முடிந்தது. அதாவது ஆந்திர மாநிலத்தை இஸ்லாமியர்கள் ஆட்சி செய்து கொண்டிருந்தபோது இஸ்லாமிய மன்னர் ஒருவர் கம்பளத்தார் இனத்தைச் சார்ந்த பெண்ணின் மீது ஆசை கொண்டு மணக்க விரும்பினார். ஆனால் கம்பளத்தார் தங்களின் இனக்கட்டுப்பாடுகளை காரணம் காட்டி பெண்தர மறுத்துள்ளனர். இதனால் இஸ்லாமியர்கள் தங்களின் ஆட்சி அதிகாரங்களைக் காட்டி மிரட்டியுள்ளனர். அதனால் உயிருக்கு பயந்த கம்பளத்தார் பெண்தர ஒப்புக்கொண்டனர். பின் திருமண ஏற்பாடுகள் செய்யப்பட்டது.

திருமணத்தின் போது விழாவிற்கு வந்திருப்போர்க்கு விருந்து வைப்பது என்பது எமரபு. னவே இஸ்லாமியர்கள் கம்பளத்தார்க்கு இரவு விருந்து படைத்தனர். அதில் மாட்டின் இறைச்சியை உணவாகப் படைத்தனர். இதனால் திருமணத்தில் மீண்டும் சிக்கல் ஏற்பட்டது. ஏனெனில் கம்பளத்தார் பசுமாட்டை தங்களின் தெய்வமாக நினைத்து வணங்குபவர்கள். அதனால் அவற்றின் இறைச்சியை உண்பது பாவம் என்றும் தெய்வகுற்றம் என்றும் எண்ணினர். இதைச் சொன்னால் இஸ்லாமியர்கள் ஏற்றுக்கொள்ள மாட்டார்கள் என்ற காரணத்தினால் அங்கிருந்து தப்பித்துவர முடிவு செய்கின்றனர். அதேபோல் அன்று இரவு தப்பித்தும் வருகின்றனர்.

கம்பளத்து நாயக்கர்கள் தங்களுக்குள் ஒன்பது பிரிவு இருப்பதாகக் கூறுகின்றனர். அவை ஒவ்வொருவரும் கூறும்போது சில மாற்றங்கள் காணப்படுகின்றன. திருச்சி பகுதியில் வாழ்கின்ற கம்பளத்தார் தங்களுக்குள் 11 பிரிவுகள் இருப்பதாகத் தெரிவிக்கின்றனர். மற்ற பகுதிகளில் திருமண நிகழ்வின் போது வெற்றிலை பாக்கு கொடுத்து மற்றவர்களுக்கு மரியாதை செய்யும் போது அழைக்கப்படும் முறையில் பத்துப்பிரிவுகள் இருப்பதாகத் தெரிகின்றது. ஆனால் கள ஆய்வின் மூலம் கிடைத்த தகவலின் படி ஒன்பது பிரிவுகள் தான் உள்ளன என்பது பெரும்பான்மை முடிவாக உள்ளது.

இவர்களுள் இராஜ கம்பளத்தார் என்பவர்களும் உண்டு. இவர்களே மற்ற ஒன்பது கம்பளத்தார்க்கும் தலைமையானவர்கள் என்று தங்களைக் கூறிக் கொள்கின்றனர். கம்பளத்து நாயக்கர்களின் பிரிவுகளை ஓ.முத்தையா , “கம்பளத்து நாயக்கர்கள் தங்களை இராஜ கம்பளம் என்று குறிப்பிட்டாலும் ஒன்பது கம்பளம் என்று கூறிக்கொள்ளும் வழக்கமும் இவர்களிடம் காணப்படுகிறது. எட்கர் தர்ஸ்டன் ஒன்பது கம்பளத்தில் அடங்கும் பிரிவுகளாக ,

1. காப்பிலியன்
2. அனுப்பன்
3. தொட்டியன்
4. குரும்பர்
5. கும்மரர்
6. பரிவாரம்
7. உறுமிக்காரன்
8. மங்கலவார்
9. சக்கிலியன்

இவ்வாறு குறிப்பிடுகின்றார். (தேவராட்டம், பக் - 9).

சோ.சேகர் தன்னுடைய நாட்டுப்புறக்கலைவடிவங்கள் கலைஞர்கள் ஒரு சமூகவியல் ஆய்வு என்ற நூலில் கீழ்க்காணும் ஒன்பது பிரிவுகளை குறிப்பிடுகின்றார். அவை

1. தோக்கலவார்
2. சில்லவார்
3. கொல்லவார்
4. சீலவார்
5. பல்லவார்
6. பாலவார்
7. மல்லவார்
8. எரசில்லவார்
9. குருசில்லவார்

என்பனவாகும்.

கள ஆய்வின்போது கம்பளத்து நாயக்கர்கள் குறித்தும் அவர்களின் பிரிவுகள் குறித்தும் பல்வேறு தகவல்கள் கிடைக்கின்றன. தங்களின் இனத்தில் ஒன்பது பிரிவுகள் தான் உள்ளது என்கிற போதும் இவர்களின் திருமணச்சடங்கின் போது,

இர்ரிகோபு கொடையாணி பொம்முவீடம் பெட்டண்டையா
கம்மராஜ்பாபு எரமாசுபொம்மு வீடம் பெட்டண்டையா
குஜ்ஜீபொம்மு பாலமநாகு வீடம் பெட்டண்டையா
மங்கராஜீ கலிபிலி சோமு வீடம் பெட்டண்டையா
பல்லக்கத் தோப்பு நூட்டக்குமாரலு வீடம் பெட்டண்டையா

என்று அழைப்பதன் மூலம்

1. இர்ரிகோபு
2. கொடையாணி பொம்மு
3. கம்மராஜ்பாபு
4. எரமாசுபொம்மு
5. குஜ்ஜீபொம்மு
6. பாலமநாகு
7. மங்கராஜீ
8. கலிபிலி சோமு
9. பல்லக்கத் தோப்பு
10. நூட்டக்குமாரலு

என்கின்ற பத்துப்பிரிவுகள் இருப்பதாக அறியமுடிகின்றது.

இந்தப்பிரிவுகளுள் மல்லவார், எரசில்லார், குருசில்லவார் ஆகிய மூன்று பிரிவினர்கள் தாழ்த்தப்பட்டவர்களாக உள்ளனர். இதில் மல்லவார் (அல்லது) மாலா எனும் பிரிவைச் சார்ந்தவர் தேவதுந்துமியை வாசிப்பவர்களாக உள்ளனர். ஏன் இவர்கள் தாழ்த்தப்பட்டவர்களாக கருதப்படுகின்றார்கள் எனில் இஸ்லாமியர்களுக்கு பயந்து ஆந்திராவை விட்டு தப்பிவரும்போது துங்கபத்திரநதிக்கரையை

கடக்க முடியாதவர்கள் என்றும் தப்பித்து வரும்போது வெகுநேரமாக தூங்கியவர்கள் என்றும் காரணம் கூறப்படுகின்றது..

கள ஆய்வின் மூலம் சேகரிக்கப்பட்ட தகவலின் அடிப்படையாகக் காணும்போது கம்பளத்து நாயக்கர் இனத்தில் கீழ்க்காணும் 11 பிரிவுகள் உள்ளதாகத் தெரிகின்றது. அவை,

1. இர்ரிவாரு
2. கொடையாணி பொம்மு
3. குஜ்ஜி பொம்மு
4. பாலமநாகு
5. கம்பராஜிலு
6. எரமாசுபொம்மு
7. மங்கரராஜிலு
8. கலிமலிசோமு
9. பல்லகதொப்பு
10. குரேரபொம்மு
11. சில்லலிங்கு

— என்பனவாகும்.

கீசூழ கொடுக்கப்பட்ட அட்டவணையானது கம்பளத்து நாயக்கர்களின் 11 பிரிவுகளும் அவர்களின் குலதெய்வம் பசுமாடு, ஆண்மாடு, சொந்த ஊர் அதாவது ஆந்திராவில் எந்தப்பகுதியில் இருந்து வந்தவர்கள் என்கிற செய்தியை தெரிவிக்கின்றது.

வ.எண் - குலம் (கொலுமு) - குலதெய்வம் (குலத்தம்பிரான்) - பசுமாடு (ஆவுலுபேரு) - ஆண்மாடு (சலிகிஎத்த்துலுபேரு) - சொந்தஊர் (காணிபூமி)

1. இர்ரிகோபு கொண்டுகாட்டம்மாள் போத்தலாவுலு நூகல பொட எத்த்து ரோமபதி நாடு

2. கொடையாணி பொம்மு பேர்வாடி அக்ககேரு (பேரவாடம்மாள்) மஞ்சல ஆவுலு பொடபட்ட எத்த்து கொடப்பார கொண்டா

3. குஜ்ஜி பொம்மு முமலபொம்முசாமி பொட்டி கொம்முலு ஆவுலு அமடபச்சக எத்த்து மெரிமிட்டி கொண்டா

4. பாலமநாகு பல்ல குண்ட அக்ககேரு (பல்லகுண்ட அம்மாள்) மாதகஆவுலு ஜடபுல்ல எத்த்து பாமல கொண்டா

5. கம்பராஜிலு ஸ்ரீ ரங்க ரங்கராயிலு ராமட்ட ஆவுலு மயிலை எத்த்து ராமக்கல்லு துரோகம்

6. எரமாசுபொம்மு காமட்ட அவ்வலா (காமாச்சி அம்மன்) மீசல ஆவுலு எர்ரபட்ட எத்த்து எர்ரசெர்ரு எடுநத்தம்

7. மங்கரராஜிலு காமாச்சி அம்மன் கப்படி பொடல காமல ஆவுலு - மர்ரி கொண்டா

8. கலிமலிசோமு வீருஜக்கம்மாள் தாத்தல ஆவுலு கமல எத்து நெல்லூர் தின்னா

9. பல்லகதொப்பு இலகுமம்மாள் பல்லக்கு ஆவுலு - எர்ரசெர்ரு எருநத்தம்

10. குரேரபொம்மு பைத்தம்மாள் மாகத ஆவுலு - குத்துபல்லாரி குருகுஞ்சு கோட்டா

11. சில்லலிங்கு சீப்பாலம்மாள் (சிவபாலம்மாள்) தோபட்ட ஆவுலு புஜபட்ட எத்த்து சங்கரகிரி துரோகம்

இவர்கள் தங்களுக்கென தனித்த அடையாளங்களோடும், கட்டுப்பாடுகளோடும் வாழ்ந்து கொண்டிருப்பவர்கள். தாங்கள் வாழும் பகுதியில் பிற இனத்தவரை குறிப்பிட்ட நேரத்திற்கு மேல் அனுமதிப்பதில்லை. பிறரை தங்களின் எல்லைக்குள் அனுமதித்தால் தங்களின் கட்டுப்பாடுகள் சீர்குலைக்கப்படும் என்பது இவர்களின் எண்ணம். மேலும் இவர்களின் தனித்த அடையாளமாக விளங்குவது இவர்களால் உருவாக்கி பாதுகாத்து வளர்க்கப்பட்ட தேவராட்டம், சேவையாட்டம் என்கிற கலைகளாகும்.

கணியாண்

கணியான் இனமக்கள் தமிழகத்தில் கன்னயாகுமரி, திருநெல்வேலி, தூத்துக்குடி, ஆகிய மாவட்டங்களில் வாழக்கூடிய தாழ்த்தப்பட்ட மக்களாவர். இவர்கள் தமிழகத்தில் மிகவும் அரிதாக 600 -க்கும் குறைவான குடும்பங்களே வாழ்ந்து வருகின்றனர். இவர்களின் தனிப்பட்ட அடையாளமாக விளங்கக்கூடியது கணியான் கூத்து என்னும் கூத்துக்கலை வகை.

கணியான் இனமக்கள் தங்களின் தோற்றம் குறித்து கதைகளைக் கூறிக்கொள்கின்றனர். இவர்கள் சிவபெருமானின் பிரம்மஹத்தி தோஷத்தைப்போக்கிக்கொள்வதற்காக பிறப்பிக்கப்பட்டவர்கள் என்று தங்களை கூறிக்கொள்கின்றனர். கணியான் என்னும் சாதியினர் கேரளாவிலும் வாழ்ந்து வருவதாக அறியமுடிகின்றது. அங்கு ஆடப்படும் சாக்கையர் கூத்து என்பது கணியான் கூத்தோடு தொடர்புடையது என்றும் கூறப்படுகிறன்றது. இருப்பினும் கேரளாவில் வாழும் கணியான்கள் பறைக்கணியான்கள் என்றும் தமிழகத்தில் வாழ்பவர்கள் தெய்வக்கணியான் என்றும் குறிப்பிட்டுள்ளனர்.

கணியான் கூத்து மகுடாட்டம் என்றும் மகுடக்கச்சேரி என்றும் சமீபகாலத்தில் அழைக்கப்படுகிறது. கணியான் இனம் குறித்து ஆராயும்பொழுது சுடலைமாடன் வழிபாட்டில் இவர்களின் கைவெட்டுச் சடங்கை வைத்துப்பார்த்தால் தொடக்கத்தில் இவர்கள் போருக்கு நரபலி கொடுக்கும் இனத்தாராக இருந்திருக்க வேண்டும் இது போர் குறித்த நரபலியின் எச்சம். முன்பு அம்மன் கோவிலில் மட்டுமே நிகழ்ந்-

தது. இப்போது சுடலைடாமன் கோவிலிலும் நிகழ்கிறது. (அகத்தாரும், புறத்தாரும், நாட்டுப்புறவியல் ஆய்வுகள் - ப.எண் 35) என்று முனைவர் சு.சண்முகசுந்தரம் கூறுகின்றார். மேலும் கணியான் கூத்து தமிழகத்தின் மிகத் தொன்மையான கலை. கி.பி. 16, 17 ஆம் நூற்றாண்டில் பாடப்பட்ட விறலிவிடுதூது "வில்லாம் முரசாம் கைவெட்டு கணியானாம் என்றும், 17 ஆம் நூற்றாண்டில் பாடப்பட்ட முக்கூடற்பள்ளு "ஆருக்கும் பணியான் சீவலப்பேரிக்குள் கணியான்" என்றும் குறிப்பிடுகின்றன. (தொகுப்பு - இந்திரன் - ப.எ. 78) என்று வேரும் விழுதும் என்னும் நூல் சுட்டுகின்றது. இதை வைத்துப் பார்த்தால் ஆதாரப்பூர்வமாக கணியான் கூத்திற்கு 350 ஆண்டுகள் பழமை உள்ளது.

கணியான் மக்கள் குறுகிய அளவே வாழ்ந்தாலும் அவர்களுக்குள்ளும் பிரிவுகள் உள்ளன.

1. புளியகுடி
2. வெதுமக்குடி
3. கலமணகுடி
4. குரந்தகுடி
5. அதினினகுடி
6. மக்கட்டக்குடி
7. பன்னிக்குடி
8. --------------

என எட்டு குடிகள் இருந்தன என்றும் அதில் எட்டாவது குடி முழுவதுமாக அழிந்ததால் பெயர் தெரியவில்லை என்றும் அய்யாதுரை (69) என்ற தகவலாளர் குறிப்பிடுகின்றார். இதில் 4 கிளை சகோதர முறையும், 4 கிளை சம்மந்த கிளையுமாக கொண்டுள்ளனர். கணியான் இனத்தினரை தெய்வக் கணியான், பறைக்கணியான் என இருவகைப்படுத்துகின்றனர். தமிழகத்தில் வாழ்கின்ற கணியான்கள் தெய்வக் கணியான்கள் என்றும், கேரளத்தில் வாழ்கின்ற கணியான்கள் பறைகணியான்கள் என்றும் தமிழக கணியான்கள் கூறுகின்றனர். ஜோடத்தை கணிப்பவர்கள் இவர்கள் என்பதால் கணியான்கள் என்று அழைக்கப்பட்டனர் என்றும் கள ஆய்வின் போது அறிய முடிந்தது. பவுன்காரன் என்றும் சில இடங்களில் கணியான்கள் அழைக்கப்படுகின்றனர். "அம்மன் கோவில் கூத்து என்ற பெயரில் தனி ஆட்டம் ஆடுவர்". உடம்பு முழுவதும் திருநீற்றைப் பூசிக் கொண்டு உடலில் ஆங்காங்கு வேப்ப இலைதழைகளைக் கட்டிக் கொண்டு கையில் இலையுடன் ஆடுவர். இதனால் தெய்வமேறி ஆடுதல் விரைவுபடும். இவ்வாறு ஆடுகின்ற கணியானைப் பவுன்காரன் என்று அழைப்பர்" (தொகுப்பு - இந்திரன் ப.எண் 84) என வேரும் விழுதும் நாவலில் குறிப்பிடப்பட்டுள்ளது.

மலை வேடர்

மலைவேடர் என்ற பிரிவினைச் சார்ந்தவர்கள் தமிழகத்தில் மதுரை மாவட்டத்தில் வாழக்கூடியவர்கள். இவர்கள் மலைப்பகுதிகளில் வேட்டையாடுவதை தனது பிரதானத் தொழிலாகக் கொண்டு அங்கேயே தங்கி வாழந்ததனால் மலைவேடர் என்று அழைக்கப்படுகின்றனர். இவர்கள் பற்றிய செய்திகளை கள ஆய்வின் மூலம் தெரிந்து கொள்ள முடிந்தது. அதாவது,

திருமலை நாயக்கர் என்னும் மன்னன் மதுரையை ஆட்சி செய்து கொண்டிருக்கும் போது காட்டு விலங்கினங்கள், நாட்டையும், நாட்டு மக்களையும், விவசாயத்தையும் நாசம் செய்ததாக மக்கள் அனைவரும் ஒன்று கூடி மன்னர் திருமலை நாயக்கரிடம் முறையிட்டனர். மன்னன் திருமலை நாயக்கர் தன் மனைவி சித்ராதேவியுடன் ராஜகுருவாகிய தீட்சிதருடனும் விலங்குகள் அதிகம் வாழும் முதுமலைக் காட்டிற்கு வேட்டையாடச் சென்றார். அங்கு பல கொடிய மிருகங்களை வேட்டையாடி விட்டு நாடு திரும்பிக்கொண்டிருக்கும்போது மன்னரைத் தொடர்ந்து மலைவேடர்கள் கூட்டம் ஒன்று வந்துள்ளது. வரும் வழியில் புலி ஒன்று எதிர்பாராதவிதமாக மன்னர் மீது பாய்கிறது. இதை சற்றும் எதிர்பாராத மன்னனும் மற்றவர்களும் செய்வதறியாது திகைத்தனர். அப்போது வேடர்குலத்தலைவன் பழனிச்சாமி என்பவர் அப்புலியை அம்பெய்திக் கொன்றார். இதனால் மனம் மகிழ்ச்சியடைந்த திருமலை நாயக்க மன்னர் தன் உயிரைக்காத்த அக்கூட்டத்தினரையும் கூட்டத்தின் தலைவரையும் சிறப்பிப்பதற்காக அவர்களைத் தன் நாட்டிற்கு அழைத்தார். அதற்கு வேடர்களும், வேடர்குலத் தலைவனும் மறுத்துவிட்டனர். பின்னர் மன்னன் நாடு திரும்பினார்.

மன்னர் நாடு திரும்பினாலும் மனம் தன் உயிரைக் காத்த மலைவேடர்களைப் பற்றியே சிந்தித்துக் கொண்டிருந்தது. எனவே தன் படைவீரர்களை அனுப்பி மலைவேடர்களை அழைத்து வரச் சொன்னார். பின்னர் மன்னரின் அழைப்பை ஏற்று வேடர் கூட்டமும் நாட்டிற்கு வந்தது. பின்பு நீலகண்ட தீட்சிதரின் அறிவுரைப்படி அவையில் பல நாடுகளைச் சார்ந்த குறுநிலமன்னர்களெல்லாம் அமர்ந்திருக்க வேடர் கூட்டத்திற்கு திருமலை நாயக்க மன்னன் 'நாயக்கர்' என்ற பட்டத்தைச் சூட்டித்தனது அரசுக்கு புறக்காவல் வீரர்களாக அவர்களை நியமித்தார். புறக்காவல் என்பது கள்ளர்களிடமிருந்தும், விலங்குகளிடமிருந்தும் மதுரையை காப்பதற்காக அந்நகரின் புறப்பகுதியில் காவல் பணி புரிவதாகும். (சோலைமலை — மண்ணாடிமங்கலம்)

மலைவேடர் தங்குவதற்காக மதுரை மாவட்டத்தில் வெளிச்சி நத்தம், வேடன் புளியங்குளம், மாடக்குளம், கவரிமான், அவனியாபுரம், கரடிக்கல், கரடிப்பட்டி எனும் கிராமங்களை மன்னர் தானமாகக் கொடுத்துள்ளார். இவர்கள் விராடிபத்து, தேவர் போன்ற இடங்களில் தங்கியிருந்து காவல் தொழில் புரிந்துள்ளனர். இவ்வினத்தினர் காவல் தொழில் புரிந்தனர் என்பதற்குச் சில சான்றுகள் கிடைத்துள்ளன.

“ஆரம்ப காலத்தில அழகர் கோவில் போன்ற பெரும் கோவில்களைக் காவல் செய்வதற்கு மலைவேடர்களையே திருமலை மன்னர் நியமித்தார் என்று மலை-வேடர் சாதியினர் கூறுகின்றனர். இன்றும் மீனாட்சி அம்மன் கோவில் ஆயி-ரங்கால் மண்டபத்திற்கருகில் 'நாயக்கர் காவல்' என்ற அறிவிப்புப்பலகை உள்-ளது. நாயக்கர் எனும் பட்டத்தைத் திருமலை மன்னர் வழங்கியவுடன் அனைவரும் 'நாயக்கர்' என்றே தங்களை மனமுவந்து அழைத்துக்கொண்டார்கள். வேட்டையா-டுவதைத் தொழிலாகவும் 'வேடர்' என்பதை சாதியாகவும் கொண்டிருந்த நாங்கள் 'வேட நாயக்கர்' என்று மாற்றி அழைத்துக்கொண்டோம். 'மலை வேடன் என்பதே எங்கள் சாதி. நாயக்கர் என்பது கவுரவத்திற்காகப் போட்டுக்கொள்ளும் பட்டம் மட்டுமே”. (நாட்டுப்புற கலைவடிவங்கள் கலைஞர்கள் ஒரு சமூகவியல் ஆய்வு, ப.எண் . 65) என்று தகவலாளரின் கருத்தை சோ.சேகர் பதிவு செய்துள்ளார்.

மலைவேடர் இனத்தினர் காவல்தொழிலுக்கு வந்தபிறகு வேட்டைத்தொழிலைக் கைவிட்டாலும் தங்களின் முன்னோரின் நினைவாக தைமாதம் பிறப்பிற்கு அடுத்-தநாளான பரிவேட்டை தினத்தன்று தமுக்கடித்து ஊர் முழுவதும் வேட்டைக்கு செல்வதை அறிவிக்கின்றனர். அப்பொழுது வீட்டிற்கு ஒரு ஆள் என்று மந்தை-யில் கூடுவர். வேட்டைக்கு புறப்படும் முன்பு ஒயிலாட்டம் ஆடிவிட்டு செல்வர். இவ்வாறு புறக்காவலர்களாக இருந்த அவர்கள் தங்களின் குலதொழிலான வேட்-டைக்கு செல்லும் போது அவர்களின் குலதெய்வத்தின் கோவில் முன்பு, வேட்-டையாடுதலை பாவனையாகச் செய்து வேட்டையில் தங்களுக்கு நிறைய விலங்கு கிடைக்க வேண்டும் என்று வேண்டினர். வேட்டைக்காக அவர்கள் ஆடிய பாவனை சடங்கே ஒயிலாட்டமாக மாறியது.

ஒயிலாட்டத்தை தங்களின் இன ஆட்டமாக மலைவேடர் இனமக்கள் மட்டு-மல்லாது வலையர் இன மக்களும் ஆடிவருகின்றனர். பெரும்பான்மை மலைவேடர் இனத்திற்கே இவ்வாட்டம் இனக்குழுவை அடையாளப்படுத்தும் ஆட்டமாக உள்-ளது. வலையர் இனத்தினர் இவ்வாட்டத்தினை ஆடுவதால் அவர்களை பற்றிய சிறிய அறிமுகமும் ஆய்விற்கு தேவைப்படுகின்றது. எனவே, அவர்களை பற்றி-யும் ஆய்வாளர் குறிப்பிட்டுள்ளார். தர்ஸ்டன் இவ்வினம் பற்றி குறிப்பிடும் பொழுது இவ்வினத்தில் 1) மோனாதினி 2) பாசிக்கட்டி 3) சருகு 4) வன்னியன் 5) வேலாம்புத்து என்ற ஐந்து பிரிவுகள் இருக்கின்றன. அதில் வன்னிய வலையர், சமூக வலையர், பாசிக்கட்டி வலையர் என்ற மூன்று பிரிவினரும் மதுரை, மேலூர் பகுதிகளில் வாழும் பள்ளர் பறையர் இனத்தவர்களைப் போன்றவர்கள் என்கிறார். வலையர் சாதி அமைப்பினை விளக்க அவர் இவ்வாறு தாழ்த்தப்பட்ட சாதியின-ருடன் ஒப்புமைப்படுத்தியுள்ளார்.

நடைமுறையில் இவ்வினத்தவரிடம் ஒன்பது சாதிப்பிரிவுகள் காணப்படுகின்றன. 1)இராமன் கூட்டம் 2) வேம்பன் கூட்டம் 3) சுப்பஞ்ஞான் கூட்டம் 4) வத்ரான்

கூட்டம் 5) சாத்தான் கூட்டம் 6) நம்பஞ்சன் கூட்டம் 7) மேலூரான் கூட்டம் 8) பூவஞ்சன் கூட்டம் 9) மூங்கிக் குறிஞ்சான் கூட்டம் என்ற பிரிவுகளை தகவலாளர் ராக்கி முத்து — வீரப்பட்டடி கூறினார்.

மலைவேடர் இனத்தவரைப் போன்றே இவர்களும் முன்பு மலைப்பகுதியில் வாழ்ந்து பின்பு நாட்டுக்கு வந்ததாக கூறுகின்றனர்.

அருந்ததியர்

தமிழகத்தின் அனைத்துப்பகுதிகளிலும் பரவலாக வாழ்கின்ற அருந்ததியர் இனத்தினர், தமிழ், தெலுங்கு, கன்னடம் ஆகியவற்றை தாய்மொழியாகக் கொண்ட மூன்று பிரிவினராக உள்ளனர். தெலுங்கை தாய்மொழியாகக் கொண்டவர்கள் தமிழகத்தின் பூர்வீக குடியினர் அல்ல என்றும், அவர்கள் விஜய நகரப் பேரரசு காலத்தில் தமிழகத்திற்குள் இடம் பெயர்ந்தவர்கள் என்றும் மாற்கு அவர்கள் தனது ஆய்வின் மூலம் கூறியுள்ளார்.

தெலுங்கை தாய்மொழியாகக் கொண்ட அருந்ததியர் காகதீயப் பேரரசுக் காலத்தில் முதன் முதலாக தமிழகம் வந்திருக்கலாம் என்று கூறப்படுகிறது. இருப்பினும் கிருஷ்ணதேவராயர் (1509-1529) விஜய நகரப் பேரரசாக அரியணை ஏறிய சமயத்தில் தமிழகப் பகுதியில் உள்நாட்டுக் குழப்பம் நடந்தது. கிருஷ்ண தேவராயர் குழப்பத்தை அடக்க நாகம நாயக்கரைப் பாண்டிய நாட்டிற்கு மண்டலேஸ்வரராக நியமித்து நாட்டை மேற்பார்த்து வரும்படி செய்தார். அப்பொழுது நாகம நாயக்கருடன் காம்பிலி என்ற பகுதியில் இருந்து இவர்களுடன் வந்த ஒரு கூட்டம் படைவீரர்களுக்கு தேவையான உணவு, உடை, வெண்ணெய், பால், பாதரட்சைகள் முதலிவைகளை தயாரித்துக் கொடுக்கும் பணியை செய்தது. அவர்கள் தான் கம்பளத்து நாயக்கர்கள் என்று கூறப்படுகின்றது. இக்கம்பளத்து நாயக்கரின் ஒன்பது பிரிவுகளில் அருந்ததியரும் ஒருவர். இவர்கள் தெலுங்கை தாய்மொழியாகக் கொண்டு தமிழகத்தில் வாழ்ந்து வருகின்றனர்.

கன்னடத்தை தாய்மொழியாகக் கொண்ட அருந்ததியர்கள் ஹொய்சாளப் பேரரசு காலத்தில் தமிழகத்திற்கு வந்திருக்கலாம் என்று கூறப்படுகிறது. இருப்பினும் ஹைதர் அலி, திப்புசுல்தான் ஆகியோர் பாலக்காடுவரை ஆட்சி செய்து வந்துள்ளனர். அவர்கள் மைசூரிலிருந்து பாலக்காடு செல்லும் போது படைவீரர்களாகவும், குதிரைக்கு வேண்டிய தோல் பொருட்கள், தோலாடைகளையும் செய்ய கன்னடம் பேசும் அருந்ததியர்களையும் அழைத்துக்கொண்டு வந்திருக்கலாம் என்று கள ஆய்வின் மூலம் அறியப்படுகிறது.

அருந்ததியினரின் நலனுக்காக ஆதிதிராவிட இயக்கம் செயல்பட்டு வருகிறது. இவ்வியக்கத்தில் கோவை மாவட்டத்தில் முதன்மையானவராக இருந்து செயல்படும் திரு.எழில், இளங்கோவன் அவர்கள் அருந்ததியர், ஆந்திராவிலும், கர்நாடகத்திலும் இருந்து வந்தவர்கள் என்பதை முழுவதுமாக மறுக்கிறார். அவர்கள் தமிழ-

கத்தின் ஆதி குடிகள் என்றே கூறி வருகின்றார்.

"தமிழகத்தில் சேர, சோழ, பாண்டியர்களைத் தவிர பல குறுநில மன்னர்களும் ஆட்சி செய்தனர். இவர்களில் வேளிர் பிரிவினர் உண்டு. இந்த வேளிர் பிரிவினருள் 'அதியர்' என்ற பிரிவினரும் உண்டு. இவர்கள் தகடூர் பகுதியை (இன்றைய தர்மபுரி) ஆட்சி செய்தனர். இப்பகுதி 'வடுகு நாடு' என்று அழைக்கப்பட்டது. இந்த அதியர் வழி வந்தவர்கள்தான் அருந்ததியர்கள். ஆதியர் என்ற பெயர்தான் மருவி அருந்ததியர் என்ற பெயரானது.

அதியர் குலத்தின் சிறந்த மன்னனை மாரூஅதியர் - மாதியர் என அழைத்தனர். மாதியர் என்பது அருந்ததியருக்கு கொடுக்கப்பட்ட மற்றொரு பெயர். என மாற்கு அவர்கள் எழில் இளங்கோவனின் கருத்தை முன்வைக்கின்றார். (அருந்ததியர் வாழும் வரலாறு ப.எண் 10)

இவர் குறிப்பிடும் வடுகநாடு இப்போதைய தமிழகத்தின் தர்மபுரி பகுதி, இது முன்பு ஆந்திரா, கர்நாடகத்தின் ஒரு பகுதி இணைந்ததாக காணப்பட்ட பகுதி. அந்தந்த பகுதிகளில் வாழ்ந்தவர்கள் அந்தந்த மாநிலத்தின் மொழியை தாய்மொழியாக பேசி வந்துள்ளனர்.

தெலுங்கை தாய்மொழியாகக் கொண்ட அருந்ததியர்கள் கம்பளத்து நாயக்கர்களில் ஒருவர் என்று கூறப்படுகின்றது. கம்பளத்து நாயக்கரின் மூத்த சகோதரர்தான் அருந்ததியர் என்றும் செத்த மாட்டின் கறியை உண்டதால் கம்பளத்து நாயக்கர்கள் அவரை தமது உறவில் இருந்து பிரித்து வைத்ததாகவும் கூறப்படுகின்றது. ஆனால் கம்பளத்து நாயக்கர் வீட்டு விழாக்களில் மூத்த சகோதரனான அருந்ததியருக்கு முதல் மரியாதை வழங்குவதற்காக ஆவாரம் பூ செடிக்கு பாலூற்றி பூசை செய்யப்படுகின்றது. ஆவாரம்பூ செடியை மூத்த சகோதரனாக பாவித்து பூசை செய்கின்றனர். அருந்ததியர்கள்தான் கம்பளத்தாரின் மூத்த சசோதரன் என்பதற்கு பல கதைகள் காணப்படுகின்றன.

"ஒரு காலத்தில் கம்பளத்தார்களாகிய அண்ணன், தம்பி இருவர் வாழ்ந்து வந்தனர். இவர்களது சொத்து மாடு மட்டுமே. இந்த மாடுகளை வளர்த்து அதன் மூலம் கிடைக்கும் வருமானத்தில் நிறைவாக வாழ்ந்தனர். இவர்கள் எப்படி வாழ்கிறார்கள் என்று பார்க்க ஒருநாள் கடவுள் இவர்களிடம் வந்தார். சகோதரர்கள் இருவரும் மகிழ்வுடன் இருப்பதைக் கண்டு கடவுள் நிறைவடைந்தார்.

அப்போது தம்பி கடவுளிடம் சொத்தைப் பங்கிட்டுக்கொடுக்கும்படி கேட்டார். ஆனால் அண்ணன் சொத்தைப்பிரிக்க விரும்பவில்லை. தம்பி கட்டாயப்படுத்தவே அண்ணன் சொத்தைப் பிரிக்க சம்மதித்தார். இவர்களின் சொத்தாகிய மாடுகளைப் பிரித்துக் கொடுக்க எண்ணிய கடவுள் மந்தைக்கு இருவரையும் அழைத்துச் சென்றார். அங்கே ஏறக்குறைய சம விகிதத்தில் மாடுகள் நின்று கொண்டும், படுத்துக்கொண்டும் இருப்பதைக் கண்டார். உடனே அவர் அண்ணனைப் பார்த்து படுத்-

திருக்கும் மாடுகள் வேண்டுமா? நிற்கின்ற மாடுகள் வேண்டுமா? என்று கேட்டார். படுத்திருக்கும் மாடுகள் வேண்டும் என்று கேட்டார் அண்ணன்.

நின்று கொண்டிருந்த மாடுகளை ஒதுக்கியபோது படுத்திருந்த மாடுகளும் எழுந்து சென்று விட்டன. கிழட்டு மாடுகளும், நோஞ்சான் மாடுகளுமே அண்ணனுக்கு கிடைத்தன. இவற்றைச் சொத்தாகப் பெற்ற அண்ணன் மிகவும் வறுமையில் வாழ்ந்தார். அந்த மாடுகளும் ஒவ்வொன்றாகச் சாக, வறுமையில் அந்த செத்த மாட்டுக்கறியை அண்ணன் உண்டதால் அவரைத் தம்பி சாதியிலிருந்து விலக்கிவிட்டார். இந்த அண்ணனின் வழிவந்தவர்கள்தான் அருந்ததியர்கள். தம்பி வழிவந்தவர்கள் கம்பளத்து நாயக்கர்கள்" (அருந்ததியர் வாழும் வரலாறு பக்-21,22) என்று மாற்கு தனது கள ஆய்வு தகவலைக் கூறியுள்ளார். கோவை மாவட்ட கள ஆய்வில் இதே கதை சற்று மாறுபட்டு கூறப்பட்டது. அண்ணன், தம்பி மூவர் என்றும் மாடு மேய்க்கச் சென்ற அண்ணனுக்கு சாப்பாடு எடுத்து வரவேண்டிய தம்பி வராததால் முதல் அண்ணன் தான் மேய்த்துக்கொண்டிருந்த மாட்டையே அடித்து உண்டு விடுகிறார். முதல் தம்பி பசியில் சாப்பிடாமல் தூங்கி விடுகிறான். அந்த மாட்டை உண்ட அண்ணன் அருந்ததியர் என்று கோவை மாவட்ட கண்ணார் பாளையத்தில் வாழும் சண்முகம் தெரிவிக்கின்றார். அருந்திய இனம் குறித்த கதைகள் பலவாறு கூறப்பட்டாலும் மாட்டை உண்ட அண்ணன் அருந்ததியன் என்பதும் மாட்டை உண்ணாத தம்பி கம்பளத்தான் என்பதும் பலராலும் கூறப்படக்கூடிய பொதுத்தன்மையைக் கொண்டுள்ளது.

இவ்வாறு செத்த மாட்டை உண்ட அருந்ததியர்கள் அந்த மாட்டின் தோலை வீணாக்காமல் பதப்படுத்தி காலணி தயாரிக்கவும், இசைக்கருவி தயாரிக்கவும் பயன்படுத்தி உள்ளனர். மாட்டுத்தோலைக் கொண்டு அவர்கள் தயாரித்த இசைக்கருவியே துடும்பு. துடும்பை இசைக்கும் பொழுது அதில் இருந்து வரும் கம்பீரமான ஒலிக்கேற்ப ஆட ஆரம்பித்ததே பிற்காலத்தில் துடும்பாட்டமாக மாறியுள்ளது.

2

ஆட்டக்கலையும் புராணத்தொடர்பும்

ஆதி மனிதனின் வாழ்க்கை கூட்டமான முறையில் ஒரு குழு நிலையில்தான் தொடங்குகிறது. இவ்வாறு மனிதன் குழு நிலையில் வாழும் பொழுது அவன் பேசும் திறனை அறியாதவனாக இருந்தான். அப்பொழுது அவன் தனது உள்ளத்தில் தோன்றும் உணர்வுகளை (அது மகிழ்ச்சியானதாகவோ அல்லது துக்கமானதாகவோ இருக்கலாம்) செய்கைகள் மூலமாகவோ வெளிப்படுத்தினான். இச்செயல்களே பிற்காலத்தில் ஆட்டமாக மாறியது. வேட்டையாடி வாழ்ந்த காலத்தில் மனிதன் தனது குழுவில் உள்ளவர்க்கு தான் வேட்டையாடிய விதத்தைப் போலச் செய்து உடல் இயக்கங்கள் மூலமாக நடித்துக்காட்டி விளக்கினான். இதுவும் ஒரு வகை ஆட்டமே. பிற்காலத்தில் ஆட்டக்கலைகள் உருவாவதற்கு இதுபோன்றச் செய்தல்கள் ஒரு வகையில் அடிப்படையாக இருந்துள்ளன.

மனிதன் செவிப்புலன் வழியாக இயற்கையில் தோன்றும் ஓசைகளைக் கேட்டு மகிழ்ந்து, அல்லது அச்சங்கொள்கிற பொழுது அவன் அவற்றைத் தனது குழுவிடம் வெளிப்படுத்தும் பொழுது இசைக்கு ஏற்ற ஆட்டமாகச் செய்கை மொழி மாறுகின்றது. கருவிகள் கண்டுபிடிக்கப்பட்டவுடன் மனிதன் அவற்றில் இருந்து தோன்றும் ஓசையை, ஒலியை கேட்டு மகிழ்கிறான். பிறகு அவ்விசைக்கு ஏற்ப ஆட முயற்சிக்கிறான். இவ்வாறு தொல் பழம் காலத்தில் ஆட்டம் ஒரு கலையாகத் தோன்றியிருக்க வேண்டும்.

உயிரினங்களில் பெரும்பாலானவை ஆடும் திறன் படைத்தவையாக உள்ளன. அவை தனது இனத்துடன் இணைந்து குழுவாகவோ அல்லது தனித்தோ ஆடுகின்றன. பறவைகளில் புறாக்கள் குழுவாகவும், மயில் தனித்தும் ஆடும் பழக்கம் உடையவை. இவ்வாறு பறவைகளின் ஆட்டத்தைக் கண்டு மனிதன் நாமும் அது

போல ஆட வேண்டும் என்று முயற்சித்திருக்கிறான்.

'உலக ஆட்டத்தின் வரலாறு' என்ற நூலை எழுதிய காட் சாக்ஸ், தமது நூலில் இத்தகைய பறவை ஆட்டங்களைக் குறித்துள்ளார். "அவற்றுள் இரண்டு ஆட்டங்கள் குறிப்பிடத்தக்கவை. ஒன்று குழு நடனம், மற்றொன்று ஆட்டக்காரர்-பார்வையாளர் சூழலைக் கொண்ட தனியாட்டம். (சுதானந்தா ப.11) எனவே மனிதன் விலங்குகளையும் பறவைகளையும் கண்டு அதன்பால் ஈர்க்கப்பட்டு அவற்றைப் போல ஆட முயற்சித்து இருக்கலாம். இதுவே தற்காலத்தில் ஆட்டக்கலைகளாக வளர்ச்சியடைந்துள்ளன எனலாம்.

பேசுதல் என்பது அறியாத மனிதன் செய்கை மூலம் பேசினான் என்ற கருத்தையே, "ஆட்டமானது மொழியைப் போலவே செய்தியைச் செய்தியாகத் தெரிவிக்கும் அமைப்பு வகையினுள் அடங்குவதாகும்";. (ஓ.முத்தையா.ப.122) என்ற கருத்தும் வலியுறுத்துகின்றன. ஆட்டத்தில் உள்ள உடலசைவு இசை, ஒலி, போன்றவை ஏதேனும் ஒரு செய்தியைப் பார்வையாளனுக்கு மொழியில் துணையின்றியே தெரியப்படுத்துகின்றன.

இவ்வாறு ஆதி மனிதன் தனது குழுவுடன் இணைந்து ஆடிய ஆட்டம் பிற்காலத்தில் அவரவர் செய்த தொழில் முறைகளுக்கேற்றபடி தனித்தனியே பிரிய ஆரம்பித்தன. பயிர்த் தொழிலை நம்பி வாழத்தொடங்கிய மக்கள் தங்களின் பயிருக்கு மூல ஆதாரமாகிய மழையையும், அம் மழையை வேண்டி மழைக்கடவுளை ஆடிப்பாடியும் வழிபடலாயினர். பயிர்கள் எப்படித் தழைக்க வேண்டும் என்பதை போல முளைப்பாரி செய்து அதனைச் சுற்றிக் கை கொட்டி ஆடினர். இதுவே கும்மி ஆட்டம் ஆயிற்று. நீர்வளம் வேண்டி நீரை ஒரு பாத்திரத்திரல் நிரைத்து தலையில் வைத்து எடுத்துச் சென்று வழிபட்டான். இதுவே இக்காலக் கரகாட்டம் ஆயிற்று.

வேட்டைத் தொழிலில் ஈடுபட்ட ஆதிமனிதன் வேட்டைக்குச் செல்லும் முன் தனது வழிபடும் தெய்வத்திடம் தான் வேட்டையாடுவது போலச் செய்து காட்டி அவ்வாறு செய்யும் வேட்டையில் நிறைய விலங்குகள் அகப்பட வேண்டும் என்று வேண்டிச் சென்றிருப்பர். பின்னர் வேட்டையில் அடைந்த வெற்றியின் அடையாளமாகத் தனது வேட்டை செயல்களையே ஒருவகையில் ஆட்டமாக ஆடி தெய்வத்திற்கு நன்றி கூறியிருப்பர்.

விலங்குகளிடம் இருந்தும் இயற்கைச் சக்திகளிடம் இருந்தும் தன்னைக் காத்துக்கொள்ள ஆதிமனிதன் இயற்கைச் சக்திகளை வணங்கியும், காட்டு விலங்குகளை வேட்டையாடியும் வாழ்ந்து வந்திருக்கிறான். அந்த இயற்கைச் சக்தி வழிபாடே பிற்காலத்தில் நாட்டுப்புற தெய்வ வழிபாடாகவும், வேட்டையாடுதலே பாவனைச் சடங்காகவும் ஆட்டக்கலையாகவும் மாறியுள்ளது. இவ்வாறு தோன்றிய ஆட்டக்கலைகளே ஒயிலாட்டமும், தேவராட்டமும் ஆகும். "வேட்டையாடிய மிரு-

கத்தின் தோலுக்குள் புகுந்து தான் அதுவாக மாறிய மனநிலையில் ஆடிய ஆட்டம் ஆதி ஆட்டம் மட்டுமின்றி ஆதிச்சடங்காகும். ஆதிகாலத்தில் விலங்குகளை வேட்டையாடி உண்ட மனிதன் அவ்விலங்குகளைப் போல் வேடம் தரித்து ஆடும் வேட்டை நடனங்கள் உலகில் பல பகுதிகளிலும் காணப்படுகின்றன. (ஓ.முத்தையா ப.126) இது மட்டுமில்லாமல் அவர்களால் கொல்லப்பட்ட விலங்குகளின் தலையைப் போன்ற உருவத்தை ஆதிமக்கள் தங்கள் தலையில் கவிழ்த்து தாங்கள் வேட்டையில் அடைந்த வெற்றியைக் கொண்டாடியும் உள்ளனர்.

“ஜான் லூயிஸ் என்ற மானிடவியலார் ஆஸ்திரியப் பழங்குடி மக்களிடம் இத்தகைய வேட்டை நடனங்கள் காணப்படுவதைச் சுட்டிக்காட்டியிருக்கிறார். மானின் தலை போன்ற உருவத்தை ஒரு மனிதன் தன் தலையில் கவிழ்த்துக் கொண்டு ஆடும் காட்சி டோரிஸ்பெரிஸ் (Toris Freres) என்ற குகைச் சுவர்களில் காணப்படுவதைச் சுட்டி, வேட்டையில் வெற்றி பெறுவதற்காக இந்நடனம் ஆடப்பட்டிருக்கும்” (நா.வானமாமலை ப.46) எனக் குறிப்பிடுகிறார்.

முடியாட்சிக் காலத்தில் போர்க்கடவுளான கொற்றவைக்கு கொடுத்த நரபலியே இக்காலக் கணியான் கூத்து ஆகும். “இவர்கள் தொடக்கத்தில் போருக்கு நரபலி கொடுக்கும் இனத்தாராக இருந்திருக்க வேண்டும். இது போர் வெற்றி குறித்த நரபலியின் எச்சம். முன்பு அம்மன் கோவிலில் மட்டும் நிகழ்ந்தது. இப்போது சுடலைமான் கோவிலிலும் நிகழ்கிறது. போர்த் தெய்வமாக முன்பு கொற்றவை இருந்தது.” (முனைவர் சு.சண்முகசுந்தரம் ப.34) முன்பு கொற்றவை வழிபாட்டில் இருந்த கணியான் கூத்து பின்னர் சுடலைமாடன் வழிபாட்டிற்கு மாறியுள்ளது. இருப்பினும் கொற்றவை போன்ற காளி மற்றும் இசக்கியம்மன் கோவில் விழாக்களில் கணியான் கூத்து நடைபெறுகின்றது. போருக்கு நரபலி கொடுப்பது போன்று இக்கால வழிபாட்டில் கணியான்கள் தங்களின் கை மற்றும் நாக்கை கீறி ரத்தத்தை தெய்வத்துக்குப் படைக்கிறார்கள்.

இவ்வாறு ஆதிமனிதனின் வாழ்க்கையின் அன்றாடச் செயல்பாடுகளில் ஒன்றாகத் தோன்றிய ஆட்டக்கலை இன்று பல்வேறு மாற்றங்களுக்கு ஆளாகித் தற்போது நூற்றுக்கும் மேற்பட்ட நாட்டார் நிகழ்கலைகளாக வளர்ந்து நிற்கின்றது. ஒவ்வொரு சாதி மக்களும் தங்களின் சாதிக்கே உரிய இனக்குழு ஆட்டமாகச் சில ஆட்டங்களைக் கருதி ஆடிவருகின்றனர்.

ஆட்டக்கலைகளின் தொழில்முறைப் பயிற்சி

நாட்டார் வழிபாட்டில் இருந்து தோன்றியவையே ஆட்டக்கலைகள் ஆகும். ஆட்டங்களை நல்லமுறையில் ஆடப்போதிய பயிற்சி தேவை. இதனால் ஆட்டக்கலைகளில் சிறந்து விளங்கியவர்களைத் தங்களின் குருவாக, அண்ணாவியாகக் கொண்டு, நாட்டுப்புற மக்கள் தங்கள் ஓய்வு நேரத்தில் பயிற்சி மேற்கொள்கின்றனர். செவ்வியல் கலைகளுக்கு இருப்பது போன்ற நிரந்தரப் பயிற்சிப்பள்ளிகள்

அனைத்து நாட்டுப்புற கலைகளுக்கும் இல்லை. ஒரு சில நாட்டுப்புற கலைகளுக்கே நிரந்தர பயிற்சிப் பள்ளிகள் உள்ளன. மதுரையில் ஓம் பெரியசாமி புராதன கிராமிய நடனப் பயிற்சிப் பள்ளி இத்தகைய நாட்டுப்புற கலைகளுக்கென்றே உள்ள பயிற்சிப்பள்ளி என்பது குறிப்பிடத்தக்கதாகும்.

நாட்டப்புற கலையைச் சார்ந்து இருக்கும் கலைஞர்கள் முழுநேரக் கலைஞர்களாக இக்கலையை மட்டமே நம்பி இருக்க முடிவதில்லை. ஏனெனில் வருடத்தில் குறிப்பிட்ட சில மாதங்கள் மட்டுமே கிராமப்புறங்களில் திருவிழாக்கள் நடத்தப்படுகின்றன. அதனால் அக்குறிப்பிட்ட மாதங்களில் மட்டுமே வேலைவாய்ப்பும், ஊதியமும் கிடைக்கின்றன. இதனால் அவர்கள் இதனை மட்டமே நம்பி வாழ முடியாத நிலையில் இருக்கின்றனர். எனவே கலையை கற்க விரும்புகின்றவர்களும் தங்களின் ஓய்வு நேரங்களையே இதற்காக செலவிடுகின்றனர்.

இக்கலையை கற்றுக் கொள்வதற்கான பயிற்சிக்காலம் பெரம்பாலும் மாலை அல்லது இரவுப்பொழுதாகவே இருக்கும். பயிற்சிக்காலம் கலைகளைப் பொறுத்தும்,கலைஞர்களின் திறமையைப் பொறுத்தும் நாட்கணக்கிலும் மாதக் கணக்கிலும் அமைகின்றன. கலைகளைக் கற்றுத்தரும் குருவிற்கு குருதட்சனைக் கொடுத்து கற்றுக்கொள்கின்றனர். குருதட்சனையும் அதிக அளவில் அவர்கள் கொடுக்க முடியாத நிலையே உள்ளது. ஒருசில கலைகளைக் கற்றுக்கொள்ள மட்டம் கலைஞர்கள் குரு அல்லது அண்ணாவி வீட்டில் அல்லது அவர் குறிப்பிடும் ஏதாவது ஒரு பொது இடத்தில் தங்கிப் பதினைந்து முதல் ஒருமாத காலத்திற்குள் கற்றுக்கொள்கின்றனர்.

ஒருசில இனக்குழு ஆட்டங்கள் தொழில் முறைக்கலைகளாக உள்ளன. அக்கலைகளை அவர்கள் பயிற்சிப் பள்ளிகள் ஏதும் இல்லாமல் தம் இன மக்கள் ஆடுவதைக் கண்ணால் காண்பதை வைத்தே கற்றுக் கொள்கிறார்கள். அவ்வின மக்கள் அல்லாத பிற இனமக்கள் இவர்களின் கலையைக் கற்றுக்கொள்ள விரும்பினால் அவர்களுக்குத் தனியே கூத்துப்பட்டறை என்ற பயிற்சிப் பள்ளிகள் மூலம் கற்றுத் தருகிறார்கள். இதற்கு ஊதியமாக ஒரு குறிப்பிட்டத் தொகையை பயிற்சி பெறுவோரிடம் பெற்றுக் கொள்கின்றனர்.

ஆட்டக்கலை மட்டுமல்லாது எந்த ஒரு கலையாக இருந்தாலும் முழு ஈடுபாட்டுடனும் மன ஒன்றுதலுடனும் ஈடுபட்டால் மட்டமே அக்கலையை எளிதாக கற்றுக்கொள்ள முடியும். எனவே, ஆட்டக்கலையை கற்றுத்தர சிறந்த ஆசிரியர்கள் மட்டம் இருந்தால் போதாது, கற்க விரும்பும் மாணாக்கரின் முழு ஈடுபாடும் இதில் அவசியம். கலையை நல்ல முறையில் கற்ற பின்பு கலைஞர்கள் தங்களின் முதல் அரங்கேற்றத்தைத் தெய்வத்தின் முன்னர், தங்களுக்குக் இக்கலையைக் கற்றுத்தந்த குருவை வணங்கிய பின்னரே நிகழ்த்துகின்றனர். இவ்வாறு ஆட்டக்கலையில் தொழில் பயிற்சிமுறை அமைகிறது.

ஐவகை நிலப்பாகுபாடு

இயற்கையை மட்டுமே நம்பி காடு, மலைகளில் வாழ்ந்த ஆதிமனிதன் ஒரு இடத்தில் தங்கிப் பயிர்த்தொழில் செய்ய ஆரம்பித்ததும் அவனிடத்தில் நாகரிகம் தோன்ற ஆரம்பித்தது. பின்னர் நிலப்பாகுபாடு ஏற்பட்டது. அவ்வாறு தோன்றிய நிலப்பாகுபாட்டைத் தொல்காப்பியர் ஐந்து வகையாகப் பிரிக்கின்றனர். தொல்காப்பியர் வகுத்த முதற்பொருள், கருப்பொருள், உரிப்பொருளில் முதற்பொருளில் முதலாவதாக இடம் பெறுவது நிலமே. மக்கள் வாழ்க்கையில் பின்பற்றிய பல்வேறு நெறிமுறைகளுக்கும் அவர்கள் வாழ்ந்த நிலப்பகுதிகளுக்கும் நெருங்கிய தொடர்பு இருப்பதனை உணர்ந்தே தொல்காப்பியர் நிலத்தை ஐந்து வகையாகப் பிரித்துள்ளார்.

''முல்லை குறிஞ்சி மருதம் நெய்தலெனச்
சொல்லிய முறையாற் சொல்லவும் படுமே'' (தொல்.பொ.5)

எனப் பாகுபடுத்துகிறார். தொல்காப்பியரின் காலத்திற்கு முன்பு இந்த ஐவகை நிலப்பபாகுபாடு இருந்ததா என்பதனை அறிய தொல்காப்பியம் தோன்றிய காலத்துக்கு முந்திய கால நூல்கள் எதுவும் நமக்குக் கிடைக்கவில்லை. தொல்காப்பியர் வகுத்த இந்நிலப்பாகுபாட்டின் அடிப்படையிலேயே பின்னர் தோன்றிய புலவர்கள் அனைவரும் இலக்கியம் படைத்தனர். தொல்காப்பியர் நிலத்தை மட்டும் வகுக்கவில்லை. ஒவ்வொரு நிலத்திற்கும் உரிய ஒழுக்கத்தையும், அந்நிலங்களில் காணப்படும் தெய்வம், பறவை, விலங்கு, மரம் மற்றும் அந்நிலங்களில் வாழும் மக்களின் உணவு முறைகள், பெயர்கள், தொழில்முறைகள், இசைக்கருவிகள் ஆகியவற்றையும் முறையாகக் கூறியுள்ளார்.

நிலப்பாகுபாட்டின் அடிப்படையிலேயே அந்நிலத்தில் வசித்த மக்களின் அக மற்றும் புற ஒழுக்கங்கள் இருந்தன என்பதனைச் சங்ககாலப் புலவர்கள் எட்டுத் தொகையிலும், பத்துப்பாட்டிலும் விளக்கியுள்ளார். நிலத்தின் தன்மைக்கு ஏற்பவே மக்களின் மனமும் இருந்துள்ளது.

நிலத்திற்கேற்ற கருப்பொருளில் தெய்வங்கள்

நிலத்திற்கேற்ற கருப்பொருளைத் தொல்காப்பியர் தன் நூலில் தெளிவுபடுத்தியுள்ளார். அக்கருப்பொருட்களில் முதலாவதாக இடம் பெறுவது தெய்வமே. ஒவ்வொரு நிலத்தில் வாழ்ந்த மக்களும் அந்நிலத்திற்கே உரியது என குறிப்பிட்ட தெய்வத்தை வழிபட்டு வந்துள்ளனர். அவை,

''மாயோன் மேய காடுறை உலகமும்
சேயோன் மேய மைவரை உலகமும்
வேந்தன் மேய தீம்புனல் உலகமும்
வருணன் மேய பெருமணல் உலகமும்'' (தொல்.பொ.5)

என்பனவாகும். முல்லை நிலமாகிய காட்டைக் காக்கும் கடவுள் திருமால் னவும், குறிஞ்சி நிலமாகிய மலைப்பகுதியை காக்கும் கடவுளாகிய முருகனும், மருத நிலத்தைக் காக்கும் கடவுள் இந்திரன் எனவும், நெய்தலாகிய கடல் பகுதியை மழை வழங்கிக் காக்கும் கடவுள் வருணன் எனவும் நான்கு நிலங்களுக்கும் கடவுள் கூறப்பட்டுள்ளது. பாலைக்கு என்று தனித் தெய்வம் தொல்காப்பியத்தில் கூறப்படவில்லை. எனினும் பாலை நில மக்கள் வணங்கும் தெய்வமாக கொற்றவையைச் சங்க இலக்கியங்கள் கூறுகின்றன.

அச்சம், போராட்டம், நன்றியுணர்வு போன்றவற்றின் அடிப்படையில் மனிதன் உருவாக்கிக் கொண்ட கடவுட் கொள்கையும் அவனுடனே சேர்ந்து வளர்ந்து வந்துள்ளன. பறவைகள், விலங்குகள், தாவரங்கள் போலவே அந்தந்த நிலத்திற்குரிய தெய்வங்களையும் இயல்பாக மக்கள் அமைத்துள்ளனர். மண்ணின் வளத்திற்கு தகுந்தாற்போலத் தொழிலும் உணவும் எவ்வாறு அமைந்ததோ அதனைப் போலவே அவ்வந்நிலத் தெய்வ வழிபாடும் மக்களின் மன நிலைக்கு ஏற்ப இயல்பாக அமைந்துள்ளது.

அந்தந்த நிலத்திற்குரிய தெய்வங்களுக்கு அந்தந்த நிலத்தில் கிடைக்கும் உணவுப் பொருட்கள் படையலாக வைத்து வழிபடப்பட்டன. மேலும் அந்நிலப்பகுதிகளில் வாழ்ந்த பறவைகளும், விலங்குகளும் அத்தெய்வத்திற்கு உகந்த பறவையாகவும் விலங்காகவும் மதித்து வணங்கப்பட்டன. நிலத்தின் தன்மைக்குள ஏற்பவே தெய்வத்தின் குணங்களும் இருப்பதாக நம்பப்பட்டது. உதாரணமாக, வறண்ட பகுதியான பாலை நில மக்களின் தொழில் களவாடுதல் ஆகும். அந்நிலத்தின் தெய்வமாகிய ‘கொற்றவை’ நரபலி கேட்கும் தெய்வமாக நம்பப்பட்டு அச்சத்துடன் வணங்கப்பட்டாள்.

இவ்வாறு காடுகளிலும் மலைகளிலும் வாழ்ந்த காலத்தில் இயற்கைச் சக்திகளை வழிபட்டு வந்த மக்கள் சங்ககாலத்திலும் அதற்கு முற்பட்ட காலத்திலும் ஒரு குறிப்பிட்ட தெய்வத்தை வகுத்துக்கொண்டு அத்தெய்வத்தை வழிபடலாயினர். இவ்வாறு ஐவகை நிலத்திற்கும் தெய்வங்கள் அமைந்திருந்தன.

கருப்பொருள் தெய்வத்திற்கேற்ற ஆட்டக்கலைகள்

ஒவ்வொரு நிலத்திற்கென்றும் தெய்வங்கள் இயல்பாக அமைந்திருப்பது போலவே ஆட்டக்கலைகளும் அமைந்துள்ளன. மலையும் மலைசார்ந்த இடமும் ஆகிய குறிஞ்சி நிலக்கடவுள் முருகன் அந்நிலப்பகுதியில் வாழும் பறவை மயில், விலங்கு புலி ஆகும். இந்த மயில் கார் மேகத்தைக் கண்டு மகிழ்ந்து தனது அழகிய தோகையை விரித்து ஆடுவதைக் கண்டு மகிழ்ந்த அந்நிலமக்கள் தாங்களும் அதுபோல் ஆட விரும்பினர். முதலில் மயிலின் தோகையைப் பின்னால் இடுப்பில் கட்டிக்கொண்டு மயிலின் நிறத்தில் உடையணிந்து ஆடினர். இப்பொழுது மயில் போன்ற உருவ பொம்மையைச் செய்து அதற்குள் தங்கள் உடலை

நுழைத்துக் கொண்டு மயில் நடனம் ஆடுகின்றனர். குறிஞ்சி நில விலங்காகிய புலி மற்ற விலங்குகளை வேட்டையாடுவது கண்டு அஞ்சிய மனிதன் தானும் அது-போல் பாவனை செய்ய முற்பட்டான். அதுவே பிற்காலத்தில் புலிவேச ஆட்டம் ஆகியது. புலியின் உடலில் உள்ளது போன்று வண்ணம் தீட்டப்பட்ட ஆடையை அணிந்து கொண்டோ அல்லது அது போன்று தமது உடலில் வண்ணம் தீட்டிக் கொண்டோ புலி வேட்டைக்குச் செல்லும்முன் செய்யும் செயல்களை பாவனையாக செய்து புலிவேட ஆட்டம் ஆடுகின்றனர்.

குறிஞ்சி நிலம் மலைப்பகுதியானதால் மலை மீது இருக்கும் முருகக்கடவுளை வழிபடச் செல்லும் மக்கள் தங்கள் வழிபாட்டு பொருட்களை காவடித்தண்டில் கட்டி எடுத்துச்சென்றது காவடியாக முருகக்கடவுள் வழிபாட்டு ஆட்டக்கiலாகப் பிற்கா-லத்தில் மாற்றம் பெற்றுள்ளது.

முல்லை நிலத்தின் கடவுள் திருமால். முல்லை நிலம் காடும் காடு சார்ந்த இடமமாக இருப்பதால் அந்நிலப்பகுதி மக்களின் தொழில் ஆநிரை மேய்த்தலும் வேட்டையாடுவதாகவும் இருந்தது. அதனால் அவர்கள் தாங்கள் வேட்டைக்குச் செல்லும் முன் தங்களுக்கு வேட்டையில் நிறைய விலங்குகள் அகப்பட வேண்டும் என்று தங்களின் நில தெய்வத்தின் முன் தாங்கள் வேட்டை ஆடுவது போன்று ஆடித் தெய்வத்தின் அருளைப் பெற்றுச் செல்வர். இவ்வாறு அவர்கள் செய்த பாவனைச் செயலே தற்காலத்தில் தேவராட்டம். வில், அம்பு ஆட்டம் போன்ற ஆட்டங்களாயின.

மருத நிலம் மழையை நம்பியிருக்கும் வயல்பகுதி ஆகையால் அவர்கள் மழை வேண்டி இந்திரனை வழிபட்டனர். மழை பெய்வது போன்ற பாவனைகளைச் செய்து தங்கள் வழிபாட்டைச் செய்தனர். பயிர்;கள் விளைந்தது போன்று, பயிர்-களை வளர்த்து வழிபட்டனர். இச்செயல்கள் பிற்காலத்தில் கரகாட்டக் கலையாக-வும், முளைப்பாரியைச் சுற்றி ஆடும் கும்மி ஆட்டமாகவும் மாறியது.

நெய்தல் கடல்சார்ந்த பகுதியாக இருப்பதால் அந்நில மக்கள் மழைக்கடவு-ளான வருணனை தங்கள் தெய்வமாகக் கொண்டிருந்தனர். ஐவகை நிலத்தில் அடுத்து இருப்பது பாலை, பாலை நிலத்தின் கடவுள் கொற்றவை அந்நில மக்-களின் தொழில் களவாடுதல். எனவே அவர்கள் எதிரிகளிடம் சண்டை இட்டு அவர்களின் பொருட்களைத் திருடிவரத் தங்களுக்கு அருள் புரியுமாறு ‘உயிர்-பலி’ இட்டு வேண்டிச் சென்றனர். மேலும் தங்கள் தலை அல்லது உடலிலிருந்து கையையோ காலையோ வெட்டியும் இறைவனுக்குப் பலி கொடுப்பர். இதுபோன்ற நரபலியுடன் கூடிய ஆட்டம் ‘காளி நடனம்’ என்று தற்பொழுது ஆடப்படுகின்றது. காளி வேடம் போட்ட ஆட்டக்காரர் ஆட்டின் கழுத்தைக் கடித்தும், வயிற்றைப் பிளந்தும் அதன் குடலை எடுத்துத் தின்பது போன்றும் பாவனைகள் அமைத்து தற்பொழுது ஆடப்பட்டு வருகின்றன.

ஆட்டக்காரர்கள் தங்கள் கையையும், நாக்கையும் அறுத்து இரத்தத்தை சாமிக்கு படையலாகக் கொடுத்து கணியான் கூத்து என்ற ஆட்டத்தை ஆடுகிறார்கள். இவ்வாட்டம் சுடலைமாடன் வழிபாட்;டில் முக்கிய இடம் பிடித்திருக்கிறது. இவ்வாட்டம் முன்பு கொற்றவைக்கு ஆடப்பட்ட ஆட்டமாக இருந்திருக்க வேண்டும். பின்பு மற்ற தெய்வங்களுக்கு உரிய ஆட்டமாக மாறியிருக்கலாம்.

இவ்வாறு பாலை நிலத்திற்கு உரிய இசைக்கருவியாகிய பறையை அடித்துக்கொண்டு கொற்றவையை வழிபட்டு இருப்பர். அதன் தொடர்ச்சியாக இன்றும் அம்மன் வழிபாட்டில் துடும்பு, பறை ஆகிய இசைக்கருவிகளை இசைத்துக்கொண்டு துடும்பாட்டம் என்ற ஆட்டம் ஆடப்படுகின்றது.

இவ்வாறு ஐவகை நிலத்திற்கும் உரிய தெய்வத்திற்கு அந்நிலப்பகுதியின் தன்மைக்கும். மக்களின் முறைக்கும் ஏற்ற வகையில் ஆட்டக்கலைகள் தோன்றி மக்களால் ஆடப்பட்டு வந்துள்ளன.

கருப்பொருளில் விலங்குகள் பெறும் இடம்

ஐவகை நிலத்திற்குரிய கருப்பொருள்களில் ஒன்று விலங்கு. அந்நிலத்தின் சூழலுக்கேற்ப விலங்குகள் அப்பகுதிகளில் வாழ்ந்து வருகின்றன. குறிஞ்சியின் மலைப்பகுதிகளில் புலியும், யானையும் முல்லையின் காட்டுப்பகுதியில் மானும், முயலும் பசுவும், மருதத்தின் வயல் பகுதியில் எருமையும் நீர்நாயும் நெய்தலின் கடற்கரைப் பகுதியில் சுறாவும், பாலை என்னும் மலையும், காடும் சார்ந்த வறண்ட பகுதியில் வாடிய புலியும், யானையும் வாழ்ந்து வந்தன. இவ்விலங்குகள் அந்நிலத்து மக்களின் வாழ்க்கைப் பணிகளுக்கும், தொழிலுக்கும் பெரிதும் உதவிபுரிந்தனவாக இருக்கின்றன.

குறிஞ்சி மலைப்பகுதியாக இருந்ததால் அம்மக்கள் ஒரு இடத்தில் இருந்து மற்றோரு இடத்திற்குச் செல்லும் பொழுது அவர்களையும் அவர்களின் சுமைகளையும் எடுத்துச் செல்ல யானைகள் பெரிதும் உதவின. முல்லை நில மக்கள் வேட்டையாடி உண்ணும் உணவாக முயலும், மானும் இருந்தன. மேலும் பசுவின் பாலை உணவாக உண்டும் வாழ்ந்தனர். மருத நிலத்தின் வயல் பகுதிகளை உழுவதற்கு எருமைகள் மிகவும் பயன்பட்டன, நெய்தல் நில மக்கள் கடலை நம்பி வாழ்ந்ததால் கடல்வாழ் உயிரினங்கள் அனைத்தும் அவர்களின் வாழ்க்கைக்கு உதவிபுரிந்தன. மீன்களைப் பிடித்து உண்டும், விற்றும் இந்நிலமக்கள் வாழ்ந்து வந்தனர்.

விலங்குகள் சமயத்துடன் இணைக்கப்படுதல்

அக்கால மக்கள் குழுக்களாக வாழ்ந்தபோது குலக்குறியீடு மேற்கொள்ளும் பழக்கத்தினைப் பெற்றிருந்தனர். குலக்குறியீடாகத் தாவரங்களும், விலங்குகளும், பறவைகளும் இடம் பெற்றிருந்தன. தொன்மைக் குடியினர் தங்கள் உயிரை விலங்கின் உடலிலோ, தாவரங்களிலோ, பறவைகளிலோ, இயற்கை பொருள்களிலோ

வைக்க இயலும் என்றும், அவ்வாறு வைத்துவிட்டால் அவர்களை யாரும் அழிக்க முடியாது என்றும் அப்பொருள் அழியும் காலத்தில் தான் அவர்கள் அழிவார்கள் என்றும் நம்பிக்கை வைத்திருந்தனர். இன்றும், கிராமப்புறங்களில் பாட்டிகளால் சொல்லப்படும் கதைகளில் இத்தகைய கதைகள் கூறப்படுவதைக் காணலாம். ஏழுகடல், ஏழு மலை தாண்டி ஒரு குகையில் அரக்கனின் உயிர் ஒரு கிளியின் உடலில் வைக்கப்பட்டு இருந்தது என்று கதை கூறுகின்றனர்.

குலக்குறியீட்டில் விலங்குகளை இடம்பெறச் செய்யும் வழக்கத்தை இக்காலப் பழங்குடியினத்தினரான நீலகிரி மலை குறும்பர் இனத்தினரிடையே காணலாம். கொங்கு நாட்டினரான கொங்கு வேளாளர்களில் ஒரு பிரிவினர் ஆந்தையைக் குலக்குறியீடாகக் கொண்டுள்ளனர். குலக்குறியீட்டுப் பொருள்களை மிகப்புனிதமாக கடவுளுக்கு இணையாக வைத்து வழிபட்டனர். உதாரணமாக, "கஜமுகா என்கிற அசுரன் தேவர்களுக்கு இடையூறு செய்கிறான். விநாயகர் அவனை அழிக்கிறார். அவன் உயிர்ப்பிச்சை கேட்டதால் அவனை வாகனமாக ஏற்றுக்கொள்கிறார். அசுரன் மூஷிக (எலி) வடிவெடுத்துத் தாக்க வந்ததால் அவ்வடிவத்திலேயே வாகனமாகிறான் என்பது கதை. யானையைக் குலக்குறியீடாகக் கொண்ட குழுவினர்க்கும், எலியைக் குலக்குறியீடாகக் கொண்ட குழுவினருக்கும் நடந்த மோதலில் யானைக் குலக்குறியீட்டினர் வெற்றி பெற்றனர். தோற்றவர் குறியீட்டைத் தம் குறியீட்டுடன் இணைத்துக் கொண்டனர் என்று கருதலாம்" (டாக்டர்.சு.சண்முக சுந்தரம் ப.135) என்ற புராணக்கதையின் மூலம் அக்கால மக்கள் குலக்குறியீட்டை புனிதமாக மதித்ததை அறிய முடிகின்றது. இவ்வாறு குலக்குறியீட்டு வழிபாடாகத் தோன்றிய விலங்குகள் வழிபாடு இக்கால சமய வழிபாட்டில் பெரும் இடத்தைப் பிடித்துவிட்டன.

மக்களின் வாழ்க்கைக்கு உதவி புரிந்த விலங்குகளை அம்மக்கள் நன்றியுணர்வோடு வழிபடலாயினர். தங்களின் நிலத் தெய்வத்துடன் ஏதேனும் ஒருவகையில் அவ்விலங்குகளை தொடர்புபடுத்தி தெய்வவழிபாட்டின் போது அவ்விலங்குகளையும் வழிபட்டு வரலாயினர். இவ்வாறு தெய்வத்துடன் தொடர்புபடுத்தப்பட்ட விலங்குகள், பின்னாளில் அத்தெய்வத்தின் வாகனமாகவும் மாறின. இவ்வகையில் இடம்பெற்ற விலங்குகளைப் போல பறவைகளும் தெய்வத்துடன் தொடர்புபடுத்தி வழிபடப்பட்டன.

"முருகனுக்கு உகந்ததாக மயிலும், பாம்பும், திருமாலுக்கு உகந்ததாகப் பசுவும், கழுகும், இந்திரனுக்கு உகந்ததாக வெள்ளையானையும் கொள்ளப்பட்டன. இவ்வாறு தெய்வத்துடன் விலங்குகளைத் தொடர்புடுத்தி வழிபடும் வழக்கம் தற்பொழுது சிறு தெய்வ வழிபாட்டைக் காட்டிலும் பெருந்தெய்வ வழிபாட்டிலேயே அதிக அளவில் இடம்பிடித்துள்ளன. பெருந் தெய்வங்களான சிவன், முருகன், திருமால் ஆகிய தெய்வங்களுடன் தொடர்புடைய விலங்குகளாக, முருகனுக்கு மயில்,

ஆடு, யானை போன்றவைகள் வாகனங்களாகும். பைரவர், கங்காதரர் வழிபாட்-டுடன் நாய் இணைந்திருப்பதைக் காணலாம். நாயையே பைரவர் என்றழைக்கும் வழக்கமும் உண்டு. நாகம் சிவனுக்கு அணியாக விளங்கி திருமாலுக்கு படுக்கை-யாகவே இருக்கிறது. படுக்கையாக உள்ள பாம்பு ஆதிசேடன் ஆகும். சிவனிடம் வாகனமாகக் காளை பிற்காலத்தில் அமைகிறது அக்காளை நந்தி என்றும் நந்-திகேஸ்வரர் என்றும் சிறப்பிக்கப்படுகிறது''. (டாக்டர். மு.சண்முகசுந்தரம் ப. 137, 141)

இவை தவிர திருமாலின் அவதாரங்களான மச்சம், கூர்மம், வராகம், நரசிங்கம் ஆகியவை கூறப்படுகின்றன. இறைவனையே விலங்காகவும், பறவையாகவும் பாவித்து வழிபட்ட விதத்தினை இந்த அவதாரங்கள் உணர்த்துகின்றன. சிறுதெய்வ வழிபாட்டில் தங்களின் வழிபடு தெய்வத்திற்கு உகந்த விலங்கை அத்தெய்வத்துடன் வைத்து வழிபடுவதைக் காட்டிலும் அதனை அத்தெய்வத்திற்கென நேர்ந்து விட்டுப் பலியிடுதலே மிகுதியாக உள்ளது.

நாட்டுப்புறத் தெய்வ வழிபாட்டில் சில இடங்களில் சிறு தெய்வங்களின் வாகனங்களாக குதிரை, யானை போன்றவைகள் வைக்கப்படுகின்றன. ''நாட்டுப்-புறத் தெய்வங்களில் ஐயனார் குறிப்பிடத்தக்கவர். இவருக்கு குதிரை, யானை போன்றவைகள் வாகனமாகின்றன.'' (டாக்டர் மு.சண்முக சுந்தரம் ப.142)

அம்மன் வழிபாட்டில் நாகப்பாம்பு சில இடங்களில் முக்கிய இடத்தைப் பிடிக்-கின்றது. ''குறிஞ்சி, கூடல், வள்ளி, யானை, மயில், பாம்பு, வேல், வேட்டை, வேலன் இவை அனைத்தும் தமிழ் அடையாளங்கள் செறிந்ததாக முருக வழி-பாட்டை விரிவுபடுத்தியது'' என்ற கூற்று இங்கு நினைவில் நிறுத்தத்தக்கதாகும். (முனைவர்.மு.சண்முகசுந்தரம் ப.60)

சிறுதெய்வ வழிபாட்டில் தங்களின் வழிபடு தெய்வத்திற்கென்று அந்நிலப்பகு-தியில் வாழும் ஏதேனும் ஒரு விலங்கை நேர்ந்துவிட்டுவிடுவர். திருவிழாநாளில் அவ்விலங்கைக் குறிப்பிட்ட தெய்வத்தின் முன்பாகப் பலியிடுவர். இது அம்மக்கள் அத்தெய்வத்திடம் கொண்ட அச்சத்தின் காரணமாகத் தோன்றியதாகும். தெய்-வத்தை சரியாக நாம் வழிபடாவிட்டால் அத்தெய்வம் உயிர்காவு வாங்கும் என்று அஞ்சி அத்தெய்வத்தை நிறைவுபடுத்தவே ஆடு, கோழி, பன்றி, மாடு, எருமை முதலிய உயிரினங்களைத் தெய்வத்திற்கு பலிகொடுக்கின்றனர். இவ்வுயிரினங்களில் ஏதேனும் ஒன்றின் மாமிசத்தைக் கொண்டு தயாரித்த உணவையே தங்களின் தெய்-வத்திற்கு படையலாகப் படைக்கின்றனர் என்பது குறிப்பிடத்தக்கதாகும்.

முதலில் மக்களின் உணவுப்பொருட்களாக இருந்த விலங்குகள் பின்னர் தெய்-வத்துடன் தொடர்புபடுத்தப்பட்;டு அவை தெய்வ வழிபாட்டிற்கு இணையான வழி-பாட்டை பெற்று வணங்கிப் போற்றப்பட்டு வருகின்றன. இவ்வாறு சமய வழிபாட்-டுடன் விலங்குகள் இணைக்கப்பட்டன.

விலங்கு, பறவைகளுடன் தொடர்புடைய ஆட்டக்கலைகள்

ஆதி மனிதன் பறவைகள் ஆடுவதைக் கண்டு தானும் அதுபோல ஆட முயற்சித்தான் என்றும், விலங்குகள் வேட்டையாடுவதைப் போன்று தானும் செய்து பார்க்க விரும்பினான் என்பதும் முன்னர் குறிப்பிடப்பட்டுள்ளது. மயிலின் ஆட்டத்தைக் கண்டு தானும் அவ்வாறு ஆட முயற்சித்ததே மயில் நடனம் ஆயிற்று என்றும் முதலில் பார்த்தோம். புலியைப் போன்று பாவனை செய்தது புலி நடனம் என்றும், கரடியை போன்று வேடமணிந்து ஆடிய ஆட்டம் கரடி நடனம் என்றும் அழைக்கப்படுகின்றன.

காளை மாடு மிரளுவதைப் போன்றும், அது மிரண்டு ஆட்களை விரட்டுவதைப் போன்றும் ஆட முயற்சித்தது 'காளை ஆட்டம்' என்றும் அழைக்கப்படுகின்றது. இவை மட்டும் அல்லாமல், குதிரையின் உடல் கூட்டிற்குள் தங்கள் உடலை நுழைத்துக் கொண்டு காலின் பாதத்தில் கட்டைகளைக் கட்டிக்கொண்டு ஆடிய ஆட்டம் பொய்க்கால் குதிரை ஆட்டம் என்று அழைக்கப்படுகின்றது. பாம்பு போன்று உடையணிந்து கொண்டு வளைந்தும் நெளிந்தும் ஆடும் ஆட்டம் பாம்பு நடனம் என்று அழைக்கப்படுகின்றது.

புறாக்கள் கூட்டம் கூட்டமாக ஆடியதைக் கண்டு ஆதி மனிதன் தானும் தன் இனக்குழுக்களுடன் இணைந்து ஆடினான். அதுவே தற்பொழுது குழு நடனமாக மாறியுள்ளது. இவ்வாறு மயில், காளை, குதிரை, பாம்பு போன்று வேடமணிந்து ஆடும் ஆட்டங்கள் சமய வழிபாட்டில் முக்கிய இடத்தைப் பிடிக்கின்றன. சமய வழிபாட்டோடு மட்டும் அல்லாது சில காலமாகப் பொழுது போக்கு நிகழ்ச்சிகளிலும் இத்தகைய பறவை, விலங்கு ஆட்டங்கள் ஆட்டக்கலைகளாக ஆடப்பட்டு வருகின்றன.

வழிபாட்டில் ஆட்டக்கலைகள் இணைதல்

நாட்டாரின் வழிபாட்டில் இருந்து உதித்தவை ஆட்டக்கலைகள். வழிபாட்டில் முதலில் பாவனைச் சடங்காகத் தோன்றியவையே பின்னர் ஆட்டக்கலைகளாக உருமாற்றம் பெற்றன. இசையைக் கேட்டு ரசித்த மனிதன் அந்த இசைக்குத் தகுந்தாற்போல் தன் உடலையும் அசைக்க ஆரம்பித்தான். வழிபாட்டுடன் சில இடங்களில் இசைக்கருவிகளும் பயன்படுத்தப்பட்டன. வழிபாட்டுச் சடங்குக் கலைகள் சில இசையுடன் இணையும் போது ஆட்டக்கலையாக மாறியது.

விலங்குகள் மற்றும் பறவைகள் போல் பாவனையாக ஆட ஆரம்பித்து அந்த விலங்குகள், பறவைகள் கடவுளருடன் வழிபாட்டில் இணைக்கப்படும் பொழுது அது ஓர் ஆட்டக்கலையாக விலங்கு, பறவைகளின் பாவனை ஆட்டமாகக் கலைகளில் இணைந்தது. ஆட்டக்கலைகளைத் தெய்வத்துடன் இணைத்துப் புராணக்கதைகள் உருவாயின. தாங்கள் வழிபடும் தெய்வத்தைப் புகழ்ந்து பாடி வழிபட்டனர். பின்னர் ஆட்டத்துடன் பாடலையும் இணைத்து ஆட ஆரம்பித்தனர். கணியான்

கூத்து, சேவையாட்டம் போன்றவை இவ்வாறு தோன்றிய ஆட்டக்கலைகளே.

புஜராணக் கதைக் கூறுகளை உள்ளடக்கிய ஆட்டங்கள்

கணியான் கூத்தும் புராணமும்

கணியான் என்னும் சாதியினரால் நிகழ்த்தப்படும் கூத்து கணியான் கூத்து என்று சுட்டப்படுகிறது. மகுடம் என்னும் பறையை அடித்து ஆடுவதால் கணியான் கூத்து மகுடாட்டம் என்றும் மகுடக் கச்சேரி என்றும் சமீபகாலங்களில் சுட்டப்படுகி-றது. காளியாட்டம் கணியான் கூத்து என்று சொல்வார்கள். நாட்டுப்புறத் தெய்வக் கோயில்களில் குறிப்பிட்ட ஜாதியினரால் - கணியான் என்றழைக்கப்படும் இனத்-தாரால் நிகழ்த்தப்படும் கூத்து கணியான் கூத்து ஆகும்.

கேரள நாட்டில் இக்கூத்து நடக்கும்போது இதை கணியான் ஆட்டம் என்-றுதான் கூறுகிறார்கள் என்றும், இதையே கன்னியாகுமரி மாவட்டத்திலுள்ளோர் பின்பற்றுகிறார்கள் என்றும், நெல்லை மாவட்டத்தில் கணியான் கூத்து என்றுதான் சொல்லுகிறார்கள் என்றும் ‘‘கலைமாமணி இராமசுப்புக் கணியான்’’ என்ற தகவ-லாளர் கூறுகிறார்.

இக்கூத்தில் மகுட இசை (தப்புக்கொட்டும் ஒலி) பிரதானமாகவும், இலயிக்கும் வண்ணமும் இருப்பதால் மக்களே அதை மகுடக் கச்சேரி என்று குறிப்பிட்டு வழங்கி வருகிறார்கள். மேலும் வில்லுப்பாட்டு போன்று இதுவும் கதைப்பாட்டைக் கூறுவதாலும், வில்லுப்பாட்டுக்கும் இதற்கும் வேறுபாடு அதிகமில்லையாதலாலும் இதைக் கணியான் பாட்டு என்றும் அழைக்கின்றனர்.

கணியான் கூத்து கன்னியாகுமரி, திருநெல்வேலி, தூத்துக்குடி ஆகிய மாவட்-டங்களில் சுடலைமான் கோயில்களில் கட்டாயமாகவும் அம்மன், சர்;தா கோயில்-களில் ஓரளவும் சித்திரை மாதம் தொடங்கி ஐப்பசி மாதம் வரை கணியான் கூத்து நிகழ்த்தப்படுகிறது. இக்கூத்தினை ஆடும் கணியான்கள் திருநெல்வேலி ஸ்ரீ-வைகுண்டம்தொடங்கி வள்ளியு{ர் வரை வசிக்கின்றனர். இவர்கள் ஜொதிடத்தைக் கணிக்கும் வல்லமை உள்ளவர்களாக இருந்ததால் கணியான் என்று அழைக்கப்-பட்டனர் என்றும் ஆதியில் இவர்கள் தொழில் மாந்திரீகமும் சோதிடமும் என்-றும் செல்லப்பா கூறினார்.தற்போது இவர்கள் அத்தகைய தொழில் ஏதும் செய்வ-தில்லை. கணியான் கூத்து கணியான்களால் மட்டுமே நிகழ்த்தப்படும்.

கன்னியாகுமரி நெல்லை ஆகிய இரு மாவட்டங்களிலுள்ள நாட்டுப்புறத் தெய்-வக் கோயில்களில் வழிபாட்டு முறையாகவே கணியான் கூத்து பின்பற்றப்பட்டு வருகின்றது. கணியானும் கணியான் கூத்தும் இல்லையென்றால் வழிபாடே நடக்-காது என்று சொல்லுமளவுக்குக் கோயிலோடு தொடர்புடைய கலையாகக் கணி-யான் கூத்து இருக்கின்றது. கணியான் கூத்து நாட்டுப்புறத் தெய்வக் கோயில் விழாவில் நடக்கும் நிகழ்ச்சியாக மட்டுமில்லாமல் தெய்வீகக் கூறாகவும் இயங்குகி-றது. கேரள மாநிலத்தில் கோயிற் சார்புக்கலையாகத் துவங்கும் சாக்கையர் கூத்து

போன்று கணியான் கூத்தும் இருக்கிறது.

தெய்வக்கணியான்

கணியான்கள் சுடலைமான் கோயில் கொடை விழாவில் முக்கியத்துவம் பெறுகின்றனர். கணியான்கள் தங்களை தெய்வக் கணியான்கள் என்றும் கூறுகின்றனர். இதற்குக் காரணமாகக் கணியான்களின் பிறப்பு குறித்துக் கூறப்படும் கதை வருமாறு.

‘‘பகவான், பார்வதியோடு உலகையெல்லாம் உண்டு பண்ணி கைலாசத்தில் இருந்தார். ஒருநாள் படைக்கப்பட்ட ஜீவன்களுக்கெல்லாம் படியளிப்பதற்காக பகவான் கைலாசத்தை விட்டு வெளியே சென்றிருந்தார். அப்போது அங்கு வந்த பிரம்மனை பகவான் என்று நினைத்து பார்வதி பணிவிடை செய்யப்போனாள். பிரம்மதேவன் தான் பகவான் அல்ல என்று கூறினார். படியளந்த பகவான் கைலாயம் திரும்பியபோது பார்வதி அவரை பிரம்மதேவன் என்று எண்ணி பணிவிடை செய்யச் செல்லாமல் இருந்து விட்டார். இத்தகைய குழப்பங்களுக்குக் காரணம் பகவானுக்கு ஐந்து தலை இருப்பது போலவே பிரம்மனுக்கும் ஐந்து தலை இருந்ததுதான். இதனை அறிந்த பகவான் பிரம்மன் வந்தபோது அவருடைய ஐந்து சிரசில் ஒன்றைக் கிள்ளி எடுக்க, அது பகவான் கையில் ஒட்டிக் கொண்டது. இதனால் பிரம்மதோசம் பிடித்து பகவான் சுடலையில் போய் ஆடினார். அப்போது பார்வதியும் கிருஷ்ணனும், முப்பத்து முக்கோடி தேவர்களும், தேவ பெண்களும் ஆடினர். தெய்வப் பெண்களின் காலில் கிடந்த சிலம்புகள் தெறித்துக் கணீர் எனப் பறையில் மோதி விழுந்தன. அதிலிருந்து இரண்டு பாலகர்கள் அவதரித்தனர். கணீர் என்ற சத்தத்துடன் பிறந்ததினால் ஒரு பிள்ளை கணியான் என்றும் ஒரு பிள்ளை கம்பர் என்றும் கிருஷ்ணரால் அழைக்கப்பட்டனர். கிருஷ்ணன் கணியானிடம் ‘‘நீ பிரம்ம தோசம் நீக்க வேண்டும்’ என்றும் கம்பரிடம் நீ தெய்வ வழிபாடு செய்ய வேண்டும் என்றும் கூறினார். பகவானுக்கு பிரம்மதோசம் நீக்க வேண்டும் என்றால் கருவிகள் வேண்டும் என்று கணியான்கள் கேட்க கிருஷ்ணன் தன் சக்கரத்தை எடுத்து இதனை மகுடமாக வைத்துக்கொள்ளுங்கள் என்று சொல்லி கை வெட்டுவதற்குக் கத்தி ஒன்றும் தந்தார்.’’

கணியான் நீராடியபின் புதுவேட்டி உடுத்தி கையில் முழங்கை பக்கத்தில் வெட்டி பகவான் கையில் பிடித்திருக்கும் சிரசில் இரத்தத்தை விடுவார்கள். இரத்தம் பட்டவுடன் அந்த சிரசு கீழே விழுந்து விடுகிறது. இவ்வாறு கணியான் பகவானின் பிரம்மதோசத்தை நீக்குவார். பகவானின் கையிலிருந்து விழும் கபாலத்தினை அல்லது சிரசினை கிருஷ்ணன் கணியானிடமே தந்தான். அதுவே பேய் முகம் எனப்படுகிறது.

இக்கதையை சுடலைமாடன் கோவில்களில் பாடலாகவும் பாடுவாhகள்;. எப்படியிருப்பினும் கணியான்கள் தங்கள் சிவபெருமானோடு தொடர்புபடுத்திக் கூறிக்

கொள்வதில் பெருமை அடைகின்றனர். தங்களின் ஆட்டம் சிவபெருமானால் கற்பிக்கப்பட்டதென்றும் மகுடம் அடிக்கும் முறை நந்தியால் கற்பிக்கப்பட்டதென்றும் கூறிக்கொள்கின்றனர். ஈஸ்வரனை வழிபட்டால் தோஷங்கள் நீங்கும் என்று சிவபக்தர்கள் நம்புகின்றனர். கணியான்களோ ஈஸ்வரனின் தோஷத்தை நீக்குவதாக அவர்களின் பிறப்புக் கதை கூறுகிறது. அதனை சுடலைமான் வழிபாடு வழியாக நிகழ்த்திக் காட்டுகின்றனர். தெய்வப் பெண்களின் கால் சலங்கையில் இருந்து பிறந்ததால் இவர்கள் தங்களை தெய்வக் கணியான்கள் என்றும் தாங்கள் ஈ;ன் வழி பிறந்தவர்கள் என்றும் கூறி தங்களைப் பெருமைபடுத்திக்கொள்கின்றனர்.

கணியான்களின் பிறப்புக் குறித்து மற்றொரு கதையும் கூறப்படுகின்றது. கணியான் சமூகத்தினர் தங்களைத் தெய்வக்கணியான் என்றுதான் கூறி வருகிறார்கள். கணியான் பிறப்பு பற்றிய கதை கணியான் ஆட்டத்தோடு தொடர்புடையது. சுடலை மாடன் கோயிலுக்கும் இவர்களுக்கும் உள்ள தொடர்பு இந்த நெருக்கத்தைப் புலப்படுத்துகிறது. கணியான் கூத்து பற்றிய மற்றொரு புராணக்கதை கூறப்படுகிறது.

தட்சன் என்பவன் உலகை ஆள்வதற்காக யாகம் செய்தான். அந்த யாகத்தில் கிடைத்த அதூர் பதத்தைச் சிவனுக்குக் கொடுக்கக் கூடாது என்று சொன்னான். இதனால் கோபப்பட்டு, சிவன் தட்சனையும் அவன் கூட்டத்தையும் அழித்தான். தட்சன் தவறுக்காக வருந்தி பணிந்தான். மீண்டும் தவம் செய்ய அனுமதி கேட்டான். சிவன் நீ, சுடலைமாடனையும் பிரம்மராக்கு சக்தியையும் உற்பத்தி செய்தால் தான் அனுமதி தருவேன் என்றார்.

சுடலைமாடனை உற்பத்தி செய்ய தட்சன் தலைமையில் யாகம் நடந்தது. யாகத்திலிருந்து பிரம்மராக்கு பிறந்தாள். பின்னர் சுடலைமாடன் பிறந்தான். பிறந்தவன் யாகக் குண்டத்திலிருந்து வெளியே வரவில்லை. “எனக்குப் பெரிய பூசை போட்டால் தான் வருவேன்” என்றான். சுடலைமாடனுக்கு விழா எடுப்பதாக எல்லோரும் சொன்னார்கள். மாடன் பூசை செய்ய வேண்டிய வழிமுறைகளைச் சொன்னான்.

“மகுடச் சத்தம் கேட்டால் ஒழிய
மாடன் பூசை கொள்வானோ
நாக்கு வெட்டினைக் கண்டால் ஒழிய
நானோ பூசை கொள்வானோ
பேய்க் குழந்தைக் கண்டால் ஒழிய
பெருகப் பூசை கொள்வானோ
பெரிய கணியான் வந்தால் ஒழிய
பூசை கொள்ளுமோ மாடனும் (அ.கா.பெருமாள் 1962)

ஆகவே கணியானை உற்பத்தி செய்யுங்கள். அதன்பிறகு என்னிடம் வாருங்கள் என்றான் மாடன். தட்சன் அவனது கூட்டம், தேவர்கள் ஆகியோர் சிவனிடம் சென்றார்கள். ''கணியானை எப்படித் தோன்றச் செய்வது'' என வேண்டினார். அதற்குச் சிவன், தெய்வப் பெண்கள் ஏழு பேரும் இந்திராணி தலைமையில் என்முன் ஆடவேண்டும் பிறகு நடப்பதைக் கவனியுங்கள் என்றார்.

தெய்வப் பெண்கள் சிவன் முன் ஆடினர். இந்திராணி ஆடியபோது, சிலம்பு தெறித்தது. மாணிக்கப்பரல் ஒன்று சிவன் முன் விழுந்தது. அதிலிருந்து தெய்வக்கணியான் தோன்றினான். சிவன் அவனிடம் ''நீ சுடலைமாடசாமி விழாக் கொள்ளுமாறு ஆட வேண்டும்'' என்று கட்டளையிட்டார். அதற்குக் கணியான் ''சுவாமி'' நான் எவ்வாறு ஆடவேண்டும் அதையும் கூறுங்கள் என்றான். அதற்குச் சிவன், ஆட்டுக்குட்டியின் குருதியை உடம்பில் பூசிக்கொள். அக்குருதியைக் குழைத்துப் பொட்டாக வைத்துக்கொள். முட்டெலும்பும், மூளையும் மிளகும் போட்டுக் கிண்டிப் படையல் போடு. அதன் பிறகு ஆடு என்றார்.

சுடலைமாடன் குழந்தை கணியான்

ஆகவே கணியான் இன்றும் சுடலைமாடன் கோயில் போன்ற நாட்டுப்புறத் தெய்வக்கோயில் விழாக்களில் ஆடுகிறான். வழிபாட்டு முறைகளிலும் பங்கேற்கிறான். நெல்லை மாவட்டத்தில் அம்மன் கோயில்களிலும் கணியான் கூத்து உண்டு. குமரி மாவட்டத்தில் அம்மன் கோயில் கூத்து நடைபெறுவதில்லை. ஒரு சில கோயில்களில் அபூர்வமாக நடப்பதாகக் கூத்துக் கலைஞர் ஸ்ரீவைகுண்டம் சங்கரசுப்பு கூறுகிறாh ;.

கணியான் கூத்து நாட்டுப்புறக் கலை வடிவம் மட்டுமல்ல. நாட்டுப்புறத் தெய்வ வழிபாட்டோடு மிகவும் ஒன்றியது என்று முன்பு கூறினோம். கணியான் கோயில் விழாவின் போது நிகழ்த்திக் காட்டும் கைவெட்டு, பேயாட்டம், அம்மன் கூத்து நிகழ்ச்சிகள் குறிப்பிடத்தக்கவை. கைவெட்டும் நிகழ்;ச்சி சுடலைமாடன் கோயிலுக்கும் அம்மன் கோயிலுக்கும் உரியதாகும். பேயாட்டம் சுடலைமாடன் கோயிலுக்கே உரியதாகும். அம்மன் கோயிலில் அம்மன் கூத்து நடைபெறும். இவ்வாறு கணியானின் தோற்றம் புராணக்கதையோடு தொடர்புடையதாக அமைகின்றது. கணியானின் தோற்றம் பற்றி பல கதைகள் கூறப்படுகின்றன. அத்தனை கதைகளும் ஒன்றுபோல் இருந்தாலும் அவற்றில் ஒருசில மாற்றங்களே காணப்படுகின்றன.

கணியான் கூத்தின் முக்கிய இசைக்கருவி மகுடமாகும் என்பதை முன்னர் அறிந்தோம். இந்த மகுடம் படைக்கப்பட்ட விதம் குறித்தும் புராணக்கதைகள் உள்ளன. சிவபெருமானின் கையில் ஒட்டியிருந்த பிரம்மனின் தலையில் உள்ள மகுடத்தை எடுத்து கணியானுக்கு மகுடமாகக் கொடுத்தார் என்பது ஒரு கதை. கணியான் பிறக்கும் போதே இடது தோளில் மணிமகுடத்தோடு பிறந்தான் என்பது இன்னொரு கதை. எனவே மகுடம் இவர்களுக்கே உரித்தாயிற்று என நம்புகின்-

றனர்.

ஆட்டம் மேலோங்கி இருப்பதாகக் கொண்டால் கணியான் ஆட்டம் என்றும், மகுட ஒலி மேலோங்கி இருப்பதாகக் கொண்டால் மகுடக் கச்சேரி என்றும், பாட்டு மேலோங்கி இருப்பதாகக் கொண்டால் கணியான் பாட்டு என்றும் இதைக் கொள்ளலாம். பார்வையாளர்களின் உணர்வுக்குத் தக்கபடி பெயரிட்டு அழைத்துக் கொள்ளப்படுகிறது.

தேவராட்டம்

இவர்கள் கம்பளத்து நாயக்கர்கள் என்று கூறுவதற்கு கம்பளியில் அமர்ந்து தீர்ப்புகள், விதிமுறைகள் போன்றவற்றை வகுத்தனர் என்றும் கண் பழத்திலிருந்து தோன்றியவர்கள் என்றும் கம்பளி என்ற நாட்டைச் சார்ந்தவர்கள் என்றும் பல்வேறு காரணங்கள் கூறப்படுகின்றன. இவர்கள் தேவராட்டம், சேவையாட்டம், ஆகியவை மட்டுமல்லாமல் பல வேட ஆட்டம் என்ற ஆட்டத்தையும் ஆடுகின்றனர். இவ் ஆட்டங்கள் சாதி சார்ந்த ஆட்டம் என்பதினால் கம்பளத்து நாயக்கர் ஆண்கள் அனைவரும் இவ்வாட்டங்களை ஆடத் தெரிந்தவர்களாக இருக்கின்றனர். ஆனால் பெண்கள் வெறும் பார்வையாளர்களாக மட்டுமே பங்கு பெறுகின்றனர். ஓ.முத்தையா, ஆறு.இராமநாதன், சே.சேகர் போன்றோர் இவ்வாட்டக்கலைப் பற்றியும் இனத்தவர்கள் பற்றியும் ஆராய்ந்துள்ளனர். அவற்றை நோக்கும்போது இச்சமூகப் பிரிவுகள் குறித்துப் பல முரண்பட்ட தகவல்கள் கிடைக்கின்றன.

இத்தேவராட்டத்தைப் பற்றி பலவகையான தொன்மக் கதைகள் கூறப்படுகின்றன.

கைலாய மலையில் சிவபெருமானுக்கும், பார்வதிக்கும் திருமணம் நடைபெற்ற போது தேவர்கள் கூடி மகிழ்ச்சியாக ஆடிய ஆட்டம் தேவராட்டம் என்றும் சிவனும் பார்வதியும் கோபங்கொண்டு ஆடிய நிலையில் அவரின் சினம் தனியத் தேவர்கள் ஆடிய ஆட்டமே இது என்றும் மகாவிஷ்ணு மோகினி வடிவெடுத்த நிலையில் அதனைக் கண்டு பரவசமடைந்த சிவபெருமான் மோகினி மேல் மையல் கொண்டு ஆடிய ஆட்டம் என்றும் தேவராட்டத்தின் தோற்றம் குறித்துப் பல தொன்மக் கதைகள் வழங்கப்பெறுகின்றன. மேற்கூறப்பட்ட தொன்மக்கதையில் பெரும்பாலானவை சிவனோடு தொடர்புடையவை. இவ்வாறு தெய்வங்கள் ஆடிய ஆட்டத்தைத் தெய்வ வழிபாடுகளில் தாங்கள் ஆடுவதாகவும் தேவராட்டம் ஆடித் தெய்வங்களைப் பூமிக்கு அழைப்பதாகவும் கம்பளத்தார் கூறுகின்றனர். கம்பளத்தார்கள் தாங்கள் தேவர்கள் வழி வந்தவர்கள் என்று கூறுவதற்கான காரணம் புராணக்கதைகளில் தொடர்பு கொண்டு உள்ளதைக் கொண்டே உணரமுடிகின்றது.

கம்பளத்தார் என்ற பெயர்பெறுவதற்கான புராணக்கதை வரலாறு பின்வருமாறு. “பாகவதத்தில் மிகவும் பிரபலமான கட்டமான கிருஷ்ணன் கோவர்த்தனகிரி மலை-

யைக் குடையாகப் பிடித்து ஆயர்களையும், ஆநிரைகளையும் பேய்மழையிலிருந்து காப்பாற்றியது. காட்டிற்குச் சென்ற ஆயர்பாடிச் சிறுவர்கள் வெகுநேரமாகியும் வீடு திரும்பாததால் பெற்றோர்கள் தங்கள் குழந்தைகளைக் காணாது துயரமடைகின்றனர். பகவான் கிருஷ்ணன் பெற்றோர்களை மகிழ்விக்க வேண்டி ஒவ்வொரு வீட்டின் பிள்ளைகளின் தோற்றத்தைப் போன்றே பிள்ளைகளை உருவாக்கி அனுப்பிவைத்துப் பெற்றோர்களை மகிழ்விக்கச் செய்தார். உண்மையான பிள்ளைகளைக் கிருஷ்ணன் தன்னுடன் அழைத்துச் சென்று அவர்களுக்கு ஆன்மீக அறிவைப் புகட்டி காய்கனிகளை உண்டு காட்டில் வாழச் செய்தார். தன்னைப் பின்பற்றி நடக்குமாறு உபதேசம் செய்தார். அச்சிறுவர்கள் வளர்ந்து முனிவர்களாக காடுகளில் சுற்றித்திரிந்தனர். அவர்களில் ஒருவர், குளத்தில் நீராடியதன் விளைவாக, குளத்திற்கு நீராட வந்த இளவரசியால் விரும்பப்பட்டார். அதன் விளைவாக இளவரசிக்கும் அந்த முனிவருக்கும் திருமணம் ஏற்பாடாயிற்று.

தன்னுடைய திருமணம் காட்டிலேயே அதாவது இயற்கைச் சூழ்நிலையிலேயே நடைபெறவேண்டும் என்றும் விரும்பினார். அதன்படியே காட்டில் திருமணம் நடைபெற்றது. அத்திருமணத்தில் தேவர்கள் அனைவரும் கலந்து கொண்டு ஆடி மகிழ்ந்தனர். அன்று அந்த முனிவரின் திருமணத்தில் தேவர்கள் ஆடிய ஆட்டமே “தேவராட்டம்” என்றும் அந்த முனிவர் கலைக்கோட்டு மகாமுனி என்றும், அவரது வாரிசுகளே தாங்கள் என்றும் அன்று தேவர்கள் ஆடிய ஆட்டத்தையே இன்று தாங்கள் ஆடிவருவதாகவும் கூறுகின்றனர்”.

மேலும் கலைக்கோட்டு மகாமுனியின் திருமணம் இயற்கைச் சூழலில் நிகழ்த்தப்பட்டதைப் போல் கம்பளத்தார் திருமணமும் இயற்கைச் சூழலில் நடைபெறுவதாகக் கூறுகின்றனர். இவ்வாறு முனிவருக்கும் இளவரசிக்கும் காட்டில் திருமணம் நடைபெற்றபோது அன்று தேவர்கள் ஆடிய ஆட்டமாதலால் இதை தேவராட்டம் என்றனர். இதனால் இவர்கள் தேவர் வழிவந்த கம்பளத்தார்கள் என்றுக் கூறிக்கொள்வதில் பெருமிதம் கொள்கின்றனர்.

புராணத்தில் தேவராட்டத்தைப் பற்றி மற்றொரு கதையும் கூறப்படுகின்றது. இது முன்னர் கூறப்பட்ட கதையில் இருந்து சற்று முரண்பட்டதாகவும் காணப்படுகின்றது.

கலைக்கோட்டு மகாமுனி காட்டில் தவவாழ்க்கை மேற்கொண்டிருந்தார். ஒருநாள் அந்நாட்டு மன்னன் மகள் அந்தக் காட்டிலுள்ள குளத்திற்குக் குளிக்கச் சென்றாள். குளித்துக் கொண்டிருந்த போது ஒரு அதிசயமான நீண்ட தலைமுடியைக் கண்டெடுத்தாள். உடனே அந்த முடிக்கு உரியவரின் மேல் அவளுக்கு காதல் ஏற்பட்டது. அவரையே திருமணம் செய்வதென்று பிடிவாதம் பிடித்தாள். மன்னனும் அதற்குச் சம்மதித்தான். அந்த அதிசயமான நீண்ட தலைமுடிக்கு உரியவர் கலைக்கோட்டு மகாமுனி என்பதை மன்னன் அறிந்தான். அவரை அரண்-

மனைக்கு அழைத்து வந்து திருமணத்திற்குச் சம்மதம் கேட்க முதலில் மறுத்த மகாமுனி பின்னர் மன்னன் மகளைத் திருமணம் செய்ய ஒப்புக்கொண்டார்.

அரண்மனையில் திருமணத்திற்கு ஏற்பாடு நடந்தது. அந்நிலையில் திருமணம் காட்டில் தான் நடைபெறவேண்டும் என்று மகாமுனி விருப்பம் தெரிவிக்க அதன்படியே மகாமுனிக்கும் மன்னன் மகளுக்கும் திருமணம் நடைபெற்றது. மகாமுனியின் திருமணத்தில் தேவர்கள் கலந்து கொண்டு மகிழ்ச்சியில் ஆடத் தொடங்கினர். ஆட்டத்திற்கு இசை இருந்தால் நன்றாக இருக்கும் எனத் தேவர்கள் விரும்பினர். பின்னர் இசைக்கருவி பற்றிச் சிந்திக்கத் தொடங்கினர். தமது விருப்பத்தை ஈஸ்வரனிடம் கூறினார். ஈஸ்வரன் தேவர்கள் அனைவரையும் தன்முன் கூடச் சொன்னார். தேவதுந்துமி என்ற இசைக்கருவியைச் செய்யுமாறு விஸ்வகர்மாவைக் கேட்டுக் கொண்டார். அதன்படியே விஸ்வகர்மா ஒரு மூங்கில் மரத்தின் தண்டுப்பகுதியை வெட்டி எடுத்து அதன் உட்புறத்தைக் குடைந்து மூங்கில் தண்டின் இரு வாய்ப்பகுதிகளிலும் பல்வாழையிலையை விரித்துத் தாமரை நூலில் கட்டினார். அதனை இசைப்பதற்கு வேண்டிய இரு குச்சிகளையும் தயார் செய்தார். ஈஸ்வரனிடம் சென்று தேவதுந்துமி தயாராக இருப்பதாகவும் அதனை இசைப்பதற்குரியவரைத் தீர்மானிக்கும்படியும் வேண்டிக்கொண்டனர். தேவதுந்துமியின் இருமுனைகளிலும் கயிற்றைக் கட்டி மாலை போன்று செய்து தேவர்கள் கூடியிருக்கும் கூட்டத்தை நோக்கி வீசுமாறும், அது யாருடைய கழுத்தில் விழுகின்றதோ அவரையே தேவதுந்துமி இசைப்பவராக ஏற்றுக்கொள்ளுமாறும் ஈஸ்வரன் விஸ்வகர்மாவிடம் கூற அதன்படியே தேவதுந்துமி கூட்டத்தை நோக்கி வீசப்பட்டது. அத்தேவ துந்துமி ஈஸ்வரனுக்கு மாலை கட்டும் பெரியவர் ஒருவரின் கழுத்தில் வந்து விழுந்தது. உடனே மாலைகட்டி ஈஸ்வரனைப் பணிந்து “எனக்கு இந்தப் பொறுப்பைக் கொடுத்து விட்டீர்களே, நான் இந்தத் தேவதுந்துமியை எப்படி இசைப்பது?” என வேண்டி நின்றார். அதற்கு ஈஸ்வரன் நீ திருமாலை மனதில் கொண்டு இடது கையில் வைத்திருக்கும் வளைந்த குச்சியால் தேவதுந்துமியின் இடது பக்கம் அழுத்தி இழுத்து வலது கையால் அடித்து முழக்கு. பின்னர் இசைப்பது உனக்கு எளிதாக இருக்கும் என்றார். ஈஸ்வரன் கூறியவாறே மாலை கட்டித் தேவதுந்துமியை இசைக்கத் தொடங்கினார். அவ்விசையில் மயங்கி தேவர்கள் ஆடத்தொடங்கினர். இவ்வாறாக கலைக்கோட்டு மகாமுனியின் திருமணத்தில் தேவர்களால் ஆடப்பட்ட ஆட்டமே தேவராட்டம். கலைக்கோட்டு மகாமுனியின் வாரிசுகளே கம்பளத்து நாயக்கர்கள் என்பர். எனவேதான் கம்பளத்து நாயக்கர்கள் தங்களின் திருமணத்தின் போது தவறாமல் தேவராட்டம் ஆடுகின்றனர்.

கம்பளத்து நாயக்கரே கலைக்கோட்டு மாமுனிவரின் பிள்ளைகள் என்றும், தேவதுந்துமி என்னும் கருவி கலைக்கோட்டு மாமுனியின் திருமணத்தில் வாசிக்கப்பட்டதால் இன்றும் தேவந்துமி சடங்குகளில் தவறாமல் வாசிக்கப்படுகின்றன.

அதோடு அந்த தேவதுந்துமியை ஈஸ்வரனுக்கு மாலைகட்டும் பண்டாரம் வாசித்ததால் இன்றும் கம்பளத்து நாயக்கரின் ஒவ்வொரு சடங்கிலும் மாலா இனத்தவர்களே இந்த தேவதுந்துமியை இசைக்கின்றனர். முதலில் மாலா இனத்தவர் தேவதுந்துமியை இசைத்த பிறகுதான் தேவராட்டம் ஆடப்படுகின்றன. இன்றும் மாலா இனத்தவருக்கே தேவதுந்துமிணை இசைக்க முன்னுரிமை கொடுக்கின்றனர்.

கம்பளத்து நாயக்கர் மக்கள் யாருக்கும் தேவராட்டம் இசைக்கத் தெரியாது. இவ்வாறு தேவதுந்துமியும், தேவராட்டமும் எவ்வாறு புராணத்தோடு தொடர்பு கொண்டுள்ளன என்பதை அறிந்தோம்.

தேவராட்டம் குறித்த மற்றொரு புராணக்கதையும் கூறப்படுகின்றன. புராணக்காலத்தில் கலைக்கோட்டு மகாமுனிவர் என்ற தேவரிசி வாழ்ந்து வந்தார். இவர் தனது ஒரே புத்திரியை மிகுந்த அன்புடன் வளர்த்து வந்தார். ஒரு நாள் அவள் தன் தந்தையிடம் தனக்கு நிறைய குழந்தைகள் வேண்டுமென்றும் அவர்களோடு விளையாட வேண்டுமென்றும் கேட்டாள். திருமணமாகாமல் குழந்தை வேண்டும் என்று கேட்;கும் மகளுக்கு இல்லையென்று சொல்ல மகாமுனிக்கு மனம் வரவில்லை. உடனே தன் கையிலிருந்த கண்பழம் (எலுமிச்சம் பழம்) ஒன்றை மகளிடம் கொடுத்தார். அந்தக்கண் பழத்தைப் பூசை செய்தவுடன் அதிலிருந்து குழந்தைகள் தோன்றின. கண் பழத்திலிருந்து பிறந்ததால் மகாமுனியின் மகள் அக்குழந்தைகளை கண் பழத்தார் என்று அழைத்தாள். அக்குழந்தைகள் மகாமுனியைப் போன்று சிறந்த குணங்களை உடையவர்களாக வளர்ந்தனர். நாளடைவில் கண்பழத்தார் என்பது மருவிக் கம்பளத்தார் என்று ஆகிவிட்டது. நாங்களே கலைக்கோட்டு மகாமுனிவரின் வாரிசுகள். எங்களுக்கான திருமண நடைமுறைகளையும் மகாமுனியே வகுத்துத் தந்திருக்கின்றார். அந்த முறைப்படி இன்றைக்கும் எங்கள் திருணங்களை நடத்தி வருகிறோம் என்கின்றனர் கம்பளத்து நாயக்கர்கள்.

தேவராட்டத்தின் முக்கிய அம்சமாக தேவதுந்துமி கம்பளத்தாரின் வாழ்வோடு நெருங்கிய தொடர்புடையதாக இருக்கின்றது. இத்தேவதுந்துமி எவ்வாறு தேவராட்டத்துடன் இணைக்கப்பட்டது என்பதனைப் பற்றி புராணக்கதைகள் உள்ளன.

ஏழு உலகங்களையும் படைத்த பின்னர் சிவபெருமானும் பார்வதியும் தேவர் உலகில் வீற்றிருந்தார்கள். அப்போது தேவருலகை உருவாக்கிய சிற்பி விஸ்வகர்மா புதிய இசைக்கருவி ஒன்றைப் படைத்தார். அது உடுக்கையைப் போன்று இருந்தது. அதனால் உடுக்கையைவிட உருவத்தில் பெரிதாக இருந்த அந்த இசைக்கருவியைத் தேவர்களிடம் கொடுத்து இசைக்கும்படி சொன்னார். தேவர்கள் அந்தக் கருவியை தேவதுந்துமி என்று அழைத்தனர்.

தேவர்கள் அந்த இசைக்கருவியை இயக்க முயன்றனர். முடியவில்லை. அதை இயக்க யாருமே முன்வராத நிலையில் சிவனுக்கு மாலை கட்டும் பண்டாரம் வந்தார். அவர் சிவனின் கால்களில் வீழ்ந்து வணங்கிவிட்டு தேவதுந்துமியை இயக்-

கினார். அந்தக் கருவியின் தாளத்திற்கேற்பத் தேவர்களும் ஆடத் தொடங்கினர். அந்த ஆட்டம் தேவராட்டம் எனப் பெயர் பெற்றது. இந்த ஆட்டம் சிவனின் ருத்திரதாண்டவத்தைக் கூடச் சமப்படுத்தியது என்ற கதையும் உண்டு.

தேவதுந்துமியின் புராணக்கதை

நந்தி தேவர் இசைக்கலையில் வல்லவர். அதனால் அவர் ஒரு முறை மிகுந்த கர்வத்துடன் இருக்கிறார். இதனை உணர்ந்த சிவபெருமான் நந்தி தேவரின் ஆணவத்தை அடக்க நினைத்து ஒரு புதிய இசைக்கருவியாக தேவதுந்துமியை உருவாக்குகிறார். பின்னர் அதை நந்தி தேவரிடம் கொடுத்து வாசிக்கச் சொல்கிறார். நந்தி தேவருக்கு இதனை வாசிக்கத் தெரியவில்லை. அப்பொழுது சிவனின் பாதத்தருகில் அமர்;ந்து கொண்டு பூக்கட்டிக்கொண்டு இருக்கும் ஒருவனிடம் சிவன் அந்த இசைக்கருவியை வழங்கி வாசிக்கச் சொல்கிறார். அக்கருவியை வாசிக்கும் முறையை கற்றுத் தருமாறு வேண்டுகிறார். அதற்கு சிவனும் அக்கருவியை வாசிக்கும் முறையைக் கற்றுத்தந்து இனி உங்கள் சந்ததியினரே இக்கருவியை வாசிக்கும் உரிமை உடையவர்களாவர் என்று ஆசிர்வதிக்கிறார். அன்று முதல் இம்மாலா இனத்தவர்களே இக்கருவியை வாசிக்கும் உரிமை உடையவர்களாகின்றனர்.

தேவராட்டம் சிவனோடு தொடர்புடையதாக புராணக்கதைகள் கூறப்படுகின்றன. ஒவ்வொரு புராணக் கதையும் சிவனை மையப்படுத்தியே அமைந்துள்ளன. அனைத்து கதைகளும் சிறு சிறு மாற்றங்களுடன் காணப்படுகின்றன. ஆனால் இதில் முக்கியமாக கூறப்பட்டுள்ள தேவதுந்துமியை மாலா இனத்தவர்களே இன்று வரை வாசிக்க தெரிந்தவர்களாகவும், வாசிக்கத் தகுதி உடையவர்களாகவும் இருக்கின்றனர்.

சேவையாட்டம்

இசைக்கருவிகளின் இசைக்கேற்ப திருமால் என்ற தெய்வத்தின் அருளைப்பெற ஆடப்படும் ஆட்டம் சேவையாட்டம் எனப்படும். தெலுங்கு பேசும் மக்களுடன் தொடர்புடைய கலையான சேவையாட்டம் ஆந்திர மாநிலத்திலிருந்து தமிழகத்திற்கு வந்தது என்ற கருத்து உண்டு. ஆந்திர எல்லையில் உள்ள தமிழர்களிடம் இது செல்வாக்குப் பெற்றுள்ளது.

சேவையாட்டத்தை கம்பளத்து நாயக்கர்களும் வன்னியக்கவுண்டர்களும். நிகழ்த்துவதாகக் கூறப்படுகின்றது. கம்பளத்து நாயக்கரின் சேவையாட்டம், வன்னியரின் சேவையாட்டத்திலிருந்து வேறுபட்டுக்காணப்படுகின்றது. இக்கலைக்குரிய இசைக்கருவியாக தேவதுந்துமி, தப்பு, சேகண்டி ஆகியனவாகும். இந்த ஆட்டக்காரர்களுள் ஒருவர் கோமாளி. இவர் பிற ஆட்டக்காரர்களிடமிருந்து வேறுபட்டு ஒப்பனை செய்து இருக்கின்றார்.

கம்பளத்து நாயக்கர்கள் தங்களுக்கென்று தனித்த பண்பாட்டைக் கொண்டிருப்பதைப் போல் தங்கள் இனத்திற்கென்று தனித்த ஆட்டக்கலைகளையும் கொண்டு விளங்குகின்றனார்.

1. தேவராட்டம்
2. சேவையாட்டம்
3. பலவேட ஆட்டம்

ஆகியவை கம்பளத்தாரின் ஆட்டங்களாக ஆடப்பட்டு வருகின்றன. இம்மூன்றுமே கம்பளத்தார் வாழ்க்கை மற்றும் வழிபாட்டுச் சடங்குச் சூழல்களில் முக்கியத்தும் பெற்று வருகின்றன.

சேவையாட்டம் கம்பளத்து நாயக்கர்களிடம் காணப்படுவதால் ஆந்திரத்திலிருந்து தமிழகத்திற்கு வந்த கலையாகக் கூறப்படுவதுண்டு. தெலுங்கு மொழி தெரியாத தமிழ் மட்டுமே தெரிந்த வன்னிய மக்களிடமும் இந்த ஆட்டக்கலை காணப்படுகின்றன. ஆந்திர எல்லையை ஒட்டிய பகுதிகளில் இந்த ஆட்டம் நிகழ்த்தப்படுவதால் தெலுங்கு மக்களின் செல்வாக்கு காரணமாக வன்னியர்களிடம் இந்த ஆட்டம் பரவியிருக்குமோ என்ற ஐயம் ஏற்படுவது சேவையாட்டம் எவ்வாறு புராணக் கதைகளோடு தொடர்புபடுத்தப்படுகின்றது என்பதை கம்பளத்தார் தோற்றத்தின் தொன்ம கதையினையும் சேவையாட்டம் குறித்தும் புராணக் கதையினையும் வைத்து அறியலாம்.

பின்வரும் கதையின் மூலம் புராணக் கதைகளோடு எவ்வாறு சேவையாட்டமும், கம்பளத்தாரின் தோற்றமும் தொடர்பு கொண்டுள்ளன என்பதை அறியலாம்.

சேவையாட்டம் தோற்றம் குறித்த — புராணக் கதை

கம்பளத்து நாயக்கர் குரும்பக் கவுண்டர் போன்ற இனத்து மக்கள் ஆடும் ஆட்டம் சேவையாட்டம் ஆகும். இச்சேவையாட்டம் குறித்துக் கூறப்படும் புராணக்கதை. ஒரு முறை சிவனுக்கு பிரம்மஹத்தி தோஷம் பிடித்துவிடுகின்றது. அவரை அதிலிருந்து காப்பாற்ற வேண்டித் திருமால் ஆடிய ஆட்டம் சேவையாட்டம் ஆகும்.

உலகம் தோன்றிய போது பிரம்மா, விஷ்ணு, சிவன் மூவரும் உலகில் தோன்றி அவரவர் பொறுப்பை நடத்தி வந்தனர். மூவரும் முத்தொழிலை நடத்திவரும் போது சிவனுக்கு ஐந்து தலையும் பிரம்மாவுக்கு ஐந்து தலையும் இருந்தன. அப்பொழுது அன்னை பராசக்தி ஐந்து தலையும் உள்ளதால் வித்யாசம் தெரியவில்லை. ஏதாவது வித்யாசம் இருக்க வேண்டும். எனவே நீங்கள் பிரம்மாவின் ஐந்து தலையில் ஒரு தலையைக் கிள்ளி விடுங்கள் என்று கூறினார். உடனே சிவன் பிரம்மாவின் ஐந்து தலையில் ஒரு தலையைக் கிள்ளி எடுத்துவிடுகின்றார். கிள்ளப்பட்ட பிரம்மாவின் தலை சிவனுடைய கையைக் கவ்விக் கொள்கிறது. உடனே சிவன் செய்வதறியாது நிலை தடுமாறி அலைகிறார்.

பராசக்தி மகா விஷ்ணுவை வேண்டி சிவனின் கையைக் கடித்துக் கொண்டிருக்கும் பிரம்மாவின் தலையைக் கீசூழ விழச் செய்யுமாறு கூறுகின்றார். உடனே மகாவிஷ்ணு நான்கு வேதத்தையும் ஆபரணங்களாகத் தரித்து ஆறு சர்திரங்களையும் தலையில் பல வண்ணங்களில் அமைந்த கோமாளியாக மாற்றி அறுபத்தி நான்கு கலைகளையும் தன்னுடைய கால் சலங்கையாகக் கட்டித் தொண்ணூற்று ஆறு தத்துவத்தையும் தன்னுடைய சீடர்களாக்கிப் பார்த்தவர் சிரிக்கும்படியான அதிசயக் கோமாளி வேடமிட்டு சீடர்கள் தப்பு, ஜெயகண்டி, கைத்தாளம், தேவதுந்துமி, கஞ்சரா முதலிய வாத்தியங்கள் முழங்க சிவனின் முன்னால் வந்து ஆடுகின்றனர். அப்பொழுது சிவனின் கையைப் பிடித்திருந்த பிரம்மாவின் தலை சிரிக்கின்றது. சிரித்தவுடன் பிரம்மாவின் தலை கீழே விழுந்து விடுகின்றது. சிவன் விஷ்ணுவிற்கு வணக்கம் சொல்லிவிட்டுக் கைலை செல்கிறார். மகாவிஷ்ணு அன்று ஆடிய ஆட்டத்தையே தொன்றுதொட்டு கம்பளத்தார் சேவையாட்டம் என்னும் பெயரில் ஆடிவருகின்றனர்.

ஜக்கம்மா தெய்வ வரலாறு

அவ்வபாலு என்ற தாயக்கு நலபொம்மு, புலபொம்மு, புவலபொம்மு, சித்தபொம்மு, சினபொம்மு, சினரேகல பொம்மு, மல்லபொம்மு என்று ஏழு புதல்வர்கள். இவர்கள் ஒரு நாள் தங்கள் நிலத்தில் வேலை செய்துகொண்டிருந்தபோது, அந்நிலத்திற்கு அருகில் உள்ள நந்தவனத்தில் குழந்தை அழும் குரல் கேட்டது. நந்தவனத்தில் ஒரு பெண் குழந்தை தனியாக அழுது கொண்டிருப்பதை கண்ட அவ்வபாலு குழந்தையைத் தன் வீட்டிற்கு எடுத்து வந்து 'ஜக்கம்மா' என்று பெயர் வைக்கின்றனர். ஜக்கம்மா வந்த பிறகு அந்த வீட்டில் செல்வம் செழிக்கின்றது. ஜக்கம்மா பெரியவளானவுடன் அவளைத் தன் சகோதரரான ஆவலசித்து என்பவனுக்குத் திருமணம் செய்து வைக்கின்றனர். ஜக்கம்மாவும் ஆவலசிஜத்துவும் அவ்வபாலு வீட்டிலேயே தங்கிக் குடும்பம் நடத்துகின்றனர். ஒருநாள் ஆவலசித்துவை ஜக்கம்மாவின் சகோதரர்கள் கோவித்துப் பேசிவிட இருவரும் வீட்டை விட்டு வெளியேறுகின்றனர். அவர்கள் துங்கபத்ரை, பேடசீமை வழியாக வந்து தெற்குச் சீமையில் குடியேறுகின்றனர்.

ஜக்கம்மா சென்ற பின்பு அவ்வபாலுவின் வீட்டில் வறுமை ஏற்படுகின்றது. தங்கள் தவறை உணர்ந்த ஏழு சகோதரர்களும் ஜக்கம்மாவைத் தேடிவந்து ஜக்கம்மாவிடம் மன்னிப்பு கேட்கின்றனர். ஜக்கம்மாவும் அவர்களை மன்னித்து உணவு சமைத்துப் போடுகின்றாள். சகோதரர்களுக்குள் உணவு சமைக்கும் பணியில் மாடுகள் குடிப்பதற்குத் தண்ணீர்; எடுத்து வைக்க மறந்து விடுகின்றாள். மாடுகளை மேய்த்து விட்டு வீடு திரும்பிய ஆவலசித்து மாடுகள் குடிக்கத் தொட்டிகளில் நீர் இல்லாததைக் கண்டு கோபமடைந்து ஜக்கம்மாவைக் கோடாரியால் அடித்து விடுகின்றார். ஜக்கம்மா அழுது கொண்டே தண்ணீர் எடுத்து வைக்காமல் இருந்த-

தற்குக் காரணம் கூறுகின்றாள். தவறு செய்துவிட்டதை உணர்ந்த ஆவல சித்து மனமொடிந்து தற்கொலை செய்து கொள்கிறான். கணவரை இழந்த ஜக்கம்மா தன் மகனான சீலபொம்முவுடன் மாடுகளைப் பராமரித்து வாழ்ந்து வருகின்றாள்.

ஒரு நாள் ஜக்கம்மா மாடுகளை ஓட்டிச்சென்று காட்டில் மாடுமேய்த்துக் கொண்டிருந்த போது ஒரு காட்சியைக் காண்கிறாள். ஒரு ஆண் குருவியை வேடன் அம்பெய்து பிடித்து விடுகின்றான். வேடனிடம் பெண்குருவி ஒன்று ஆண்குருவியை விட்டு விடுமாறு கெஞ்கிறது. அதற்கு வேடன் நீ எங்கேயாவது சென்று நெருப்பெடுத்து வந்து கொடுத்தால் நான் ஆண் குருவியை விட்டு விடுகிறேன்' என்று கூறுகின்றான். அதன்படியே பெண்குருவி நெருப்பெடுத்து வந்து வேடனிடம் தர வேடன் நெருப்பில் தீயை உண்டாக்கி இரக்கமில்லாமல் அந்த ஆண்குருவியைத் தீயில் போட்டு சுடுக்கின்றான். இதைக்கண்ட பெண்குருவி தானும் நெருப்பில் விழுந்து இறந்து விடுகின்றது. குருவியின் இந்தச் செயலைக் கண்ட ஜக்கம்மா கணவன் இறந்த பின்பு நாமும் உயிர் வாழ்கின்றோமே என்று மனம் வருந்தித் தானும் உயிரை விட முடிவு செய்கின்றாள். தீ வளர்த்து அதில் இறங்கப் போவதாக ஊர் மக்களிடம் கூறுகின்றாள். அதன்படியே ஊர் மக்களும் தீ வளர்க்க ஏற்பாடு செய்கின்றனர். அது ஒரு சடங்காக நடத்தப்படுகின்றது. அந்நிலையில் ஜக்கம்மா மங்களப்பாட்டுப் பாடும் பெண்ணை அழைத்துவரச் சொல்கின்றாள். பாட்டுப்பாடும் பெண் மாத விலக்காகி முட்டுக் குடிசையில் இருப்பதால் அவளால் பாட வர இயலாத சூழ;நிலை ஏற்படுகின்றது. அப்பொழுது ஜக்கம்மா சில வழிமுறைகளைக் கூறி அதனடிப்படையில் அவளை அழைத்து வருமாறு கூறுகின்றாள்.

இதற்கு ஒரு பிரிவினர் எதிர்ப்புத் தெரிவிக்கின்றனர். மற்றொரு பிரிவினர் ஏழு நாட்கள் முட்டுக் குடிசையில் இருக்க வேண்டிய பெண்ணை ஐந்தாம் நாளே நீராடச் செய்து அழைத்து வந்து ஜக்கம்மாவிற்கு மங்களப் பாட்டுப் பாட ஏற்பாடு செய்கின்றனர். இந்நிலையில் ஜக்கம்மா தன் இனத்தாரான கம்பளத்தாருக்கு வாழ்க்கை நெறிமுறைகள் சிலவற்றை எடுத்துச் சொல்கின்றார்.

அதற்குப்பின்னர் ஜக்கம்மா தீயில் இறங்குகிறாள் சேலை தீயில் கருகாமல் இருக்க ஜக்கம்மா மறைந்து விடுகின்றாள். ஜக்கம்மாவின் தெய்வ சக்தியை உணர்ந்த மக்கள் தீயில் கருகாத அந்தச் சேலையைப் புனிதப் பொருளாகக் கருதி வணங்கத் தொடங்கினர். ஜக்கம்மாவுக்கு ஆதரவாக இருந்தவர்கள் ஐந்து முழுக்குக்காரர்கள் என்றும் ஜக்கம்மாவின் செயலை எதிர்த்தவர்கள் எழு முழுக்குக்காரர்கள் என்றும் குறிப்பிடப்பட்டனர். இன்றைக்கும் இந்தப்பாகுபாடு இருந்து வருகின்றது. இருந்தாலும் இருபிரிபினரும் ஜக்கம்மாவைத் தெய்வமாகத் கொண்டாடி வணங்கி வருகின்றனர். ஜக்கம்மா கூறிய நெறிமுறைகளின்படி இன்றும் வாழ்ந்து வருகின்றனர்.

சேவையாட்டத்திற்கும் தேவராட்டத்திற்கும் இசைக்கப்படும் இசைக்கருவி தேவதுந்துமி ஆகும். இந்த தேவதுந்துமியை மாலா இனத்தவரே இசைப்பர். இவ்வாட்டத்தில் பயன்படுத்தும் தலை உருமி புதிய ஒர் இசைக்கருவி. இந்த இசைக்கருவியை பற்றி ஒரு வித்யாசமான கதையை சொல்;கின்றனர். நல்ல முழு நிலவு நாளில் புலியால் கொல்லப்பட்ட எருதின் தோலில் ஆக்கப்பட்டது இவ்வுருமி என்கின்றனர். தலையின் மேல் இவ்வுருமியைக் கட்டிக்கொண்டு இரண்டு குச்சிகளினால் அடித்து ஒலி எழுப்புவது மகிழ்ச்சி அளிப்பதாக அமைந்துள்ளது. ஆட்டத்தின் கால்மானங்கள் பெயர்த்து ஆடும்பொழுது சூழலும் கால் சலங்கையிலும் இணைத்து இன்பம் தரும் என்கின்றனர்.

சேவையாட்டம், தேவராட்டம் இரண்டு சிவபெருமானே மட்டும் மையப்படுத்தி அமைந்துள்ளன. சிவனை மையப்படுத்திப் புராணக்கதைகள் கூறப்பட்டாலும் பெருமாள் வழிபாட்டோடு நெருங்கிய தொடர்புடையதாய் சேவையாட்டம் நிகழ்த்தப்பட்டு வருகின்றன. இதற்கு காரணம் என்னவென்றால் சேவையாட்டமானது சிவபெருமானுடைய பிரம்மஹத்தி தோசத்தைப் போக்குவதற்காகத் திருமாலால் ஆடப்பட்ட ஆட்டம் என்பதாலோ என்னவோ இச்சேவையாட்டம் பெருமாள் வழிபாட்டோடு நெருங்கிய தொடர்பு கொண்டு உள்ளதாக கூறப்படுகின்றது.

அவ்வாறு திருமால் ஆடிய ஆட்டத்தைத் திருமாலுக்குச் சேவை செய்வதற்காகத் தாங்க் ஆடுவதாகக் கம்பளத்தார் கூறி வருகின்றனர். சேவையாட்டத்தில் முக்கியமாக தொப்பைக் கூத்தாடி என்ற கோமாளியை மையமாகக் கொண்டு பாடலுக்கேற்பச் சேவையாட்டம் ஆடப்படுகின்றது. திருமாலின் அவதாரமாகக் கருதப்படும் கோமாளியே கோணங்கி, கோமாளி, தாசேரி என்றெல்லாம் இவர்கள் அழைக்கப்படுகின்றனர்.

துடும்பாட்டம்

துடும்பாட்டம் அருந்ததிய இனமக்களின் இனக்குழு ஆட்டக்கலையாக உள்ளது. அருந்ததிய (சக்கிலியர்) இனத்தாருக்கே உரிய ஆட்டமாகத் துடும்பாட்டம் ஆடப்படுகின்றது. துடும்பாட்டமானது கோவை மற்றும் திருவண்ணாமலை மாவட்டங்களில் பெருமளவில் ஆடப்படுகின்றது. துடும்பாட்டம் மதுரைவீரன், பட்டத்தரசியம்மன் கோவில் விழாக்களில் ஆட்டக்கலையாக ஆடப்பட்டு வருகின்;றது. இவ்விழாப் பதினைந்து நாட்கள் நடைபெறும். விழா தொடங்கிய நாளிலிருந்து தினமும் இரவு எட்டு மணிக்கு மேல் அருந்ததியர்கள் எனக் கூறப்படுகின்ற சக்கிலியர்கள் கோயிலின் முன்பாக ஒன்றாகக் கூடி துடும்பாட்டத்தை ஆடி அம்மனை வழிபடுகின்றனர். திருவிழா நாள் அன்று முனிப்பூசாரி இரத்தச் சோறு உருண்டையைமேலே எறிய தொடங்கும் பொழுது துடும்பாட்டமும் விழாவின் ஒவ்வொரு சடங்கும் துடும்பாட்டத்துடனேயே நடைபெறுகிறது என்பது இங்கு சுட்டுவதற்குரியது. இத்துடும்பாட்டத்திற்கென்று ஒரு புராணக்கதை கூறப்படுகின்றது.

ஏழு கன்னிகளைப் பட்டத்தரசி அம்மனும் அவள் மிகுந்த அழகுடன் வாழ்ந்து வந்தார்கள். அப்பொழுது அரக்கன் ஒருவன் இவர்களின் அழகில் மயங்கி இவர்களை மணக்க விரும்புகிறான். இதனை விரும்பாத ஏழு சகோதரிகளின் தாய் இவர்களைக் காட்டு விலங்குகளாக மாற்றி, தான் சிங்கமா மாறி காட்டில் வாழ்ந்து வருகிறார்கள். ஒருநாள் பட்டத்தரசியம்மனும் அவள் சகோதரி பண்ணாரியம்மனும் தங்களின் சுயரூபத்தில் காட்டைவிட்டு வெளியே வருகின்றனர். அவனிடம் இருந்து தப்பிக்க நீண்ட தூரம் ஓடுகிறார்கள். அப்பொழுது பட்டத்தரசியம்மனுக்கு மிகுந்த தண்ணீர் தாகம் ஏற்படுகின்றது.

ஒரு மரத்தடியில் அருந்ததிய இனத்தைச் சேர்ந்த ஒருவன். செருப்புக்களைத் தைத்துக் கொண்டு இருக்கிறான். அந்த வழியாகப் பட்டத்தரசியம்மனும் பண்ணாரி அம்மனும் வரவே, பட்டத்தரசியம்மன் செருப்புத்தைப்பவனிடம் இருந்து நீரை வாங்கிக் குடிக்கிறாள். அந்த நீர்; மாட்டுத்தோலை நனைத்து வைத்து இருந்த நீர். பண்ணாரி அம்மன் இதனைப் பார்த்துவிட்டு மாட்டுத்தோல் இருந்த நீரை நீ குடித்து விட்டாய். எனவே நீ இனி என் சகோதரி அல்ல என்று கூறிக் கோபித்துக்கொண்டு சென்றுவிடுகிறாள். பட்டத்தரசியம்மன் செருப்புத்தைப்பவனுடனேயே தங்கிவிடுகிறாள். அம்மனுக்குத் தான் கட்டியிருந்த ஆடைகளைக் கொடுக்கிறான் செருப்பு தைப்பவன். ஊடனே அம்மன் மனம் நெகிழ்ந்து செருப்பு தைப்பவனுடைய வழிபடு கடவுளாக அவனுடனேயே தங்கிவிடுகின்றாள். மாட்டுத்தோலால் தயாரிக்கப்படும் கருவியை அடித்து தன்னை வழிபடுமாறு கூறிவிட்டுப் பட்டத்தரசியம்மன் மறைந்துவிடுகிறாள். இவ்வாறு மாட்டுத்தோலால் தயாரிக்கப்பட்ட இசைக்கருவியே துடும்பு ஆகும். துடும்பை அடித்து இசைத்துக் கொண்டும், அவ்விசைக்கு ஏற்ப ஆடியும் இம்மக்கள் அம்மனை வழிபடுகின்றனர் என்பதன் மூலம் இவர்களுடைய வழிபாட்டு மரபிற்கான காரணங்களை அறிய முடிகிறது.

துடும்பு

துடும்பு என்பது மாட்டுத்தோலால் செய்யப்படும் ஒரு இசைக்கருவி துடும்பிற்கு 'முரசு' என்ற மற்றொரு பெயரும் உண்டு. இது பார்வையாளர்களிடையே வீர உணர்வை வரவழைப்பதற்காக அடிக்கப்படுகின்ற ஓசை எழுப்பக்கூடிய ஒரு கருவி ஆகும். "முரசு என்ற கருவி வீரமுழவு; பண்ணமை முழவான முன் சொன்ன வீர முழவு நான்கு என்றும், அவையாவன முரசு. நீசானம், துடுமை, திமிலை" என அடியார்க்கு நல்லார் சிலப்பதிகாரத்திற்கு எழுதிய உரையில் குறிப்பிட்டுள்ளார்.

'சாமரை தீபந் தமனியப் பொற்குடம்
காமர் கயலினை முதலாத் - தே மருவு
கண்ணாடி தோட்டி கதலிகை வெண்முரசும்
எண்ணிய மங்கலங்க ளெட்டு"

(ஆர்.ஆளவந்தார், தமிழர் தோற்கருவிகள் ப -96) என்ற பாடல் எட்டு மங்கலப்பொருட்களில் ஒன்றாக முரசினைக் குறிக்கின்றது என்பதை ஆர்.ஆளவந்தார் சுட்டிக் காட்டுகிறார்.

துடுமை என்பது பிற்காலத்தில் துடும்பாக மாறிவிட்டது. இந்த துடும்பின் மேல் பாகத்தி;ல் மாட்டுத்தோல் போர்த்திக் கட்டப்பட்டிருக்கும். கீழ்பாகம் இரும்பு அல்லது பித்தளை உலோகத்தால் செய்யப்பட்டு இருக்கும். மேல்பாகம் விரிந்தும் கீழ்பாகம் குறுகியும் இருக்கின்ற அமைப்பினையுடையது துடும்பாகும் .

ஆண்களால் மட்டுமே ஆடப்படுகின்ற வன்மை மிக்க ஆட்டம் துடும்பாட்டமாகும். துடும்பு என்ற தோல் இசைக்கருவியை இசைக்க அதிக வலிமை தோள்பட்டைகளுக்குத் தேவைப்படுகிறது. எவ்வளவு வலிமையுடன் குச்சியால் துடும்பில் அடிக்கின்றார்களோ அந்த அளவுக்கு அதில் இருந்து அதிர்வுடன் கூடிய ஓசைகள் வெளிவரும்.

துடும்பாட்டத்தின் மூல ஆட்டம் கும்மியே ஆகும். கும்மி அடிக்கும் பொழுது இரண்டு கைகளையும் தட்டி ஓசையை எழுப்புவர். வெறும் கைகளைத் தட்டுவதற்குப் பதிலாக பல வருடங்களுக்கு முன்பு கையில் தப்பு வைத்து ஆடிப்பழகி இருக்கின்றனர். பின்னர் ஆட்டத்திற்கு அழகு மற்றும் எழுச்சியூட்ட முரசை அதாவது துடும்பை உடன்வைத்து அடித்து ஆடிவந்துள்ளனர். இவ்வாறு துடும்பாட்டக்கலை மெல்ல மெல்ல கும்மியிலிருந்து தனிக் கலையாக வளர்ந்துள்ளது.

தப்பாட்டக்கலையில் இருந்து அண்மையில் பிரிந்ததே துடும்பாட்டக்கலை இவ்விரண்டு ஆட்டங்களிலும் சில அடவுகள் ஒத்துள்ளன. அதனால் சிலர் துடும்பாட்டமே தப்பாட்டமே. தப்பாட்டமே துடும்பாட்டம் என்றும் நினைக்கின்றனர். ஆனால் இவை இரண்டும் வேறுவேறான ஆட்டங்கள், ஒன்றானவையல்ல என்றும் சிலர் கருதுகின்றனர். எது எப்படியிருந்தாலும் இரண்டு ஆட்டங்களுக்குமான மூல ஆட்டம் கும்மியே. இரண்டு ஆட்டங்களிலும் தப்பு பயன்படுத்தப்படுகின்றன. துடும்பை அடிக்கும் பொழுது அதில் இருந்து எழுகின்ற துடும் என்ற அதிர்வு ஓசையை வைத்தே அதற்கு துடும்பு என்ற பெயர் வந்துள்ளது என்பர்.

துடும்பாட்டத்தில் நிகழ்ச்சியின் தன்மையை பொறுத்து மூன்று முதல் பத்து பதினைந்து துடும்புகள் வரை பயன்படுத்துகின்றனர். துடும்புடன் தப்பு, உருட்டு போன்ற இசைக்கருவிகளும் பயன்படுத்தப்படுகின்றன. தேவராட்டம், சேவையாட்டம் போன்றவற்றிற்கு சிவனை மையப்படுத்தி பலவகையான புராணக்கதைகள் உள்ளன. அந்த ஆட்டங்களில் இசைக்கும் இசைக்கருவிகளுக்கும் புதுமையான புராணங்கள் உள்ளன. ஆனால் துடும்பாட்டத்திற்கும். துடும்பாட்டத்தில் இசைக்கப்படும் இசைக்கருவிகளும் பட்டத்தரசியம்மனை மையப்படுத்தி ஒரே புராணக்கதை மட்டுமே கூறப்படுகின்றது. இத்துடும்பாட்டமானது பட்டத்தரசியம்மன் கோயில் விழாக்களில், அதிகமாகவும், மதுரை வீரன் போன்ற விழாக்களில் குறைவாகவும்

இசைக்கப்படுகின்றது.

அருந்ததிய இன மக்களுக்கே உரியதாக இத்துடும்பாட்டம் காணப்படுகின்றது. அவ்வின மக்கள் அனைவரும் இத்துடும்பினை இசைக்கத் தெரிந்தவராக இருப்பர். அருந்ததிய இன மக்களின் இன்பம், துன்பம், வழிபாடு, சடங்கோடு இணைந்த ஒரு கலையாக இன்றும் காணப்படுகின்றது. இத்துடும்பினை வேறு இனமக்களின் சடங்குகளிலும் வழிபாட்டிலும் இசைக்கின்றனர்.

துடும்பாட்டக் கலையை அருந்ததிய இன மக்கள் தங்களின் குல ஆட்டமாக ஆடி வருகின்றனர். இதனால் துடும்பு தப்பு இசைக்கலைஞர்களே சில நேரங்களில் ஆட்டக்கலைஞர்களாக மாறி ஆட வேண்டிய சூழ;நிலையில் இசைக்கலைஞர்கள் ஆட்டக்கலைஞர்களாக மாறுகின்றனர். இதனால் இவர்கள், இருவகைக் கலைக-ளிலும் பயிற்சி மேற்கொண்டு ஆடியும், இசைத்தும் வருகின்றனர்.

ஒயிலாட்டம்

ஒயிலாட்டம் ஆடும் மக்கள் தங்களின் ஆட்டத்தின் தோற்றம் குறித்து எந்த புராணக் கதையையும் கூறுவதில்லை. இவர்கள் மலையை விட்டு நகரப்பகுதிக்கு வந்ததற்கு மட்டும் மன்னர் திருமலை நாயக்கருடன் இணைத்து ஒரு வரலாற்றை கூறுகின்றனர்.

இவ்வாறு மேற்குறிப்பிட்ட இன மக்களின் இன வரலாற்றோடும், வாழ்வோடும் ஆட்டக்கலைகள் இணைந்துள்ளன. இம்மக்கள் பிற சமூகத்தினரிடம் தங்களை அடையாளப்படுத்திக்கொள்ளவும் நிலைநிறுத்திக்கொள்ளவும் ஆட்டக்கலைகளைப் பயன்படுத்துகின்றனர். மனிதன் தனது அன்றாட வாழ்விலிருந்து தன்னை வேறு-படுத்திக் காண கலைகளின் பக்கம் பார்வையை திருப்புகிறான். இப்பார்வை அவனை பார்வையாளனாகவும், பங்கேற்பாளனாகவும் செயல்பட வைக்கின்றது. தன் இனத்திற்கான வரலாற்றோடு கலை உணர்வையும், சமூகத்தின் முன் வைப்-பதே இனக்குழு மக்களின் நோக்கமாக உள்ளது.

3

ஆட்டக்கலைகள் நிகழத்தப்படும் சூழல்

பழமையான பண்பாட்டு மரபுகளையும், சடங்குகளையும் வழிபாட்டு முறைகளையும் பின்னணியாகக் கொண்டு நிகழ்த்தப்பட்டு வரும் நாட்டுப்புற ஆட்டங்களை அவை நிகழ்த்தப்படும் பண்பாட்டுச் சூழலோடு இணைத்துப் பார்க்க வேண்டும். மக்களின் வழக்காறுகள் அவை வழங்கப்பெறும் சூழலோடு நெருங்கிய தொடர்புடையவை. சூழலின் அடிப்படையில் தான் ஒரு கலையில் இருந்து இன்னொரு கலை மாறுபடுகிறது. சூழலற்ற வெளியில் நிகழ்த்துக் கலைகளை ஆய்வு செய்வது என்பது கண் இல்லாதவன் யானையை தடவிப்பார்த்து சொல்வதைப் போல் தான் இருக்கும். எனவே இனக்குழு மக்களின் நிகழத்துக்கலைகள் அவை நடைபெறும் சூழலால்தான் பிற இனமக்களிடம் இருந்து வேறுபடுகின்றன. இச்சூழலின்ன அடிப்படையில் ஆட்டக்கலைகளை வழிபாட்டுச்சூழல், வாழ்வியல் சடங்கு சூழல், பொழுது போக்கு சூழல் என்னும் பொருண்மையின் அடிப்படையில் ஆராயலாம்.

பண்பாடு

ஓர் இனத்தின் பண்பாட்டை. பண்பாட்டுச் செயல்பாடுகளை (Cultural functions) முழுமையாகப் புரிந்து கொள்ளும் பொழுதுதான் பண்பாட்டுச் செயல்பாடுகளில் முக்கிய பங்கு வகிக்கும் ஆட்டங்களைப் பற்றியும் புரிந்து கொள்ள முடியும். பண்பாடு என்னும் கலைச் சொல் முதன்முதலில் டைலரால் கி.பி.1865 -ல் அறிமுகப்படுத்தப்பட்டது. விலங்காண்டித் தனத்திலிருந்து படிப்படியாக வளர்ச்சியடைந்து நாகரீக மனிதனாக தேறி வாழ்ந்து வருதலை பற்றி கூறும் பழக்க வழக்கங்கள் மரபுகள் பற்றிய தொகுதியே பண்பாடாகும்.

ஒரு குறிப்பிட்ட இனத்தின் பண்பாட்டு நடத்தைகளைத் தெளிவாகப் புரிந்து கொள்வதற்கு மானிடவியலின் ஒரு பிரிவாகிய இனக்குழுவியல் ஆய்வு முறை

வழிகாட்டியாய் விளங்குகிறது. இனக்குழுப் பண்பாடு பற்றிய முறையான அறிவியல் ஆய்வாகவும் இது பயன்படுத்தப்பட்டு வருகிறது. பண்பாட்டுக் கூறுகளின் செயல்பாடுகளை அதன் உறவுகளைச் சரியாகப் புரிந்து கொள்ளவும் இது உதவுகிறது.

இனக்குழு சமூகம் மற்றும் வேட்டைச் சமூகத்தின் சமய நிலை

ஆதி மனிதனின் வாழக்கை இயற்கையைச் சார்ந்ததாக இருந்தது. அவர்கள் இயற்கையிலிருந்து கிடைக்கும், கிழங்குகள், காய்கள், கனிகள், விலங்குகளின் இறைச்சிகள் இவைகளையே உண்டு வாழ்ந்து வந்தனர். இனக்குழுக்களாக வாழ்ந்து வந்தவர்களுக்கு நன்மை செய்த இயற்கை சக்திகளாகிய காட்டுத்தீ, பெருமழை, வெள்ளம், பூமி அதிர்ச்சி, வறட்சி விலங்குகளின் தாக்குதல் ஆகியன ஒருவகையில் நன்மை செய்தாலும் மற்றொரு வகையில் துன்பம் தந்தன. தமக்கு நன்மை செய்யும் இயற்கை திடீரெனத் தன்னைத் துன்புறுத்துவதைக் கண்டு மனிதன் அஞ்சினான். இதனால் மனிதனைப் போலவே இயற்கைக்கும் உயிர் இருக்கிறது என நம்பினான். அதனால்தான் அவை சில சமயங்களில் சினங்கொண்டு சீறுகின்றன என்று கருதி அவற்றின் சினத்தையடக்கி மனநிறைவடையச் செய்ய நினைத்தான். எனவே அவற்றைப் போலவே போலச் செய்வதன் மூலம் அதனை எளிதாக அடைய முடியும் என்று நம்பினான். இப்போலச் செய்தல் முறையே பின்னர் 'மந்திரச் சடங்கு' எனப்படுகிறது.

இனக்குழு மக்களின் இயற்கையைக் கட்டுப்படுத்தும் முயற்சியே மந்திரச் சடங்கு ஆகும். இம் மந்திரச் சடங்கிற்கும் கட்டுப்படாத ஒரு சில இயற்கை இறந்த சக்திகள் ஆற்றல் இயற்கையினிடத்தில் இருப்பதாக நம்பினான். இந்த அதீதசக்தியை மனநிறைவடையச் செய்ய சில சடங்குகளைச் செய்தான். இச்சடங்குகளே பலியிடுதல் மற்றும் படையல்களாக வளர்ந்தன. பின்னர் இந்த இயற்கை சக்திகளே கடவுள்கள் என்று நம்பப்பட்டன. இயற்கை ஆற்றல்களை திருப்திப்படுத்த மனிதர்களால் செய்யப்பட்ட சடங்குகளை அவ்வினக்குழுத் தலைவனே முன்னின்று நடத்தினான். இவனே பிற்காலத்தில் கடவுளுக்கு வழிபாடு செய்யும் பூசாரியாக மாறினான். இவ்வாறாக இனக்குழு மக்களிடத்தில் மந்திரத்தின் வழியாகச் சமயம் தோன்றியது எனலாம்.

இனக்குழுச் சமூகத்தின் சமய வடிவங்களில் ஒன்றுதான் மந்திரச்சடங்கு. ஏனெனில் மந்திரம், சடங்கு என்ற இரண்டுமே அளந்தறிய முடியாத ஆற்றல் பெற்றவையாகக் கருதப்படுகின்றன. "மழையின்றி வறட்சியாகும் காலத்தில் மழையினைப் பெறுவதற்கு மழை பெய்வது போன்ற பாவனையுடன் (imitation) கூடிய செயல்களைச் செய்து காட்டுவதனால் மழையைப் பெய்விக்க முடியுமென்று நம்பினர். இவ்வாறான பாவனைச் செயல்களுடன் கூடிய சடங்குகள் பாவனை மந்திரம் (imitation magic) எனப்படும்" (தே.ஞானசேகரன் ப.122) என்ற கருத்து

இங்கு கவனத்தில் கொள்ளுவதற்குரியதாகும்.

இனக்குழுச் சமூக மக்கள் வேட்டையாடுதலை நம்பி வாழத் தொடங்கும் பொழுது 'வேட்டைச் சமூகம்' உருவானது. இவ்வேட்டைச் சமூக மக்கள் தாம் வேட்டைக்குச் செல்லும் முன் சில பாவனைச் சடங்குகளைச் செய்து தமக்கு வேட்டையில் நிறைய விலங்குகள் அகப்படவேண்டும் என்று வேண்டுவர். வேட்டைச் சமூகத்தினர் வானத்தைக் கடவுள் உறையும் இடமாகக் கருதினர். வேட்டைச் சமூகத்தினர் வேட்டைக்குச் சென்று விலங்குகளை வேட்டையாடுதலைப் போன்று பாவனை மூலமாக விலங்குகளை விரட்டுதல், அவை தப்பி ஓடுதல், பின்னர் அகப்படுதல், அதனைத் தாங்கிக் கொல்லுதல் போன்றவற்றை செய்து வழிபட்டனர். அப்பொழுது வேட்டையில் நிறைய விலங்குகள் அகப்பட வேண்டும் என்பதற்காக சில நரபலிகளையும் கூடக் கொடுத்தனர்.

"பெரு நெறி வழிபாட்டினின்று தொல்பழம் வழிபாட்டைப் பெரிதும் பிரித்துக் காட்டுவனவற்றுள் தொல் பழந் தெய்வங்களுக்கு ஆடு, எருமை, பன்றி, கோழி ஆகியவற்றை பலி கொடுக்கும் செயல் குறிப்பிடத்தக்கதாகும். பலி கொடுக்கும் வழக்கம் உலகின் எல்லா தொல்பழந் தெய்வ வழிபாட்டு நிலையிலும் உண்டு". (அ.கா.பெருமாள் ப.23) இவ்வாறு இனக்குழு சமூகத்தினர் மற்றும் வேட்டைச் சமூகத்தினர் தங்களின் வழிபாட்டில் செய்த பாவனைச் சடங்குகள் பிற்காலத்தில் ஆட்டக்கலைகளாக உருமாற்றம் பெற்றன எனலாம்.

சமயமும் பாவனைச் சடங்கும்

இயற்கையை நம்பி வாழந்த இனக்குழு மக்கள் அவ்இயற்கைச் சக்திகளை மனநிறைவடையச் செய்யச் சில பாவனைச் சடங்குகளைச் செய்தனர். இப்பாவனைச் சடங்குகளே பிற்கால மந்திரங்களாகவும், சமயமாகவும் மாறியுள்ளது. மழையின்றி வறட்சியாக இருந்த காலத்தில் மழை பெய்வது போல் இனக்குழு தலைவன் ஒரு உயரமான இடத்தில் இருந்து நீரை ஊற்றுவான். மேலும் இடி இடிப்பது போன்று உயரமான இடத்தில் இருந்து கற்பாறைகளை உருட்டிவிட்;டு ஓசை எழுப்பி இது போன்று தங்களுக்கும் மழை பெய்ய வேண்டும், இடி இடிக்க வேண்டும் என்று வேண்டுவர். இவ்வாறு செய்யப்பட்ட பாவனைச் செயல்கள் ஒரு சமயச் சடங்காக இன்றளவும் நாட்டார் சமயத்தில் கடைபிடிக்கப்பட்டு வருகின்றன.

இவ்வாறு பொருளாதார நலன் கருதிச் செய்யப்பட்ட பாவனைச் சடங்குகளில் தாங்கள் வேண்டிவை ஒரு சில சூழல்களில் கிடைக்காமல் போகவே தாங்கள் வழிபட்ட இயற்கைக்கும் அப்பாற்பட்ட ஒரு சக்தி மேலேயிருப்பதாக நம்பினர். அச்சக்தியை மனநிறைவுடையச் செய்ய தங்களுக்கு நன்மை செய்ய வைக்க சில புதிய சடங்குகளைச் செய்தனர். அவையே படையல் படைத்தலும் பலியிடதலும் ஆகும். இன்றளவும் நாட்டுப்புற மக்களிடத்தில் இச்சடங்குகள் அவர்களின் வழிபாட்டின் முக்கிய அம்சமாக இருக்கின்றன.

பாவனைச் சடங்குகள் அப்படியே நாட்டாரின் சமய வழிபாட்டில் இன்றைய காலகட்டத்தில் இல்லாமல் போனாலும் அவற்றின் மாற்று வடிவங்கள் நடைமுறையில் இருக்கின்றன. மழையைப் பெய்விக்க வேண்டி நீர் நிறைந்த குடத்தை எடுத்துச்சென்று இறைவனை வழிபட்டு அந்த நீரைத் தெய்வத்தின் உருவத்தின் மீது ஊற்றி வழிபாடு செய்வது இன்றும் நடைமுறையில் உள்ளதுதான்.

வேட்டைச் சமூகத்தில் வேட்டைக்குச் செல்லும் முன் செய்த பாவனைச் சடங்குகள் இன்றும் ஒரு சில இடங்களில் நாட்டாரின் வழிபாட்டில் பின்பற்றப்படுகின்றன. “மதுரை மாவட்டத்தில் வாழும் வலையர்கள் வேட்டைக்குச் செல்லும் முன் தங்களது கோவிலின் முன்னர் வேட்டையாடுதல் போன்ற நடனத்தை ஆடிவிட்டுச் செல்வதை வழக்கமாகக் கொண்டுள்ளனர். இன்றளவும் வேட்டையாடுவதைத் தம் குலத்தொழிலாகச் செய்து வருகின்றனர். அவர்கள் வழிபாட்டுச் சடங்காக ஆடும் தேவராட்டத்தில் வேட்டையாடுதல் போன்ற நடனத்தை ஆடிவிட்டுச் செல்வதை வழக்கமாகக் கொண்டுள்ளனர். இன்றளவும் வேட்டையாடுவதனைத் தம் குலத்தொழிலாகச் செய்து வருகின்றனர் என்பது கவனத்திற்குரியது ஆகும்”. (தே.ஞானசேகரன் ப.2)

கம்பளத்து நாயக்கர் இன மக்களும் வேட்டையாடுதலை ஒரு வழக்கமாகச் செய்து வருகின்றனர். அவர்கள் வழிபாட்டுச் சடங்காக ஆடும் தேவராட்டத்தில் வேட்டையாடுதல்; போன்ற ஒரு ஆட்டத்தையும் இன்றுவரை ஆடிவருகின்றனர்.

இனக்குழுச் சமூகத்தினரும், வேட்டைச் சமூகத்தினரும் செய்த பாவனைச் சடங்குகளே இன்றளவும் சமய வழிபாட்டில் வழிபாட்டுச் சடங்காகவும், ஆட்டக்கலையாகவும் உள்ளன. பாவனையாகச் செய்யப்பட்டதும் மந்திரமாக செய்யப்பட்டதும் இன்று சமயச்சடங்காகி வழிபாட்டில் இடம்பெறுகின்றன. பாவனைச் சடங்குகளையும் மந்திரத்தையும் முன்னின்று நடத்திய இனக்குழுத் தலைவனே பின்னால் கோயில் பூசாரியாக மதிக்கப்பட்டான். இவ்வாறு பாவனைச் சடங்குகள் சமயத்தின் ஒரு அங்கமாக இணைந்து தெய்வவழிபாட்டில் முக்கிய இடம் பெற்று விளங்குகின்றன.

வேளாண் சமூகம்

தொன்மச் சமயத்தில் இயற்கையினை வழிபடும் போக்கு இருந்தது. அம்முறையில் வழிபாட்டு மரபில் மலை, ஆறு, சூரியன், சந்திரன் போன்றவைகளும் தாவரங்களும் விலங்குகளும் வழிபாட்டு மரபில் தொடர்பு பெற்றிருந்தன.

வேளாண் சமூகம் என்பது வேட்டைச் சமூகத்திலிருந்து மாறுபட்;டு முற்றிலும் நிலத்தையும், அதில் விளையும் பயிர்களையும் நம்பி வாழ்ந்த ஒரு சமூகம் ஆகும். பயிர்த்தொழில் செழிக்க முக்கியக்காரணியாக இருப்பது மழையாகும். மழை நீரை வழங்கும் சக்தி கொண்ட வானத்தையும் நிலத்தையும் கணவன் மனைவியாக நினைத்து வழிபடுவது நாட்டார் சமய மரபாகும். ஒரு தாயைப் போல உணவுப்-

பொருட்களை நிலம் வழங்கி மக்களைக் காப்பதால் நிலத்தை பூமாதேவி என்று நம் நாட்டினர் வணங்கினர். ஆதனாலேயே பிறந்த குழந்தையை நிலத்தில் படுக்கவைத்து எடுப்பது சில இடங்களில் வழக்கமாக இருக்கிறது. வேளாண் தொழில் செழிக்க அடுத்த முக்கியக் காரணியாக இருப்பது சூரியன் ஆகும். சூரிய வழிபாடு நாட்டுப்புற மக்களிடத்தில் அதிலும் குறிப்பாக வேளாண்மைத் தொழிலை நம்பி இருக்கின்ற மக்களிடத்திலே முக்கிய இடத்தைப் பிடித்திருக்கிறது. வேளாண்மைத் தொழிலில் ஈடுபட்டுள்ள மக்கள் முதலில் Nரியக்கடவுளையும், அடுத்து நிலமகளையும் வணங்கிய பின்னரே தங்கள் நிலத்தில் வேளாண்மை வேலையைச் செய்யத் தொடங்குவர். பயிர்கள் செழித்து வளர வேண்டும் என்பதற்காக நிலத்திற்கு வழிபாடு செய்து வழிபடுவது இவர்களது மரபாகும். அதற்கும் ஒருபடி மேலே தாண்டிச் சென்று அந்நிலமகளை மனம் மகிழச் செய்ய அதற்கு உயிர்பலி கொடுத்து பலியான உயிரின் குருதியை நிலத்தில் தெளித்தும் வழிபட்டு வந்துள்ளனர்.

பயிர்கள் எவ்வாறு தனது நிலத்தில் வளர வேண்டும் என்று விரும்பினானோ அதுபோல ஒரு மண் பாத்திரத்தில் தானியங்களை இட்டுப் பயிர்களை வளரச் செய்து அதனை எடுத்துச் சென்று கடவுளின் முன் வைத்து வணங்கினான். இது முளைப்பாரி சடங்காக நாட்டார் தெய்வ வழிபாட்டில் கடைபிடிக்கப்படுகிறது.

உலகம் முழுவதிலும் வாழ்ந்த வேளாண்மைக் குடிமக்களிடமும், முன்னோர் வழிபாட்டில் ஈடுபாடு காட்டிய பழங்குடிச் சமூகத்திடமும் நிலத்தெய்வ வழிபாடு இருந்து வந்தது. வில் டியூரண்ட் (Will Durent) இது பற்றிக் குறிப்பிடும் போது, “தாமறிந்த வரையில் முற்காலச் சடங்குகள் அனைத்துமே மண்ணின் வளத்திற்காகச் செய்யப்பட்ட தாவர வழிபாட்டுச் சடங்குகளே” என்கிறார். (தே.ஞானசேகரன் ப.5)

வேளாண் சமூகத்தினரின் தலையாய நோக்கம் நிலத்தின் விளைச்சல் நல்ல முறையில் இருக்க வேண்டும் என்பதேயாகும். அதனால் அவர்கள் நீர்வளம் வேண்டி வருணனை வழிபட்டனர். விளைச்சலை கொடுக்கும் பூமியை வழிபட்டனர். இயந்திர காலத்தில் கலப்பையையும், நிலத்தை உழுவதற்கு உதவிய காளை மாட்டையும் வழிபட்டனர். பயிர்கள் செழித்து வளர்ந்து அறுவடையானதும் அடுத்த நடவிற்கு இடைப்பட்ட காலத்தை தங்கள் ஓய்வுக்காலமாகக் கருதி அக்காலத்தில் தங்களுக்கு எல்லா வளத்தையும் கொடுத்து உதவிய கடவுளர்க்கு நன்றி தெரிவிக்க திருவிழாக்கள் நடத்தினர்.

இவ்வாறு வேளாண் சமூகத்தினர் தங்கள் தேவைகளை நிறைவு செய்ய வேண்டியும், அத்தேவைகள் நிறைவேறிய பின்னர் அத்தேவைகளை நிறைவு செய்த தெய்வத்திற்கு திருவிழாக்கள் நடத்தியும் வழிபட்டனர். இயற்கைச் சக்திகளுக்கு அடங்கி இயற்கையை மட்டும் நம்பி வாழ்ந்த மக்கள் இடம் பெயர்ந்து சென்று

ஆற்றங்கரை ஓரங்களில் தங்கிப் பயிர்த் தொழிலில் ஈடுபட்டு வாழ்ந்தனர். அப்பயிர்த்தொழில் செழிக்கவும், அதற்கு உதவிய கடவுளர்களுக்கு நன்றி தெரிவித்தும் வாழ்ந்து வந்தனர். பாவனைச் சடங்குகள் மூலம் இவர்கள் தங்கள் வேண்டுதல்களைத் தெய்வத்திடம் தெரிவித்தனர்

வேளாண் சமூகச் சமயத்தில் ஆட்டக்கலைகளும் பயிர்த்தொழில் சார்பும்

வேளாண் சமூக மக்கள் மழை வேண்டியும் பயிர்கள் செழித்து வளர வேண்டியும் செய்த பாவனைச் சடங்குகளே பிற்காலத்தில் ஆட்டக்கலைகளாக மாறின. அதுமட்டும் அல்லாமல் அவர்கள் ஓய்வு நேரத்தின் மகிழ்ச்சிக்காகவும் சில ஆட்டங்களைத் தாங்களே ஆடியும், பிறர் ஆடுவதைக் கண்டு மகிழ்ந்தும் வந்தனர். “நியு{சிலாந்து நாட்டின் மோரிஸ் இன மக்கள் உருளைக்கிழங்கின் வளர்ச்சிக்காக நடனம் ஆடுவது மரபு, உருளைக்கிழங்கு தோட்டங்களில் குருத்துகள் கீழ்த்திசைக் காற்றினால் நாசமாகாமல் தடுக்க, பெண்கள் இந்நடனத்தை ஆடினர். அதில் காற்று, மழை போன்றன வேகமாக வருவதைப் போன்றும், பயிர் நன்கு முளைத்து வளர்ந்து பூத்து வருவதைப் போன்றும் பாவனை செய்து ஆடுவர்”. (தே.ஞானசேகரன் ப.3)

இவ்வாறு நம் நாட்டிலும் பயிர்த்தொழில் செழித்து வளர்வதைப் போன்று முளைப்பாரி வளர்த்து அதனைச் சுற்றி பெண்கள் கும்மி கொட்டி ஆடுகின்றனர். மேலும் மழை வளம் வேண்டி மழைக்கடவுளான மாரியம்மனுக்கு கரகம் எடுத்து வழிபடுகின்றனர். நீர் நிலைகளில் இருந்து ஒரு குடத்தில் நீரை இறைத்து அந்த குடத்தை சக்திக்கரகமாக, மாரியம்மனாக பாவித்து வழிபடுகின்றனர். தமிழகத்தைப் பொறுத்த அளவில் மாரியம்மனே மழையை வழங்கும் கடவுளாக நம்பப்பட்டு வழிபடப்படுகின்றாள்.

வேளாண் சமூகத்தினர் பயிர்கள் நன்கு வளர்ந்து அதனை அறுவடை செய்த பின்னர் அடுத்து விதைப்பதற்கு இடைப்பட்ட காலத்தை ஓய்வுக்காலமாகக் கழிப்பர். அவ்வாறு கழிக்கும் காலத்தில் அவர்கள் பல பொழுது போக்குச் செயல்களில் ஈடுபடுகின்றனர். மனிதன் இயற்கையிலேயே போர்க்குணம் உடையவன். அதனால் அவன் கோழி, ஆடு, மாடு போன்றவற்றை மோதவிட்;டுப் பார்த்து மகிழ்கின்றான். இவை மட்டுமல்லாமல் அவர்கள் தமது ஓய்வான நேரத்தில் ஆட்டக்கலைகளை கற்றுக்கொள்ளவும் விருப்பப்படுகின்றனர். அதனால் ஒயிலாட்டம், பொய்க்கால் குதிரை ஆட்டம், மயிலாட்டம், கும்மி போன்ற ஆட்டங்களைக் கற்றுக் கொள்கின்றனர்.

கூத்துக்களைக் கண்டு மகிழ்வதிலும் மிகுந்த ஆர்வம் காட்டுகின்றனர். இதனால் கிராமப்புறங்களில் அறுவடைக்காலம் முடிந்த பின்னரே கூத்துக்கள் போன்ற கலைநிகழ்ச்சிகள் நடத்தப்படுகின்றன. பயிர்த்தொழிலுக்கு உதவிய காளை மாடுகளுக்கு பொங்கல் இட்டு வழிபடப்படப்பட்டுப் பின்னர் அக்காளை மாடுகளை

ஓடவிட்டு அடக்கும் ஜல்லிக்கட்டு நிகழ்ச்சியும் நடத்தப்படுகின்றன.

முளைப்பாரி பயிரைச் சுற்றி பெண்கள் கும்மி கொட்டி ஆடும் பொழுது, அதற்குச் சிறிது தள்ளி ஆண்கள் இணைந்து ஒயிலாட்டம் ஆடுகின்றனர். முருகக் கடவுளை வழிபடும் பொருட்டுக் காவடி ஆட்டமும் வேளாண் சமூகத்தினரால் ஆடப்படும். அதைப் பலரும் கண்டு மகிழ்கின்றனர். இது வேளாண் சமூகத்தின் ஆட்டக்கலைகளுக்கும் பயிர்த்தொழில் சார்புக்கும் இடையே உள்ள ஒற்றுமையைக் காட்டுவது ஆகும்.

மழை வேண்டிச் செய்யும் சடங்குகள்

வேளாண்மைத் தொழில் செழிக்க உதவும் முக்கிய காரணி மழை ஆகும். அந்த மழையை வேண்டி நாட்டுப்புற மக்கள் பல வழிபாடுகளையும், சடங்குகளையும் செய்கின்றனர். மழையை வேண்டி ஆதிகால மனிதன் பாவனைச் சடங்குகளைச் செய்து வழிபட்டான். அவனைப் பின்பற்றியே இன்றளவும் மழை வழிபாடு நடைபெற்று வருகின்றன. மழை பெய்வது போல் தெய்வ வடிவத்தின் மீது நீரை பெய்தும் வழிபாடு நடத்துகின்றனர்.

கிராமப்புறங்களில் மாரியம்மன் வழிபாடு முக்கிய இடத்தைப் பெறுகின்றது. மாரியம்மனுக்கு கஞ்சிக்கலயம் எடுத்தல் என்ற ஒரு சடங்கும் உண்டு. இது மழை வேண்டி மக்கள் செய்யும் வழிபாடு ஆகும். மழை பெய்யாத வறட்சிக்காலங்களில் ஊரில் வெப்பம் அதிகமாகி ‘வெம்மை நோய்’ என்ற நோய் மக்களைத் தாக்குகிறது. இதுவே அம்மை போடுதல் என்று கூறப்படுகிறது. இதனால் மழைத்தெய்வமான மாரியம்மனிடம் இந்நோயில் இருந்து தங்களைக் காக்குமாறும், தங்களின் விளை நிலங்களில் விளைச்சல் நன்கு பெருக அருள் புரியுமாறு வேண்டியும் கரகம் எடுத்தல், தீ சட்டி எடுத்தல், தீ மிதித்தல் போன்ற சடங்குகள் செய்யப்படுகின்றன. மழை வேண்டி ஒரு குடத்தில் அருகாமையில் உள்ள நீர் நிலையில் இருந்து நீரை எடுத்து வந்து அந்த குடத்தில் அம்மன் இருப்பதாகப் பாவித்து வழிபாடு செய்கின்றனர். இது சக்தி கரகம் எனப்படுகின்றது.

ஒரு மண்சட்டியில் நெருப்பை உண்டாக்கி, அந்தச் சட்டியைக் கையில் ஏந்தி வந்து அம்மனை வழிபடுகின்றனர். அம்மன் கோவில் முன்னால் தீக்குழியை ஏற்படுத்தி அதனை மிதித்து வந்து தமது பயிர்த்தொழில் செழிக்க மழை பெய்து அருளுமாறு வேண்டியும் வழிபடுவர். கூழ் ஊற்றுதல் என்ற சடங்கும் மழை வேண்டி செய்யப்படும் சடங்குகளின் ஒரு பகுதியாகும்.

முளைப்பாரி இட்டு மக்கள் வழிபடும் பொழுது அந்த முளைப்பாரிப் பயிர் நன்கு செழித்து வளரவில்லை என்றால் இந்த வருடம் தங்கள் ஊருக்கு மழை பெய்யாமல் பெரும் தீங்கு விளையப்போகிறது என்று எண்ணி மக்கள் அஞ்சுவர். அதனைச் சரி செய்யவும் தெய்வத்தை மன நிறைவடையச் செய்யவும் ஆடு, கோழி போன்றவற்றைத் தெய்வத்துக்குப் பலியிடுவர். மேலும் ஒரு சிறுமியை அம்-

மனாகப் பாவித்து அச்சிறுமிக்கு அம்மனுக்கு செய்வது போன்று அலங்கரித்து வழிபாடு செய்து தமக்கு நேரவிருக்கும் தீங்கை நீக்குமாறும் வேண்டுகின்றனர்.

சில கிராமப்புறங்களில் தொடர்ந்து சில வருடங்கள் சேர்ந்தாற்போல மழை பெய்யாமல் பெரும் வறட்சி ஏற்பட்டால் அவ்வூரில் உள்ள கன்னிப்பெண்ணை விரதமிருந்து கன்னிப்பூசை செய்யுமாறு வேண்டுவர். மேலும் இரவு வேளையில் அப்பெண்ணை ஆடைகள் எதுவும் அணியாமல் ஊரைச் சுற்றி வலம் வந்து அம்மனை வணங்குமாறும் கூறுவர். இவ்வாறு செய்தால் மழை பெய்யும் என்பது நாட்டுப்புற மக்களின் நம்பிக்கை. நாட்டுப்புற மக்கள் மழை வேண்டி இத்தகைய சடங்குகளைச் செய்கின்றனர்.

இனக்குழுவியல் நெறிமுறைகளின் அடிப்படையில் கம்பளத்தார், கணியான், மலைவேடர், அருந்ததியர் ஆகியோரின் வாழ்க்கை வழிபாட்டுச் சடங்கு மற்றும் பொழுது போக்கு தன்மை உற்று நோக்கப்பட்டு, அவற்றின் பின்னணியில் தேவராட்டம், சேவையாட்டம், கணியான் கூத்து, ஒயிலாட்டம், துடும்பாட்டம், நிகழ்த்தப்படும் சூழல் விளக்கப்படுகின்றன.

சூழல்

மக்கள் வழக்காறுகள் அவை வழங்கப்பெறும் சூழலோடு இணைத்து ஆராயப்படவேண்டும் என்னும் கருத்து 1950 ல் உருவாக்கப்பட்டது. ரோஜர் ஆப்ரஹாம், டான் பென் அமர்;, ஆலன் டண்டிஸ், ராபர்ட் ஜார்ஜ்;, கென்னத் கோல்ட்ஸ்டின் போன்ற அறிஞர்கள் சூழலியலின் முக்கியத்துவத்தை வலியுறுத்தினர். ரிச்சர்டு பௌமன், டெல்ஹம்ஸ் இருவரும் நிகழத்துதல் என்ற கருத்தாக்கத்தையும் சூழலோடு இணைத்து விவாதித்தனர். “நாட்டார் வழக்காறுகள் சமூகத்தில் ஓர் உண்மையான படிமுறையாகும். இதன்படி நாட்டார் வழக்காறுகளின் அடித்தளத்தைப் பட்டறிவு அடிப்படையில் சோதனை ரீதியாக விரிவாக்க வேண்டும். சூழல் என்ற கருத்தாக்கம் வெளிப்படையாகவும், மறைமுகமாகவும் ஒரு சட்டகமாகப் பயன்படுத்தப்படவேண்டும். இதன் அடிப்படையில் தான் கருத்தாக்கங்களை உருவாக்கவேண்டும். கருத்துப்புலப்படுத்தம், நிகழ்த்துதல், விதிகள், இலக்கணம் போன்ற பதங்கள் நாட்டார் வழக்காறுகள் சமூகச் செயல்பாடுகள் என்ற முறையில் மிக இன்றியமையாதவை. வழக்காறுகளை அவற்றின் சந்தர்ப்பச் சூழலில் வைத்துப்பார்க்கும் போதுதான் சமயம், கருத்துருவம், கலை போன்ற நாட்டார் வழக்காறுகளுக்கும் ஓர் ஒழுங்கு முறையான பண்புண்டு என்பது புலப்படும்” என சூழலின் இன்றியமையாமை குறித்து தே.லூர்து (நாட்டார் வழக்காற்றியல் கோட்பாடுகள் பக்-100) தமது நூலில் குறிப்பிட்டுள்ளார்.

“ஒரு குறிப்பிட்ட மக்கள் குழு, இனம் இவற்றின் பண்பாட்டிற்கும் அம்மக்களின் வழக்காறுகளுக்கும் இடைப்பட்ட தொடர்பு எத்தகையது? அவ்வழக்காறுகள் அம்மக்களுக்கு எவ்வித அர்த்தத்தில் எவ்வகையான பயன்பாட்டை வழங்குகின்றன?

எம் மாதிரியான கருத்துக்களை வெளிப்படத்துகின்றன? என்பன போன்ற அர்த்த-முள்ள வினாக்களுக்கு விடைகள் அந்தந்த வழக்காறுகள் வழங்கப்படும் சூழல்க-ளும் (உடிவேநஒவ) அவ்வழக்காறுகள் நிகழ்த்தப்படும் முறைகளும் பற்றி அறிவது இன்றியமையாததாகும்'' (கலை இலக்கிய கோட்பாடுகள், 1995,71) என்று சூழல் குறித்து ஓ.முத்தையா தனது தேவராட்டம் என்னும் நூலில் குறிப்பிட்டுள்ளார். இத்-தகைய கருத்தாக்கங்களோடு மேற்குறிப்பிட்ட ஐந்து இனக்குழு கலைகளும் ஆரா-யப்பட உள்ளன.

வழிபாட்டுச்சூழல்

மனிதன் சடங்கு மற்றும்வழிபாட்டில் தன்னை ஈடுபடுத்திக்கொண்டபோது தான் ஆடிவந்த நடனங்களையும் அவற்றின் ஒரு கூறாக இணைத்துக்கொண்டான். தொடக்கத்தில் வழிபாட்டோடு இணைந்து சடங்காக நிகழ்த்தப்பட்ட நடனத்தினைத் தெய்வங்களின் படைப்பாகக் கருதியும், தெய்வங்களே ஆடியதாக நம்பியும் அவற்-றைத் தெய்வங்களுக்கே அர்;பணித்தான். தொடக்கத்தில் வழிபாட்டில் ஆடபட்ட நடனங்கள் தொழில்முதுறைக் கலைகளாக மாற்றம் பெற்றன.

வழிபாட்டு ஆட்டக்கலைகள்

பொதுவாக நாட்டுப்புறக்கலைகள் என்பவை எளிமைத்தன்மையை உள்ளடக்-கியவை. வட்டார மரபுகளுக்கு ஏற்ப இயங்குபவை. இதனை ''எளிமைத்தன்மை, கூட்டு நிலை, வட்டார மொழி, மரபுச்சார்புநிலை, பயிற்சி இல்லை என்று கூறு-மளவிற்கான எளிய பயிற்சி, மக்கள் அரங்கு போன்ற தன்மைகளை நாட்டுப்-புறக் கலை வடிவங்கள் கொண்டுள்ளன. எல்லாத்தரப்பு மக்களுக்கும் ஏற்புடை-யவை ஆகும். வெகுசனன ஊடகங்கள் வழியே எல்லாத்தர மக்களுக்கும் எடுத்துச் செல்ல ஏற்புடைய இலகுவான தன்மைகள், கூறுகள் ஆகியவற்றைக் கொண்-டவையாக நாட்டுப்புறக்கலை வடிவங்கள் விளங்குகின்றன'' (நாட்டுப்பற நிகழ்க-லைகள் ஒருப் பார்வை —ப-36)என்று கே.ஏ.குணசேகரன் குறிப்பிடுவது இங்கு நினைவில் கொள்ளத்தக்கது ஆகும்.

கலைகளின் தோற்றம் வழிபாட்டோடு இணைந்தது என்பதை, ''கலைகளின் தோற்றமே வழிபாடென்பது பலகாலும் கூறிய செய்தி, வழிபாட்டு உணர்வின்றிக் கலையாக மட்டுமே அமைந்தவை தொழிலாகப் பிறகு மாறும். தொழிலாகக் கரு-தாமல் கலையாக ஏற்கப் பெற்ற சில கலைகள் ஒரு சூழலில் வழிபாடு என மாறும்'' (நாட்டுப்பற களங்கள் ப-110)என அ.அறிவு நம்பி கருதுகிறார்.

ஆதிமனிதன் இயற்கைச் சக்திகளைக் கண்டு அஞ்சி அவற்றைப் போலச் செய்து அச்சக்திகளை வழிபடத்தலைபட்டதன் தொடக்கமே ஆட்டக்கலைகள் போன்ற நாட்டுப்புறக்கலைகள் தோற்றம் பெறுவதற்குக் காரணமாக அமைந்திருக்-கிறது.

சிறு தெய்வ வழிபாட்டினரான நாட்டுப்புற மக்களின் ஆட்டக்கலைகள் பற்றிய செய்திகள் புராணங்களிலும் சங்க இலக்கியங்களிலும் இடம்பெற்றுள்ளன. தமிழகத்தைப் பொறுத்த வரையில் இறையுணர்வைப் போற்றியே ஆடற்கலைகள் பெரும்பாலும் தோற்றம் பெற்றன. இன்னும் ஆழமாக சிந்தித்துப் பார்த்தால் இறைவனையே ஆடல்வல்ல கூத்தபிரானாகக் கருதியுள்ளமை புலனாகும். பழங்காலத்து மக்களாடிய பாண்டரங்கம், கொடுகட்டி போன்ற ஆட்டவகைகள் இறைவன் ஆடிய ஆட்டங்களாக இருக்கின்றன. சிலப்பதிகாரத்தில் வரும் ஆய்ச்சியர் குரவை, குன்றக்குரவை போன்றன இறைவனை முன்நிஜறுத்தி வழிபடுகின்ற வழிபாட்டை நோக்கமாகக் கொண்ட ஆடல்களே என்பதை அறிந்து கொள்ள முடிகிறது. சிலப்பதிகாரம் போன்ற காப்பியங்களில் ஆட்டக்கலைகளைப் பற்றிய செய்திகள் இடம்பெற்றிருப்பது நோக்கத்தக்கதாகும். பெரும்பாலும் இறை வழிபாடு என்பது ஆட்டக்கலைகளின் தோற்றத்திற்கு முக்கிய காரணமாக இருந்த போதிலும், சில ஆட்டக்கலைகள் வழிபாடு அல்லாத நிகழ்ச்சிகளிலும் நிகழ்த்தப்படுகின்றன. வழிபாடுகளில் சில ஆட்டக்கலைகள் நாட்டுப்புற மக்களால் தவறாது கடைபிடிக்கப்படுகின்றன. அவற்றை வழிபாட்டு ஆட்டக்கலைகள் என்று சுட்டலாம். அத்தகு வழிபாட்டு ஆட்டக்கலைகளுள்,

1) கரகாட்டம்
2) காவடியாட்டம்
3) துடும்பாட்டம்
4) கணியான் கூத்து
5) பொய்க்கால் குதிரை
6) மயில் நடனம்
7) மாட்டு நடனம்
8) ஒயிலாட்டம்
9) தேவராட்டம்
10) சேவையாட்டம்
11) கோலாட்டம்
12) வில் அம்பு ஆட்டம்
13) செலாகுத்தாட்டம்
14) கும்மி கொட்டல்

என்பன முக்கியமாக குறிப்பிடத்தக்க நாட்டுப்புற வழிபாட்டு ஆட்டக்கலைகளாகும்

கரகாட்டம்

செம்பு, பித்தளை போன்ற உலோகங்களாலோ அல்லது மண்ணாலோ செய்த பானை வடிவில் உள்ள சொம்பில் நீரையோ அல்லது ஈரமணலையோ நிரப்பி;

அந்தச் சொம்பை புஜூ முதலிய அலங்காரப் பொருட்களால் அலங்காரம் செய்து அதனை தலையின் மீது வைத்துக் கொண்டு அது கீசூழ விழுந்துவிடாதவாறு சமன் செய்து கொண்டு ஆடும் ஆட்டம் கரகாட்டம் எனப்படும். இக்கரகத்தினைப் பற்றிய செய்திகள் பழந்தமிழ் இலக்கணமாகிய தொல்காப்பியத்திலும், சங்க இலக்கியமாகிய கலித்தொகையிலும் பரவலாக இடம் பெற்றுள்ளன.

“நூலே கரகம் முக்கோல் மனையே

ஆயுங்காலை அந்தணர்குரிய”

(இளம்பூரணர்-பொருள்-மரபியலஜ-ப-568)

என்று தொல்காப்பியப் பொருளதிகாரத்திலும்

“எறிந்தகு கதிர் தாங்கி ஏந்திய குடை நிழல்

உறித்தாழ்ந்த கரகமும் உரை சான்ற முக்கோலும்” (நச்சினார்க்கினியர் பாலைக்கலி ப-36)

என்று கலித்தொகையிலும் இடம்பெற்றிருப்பது இங்கு கவனத்தில் கொள்ளத்தக்கதாகும்.;

கரகானது அது ஆடப்படும் சூழல் மற்றும் அதன் நோக்கத்தினை அடிப்படையாகக் கொண்டு சக்திக்கரகம் என்றும், ஆட்டக்கரகம் என்றும் அழைக்கப்படுகின்றது. சக்திக்கரகம் என்பது பெரும்பாலும் நாட்டுப்புறத் தெய்வமான அம்மன் கோவில் திருவிழாக்களில் அக்கோயிலின் பூசாரி, ஊர்த்தலைவன் குடும்பத்தார் அல்லது அதற்கென்றே மரபுவழி உரிமை உடைய ஒருவர் என யாரேனும் ஒருவரால் எடுக்கப்படுவதாகும். வருடாவருடம் திருவிழாக்காலங்களில் விரதம் இருந்து இக்கரகம் எடுக்கப்படும். இச்சக்திக்கரகம் அம்மன் கரகம் எனவும் அழைக்கப்படுகின்றது.

கரகமெடுப்பவரை ஊர் மக்கள் திருவிழாநாளில் அவர் வீட்டிற்குச் சென்ற மேளாதாளத்துடன் அழைத்துக் கொண்டு கோவிலுக்கு வருவர். கோவிலில் இருந்து வழிபாட்டிற்குத் தேவையான பொருட்களை எடுத்துக்கொண்டு கோவில் பூசாரியுடன் அனைவரும் அருகில் உள்ள நீர்நிலைக்குச் செல்வர். அங்கு கரகமெடுப்பவர் நீராடிவிட்டுப் புது ‘வேஷ்டியைக்’ கட்டிக் கொண்டு, கழுத்தில் மாலை அணிந்து, நெற்றியில் திருநீறு இட்டுக்கொண்டு கையிலும், தோள்பட்டையிலும், பூவாலாகிய சரங்களைக் கட்டித் திருநீறு கட்டுக்கொண்டு கரகம் எடுக்கத்தன்னைத் தயார் படுத்திக்கொள்வர். அடுத்துக் கரகச் சொம்பில் ஆற்றில் இருந்து எடுத்த நீரை அல்லது ஊற்று நீரை நிறைத்து அதன் மேலே தேங்காயை வைத்துப் பூவால் அலங்காரம் செய்து அதன் மேல் ஒரு கிளியை வைப்பர். இப்பொழுது அக்கரகத்திற்கு வழிபாடு செய்யப்படும். அந்தக்கரகத்தை பூசாரி எடுத்து விரதமிருந்தவரின் தலையில் வைப்பார். உடனே கரகமெடுத்தவர் அருள் வந்து ஆட ஆரம்பிப்பார். ஆடும் அவரையும் அவரின் தலையில் உள்ள கரகத்தையும் கீசூழ விழுந்து விழா-

தபடி இருவர் உடனிருந்து பிடித்துக்கொள்வர். மங்கள மேளம் இசைக்கக் கரகம் நீர்நிலையில் இருந்து கோவிலுக்கு எடுத்து வரப்படும். அப்பொழுது கரகம் எடுத்திருப்பவரை தெய்வமாக நினைத்து அவரை காலில் நீர் ஊற்றி சுத்தம் செய்து ஊர் மக்கள் அவர் காலில் விழுந்து வணங்குகின்றனர். அவர் அம்மன் கோவிலுக்கு வந்து கரகத்தை இறக்கி வைப்பர். உடன் முளைப்பாரியும் வைக்கப்படும். பின்னர் இதனைத் திரையிட்டு மறைத்து விடுவர். இதற்கு 'அம்மன் கொலு' என்று பெயர். மறுநாள் மேளதாளத்துடன் கரகம் எடுத்தவரை அழைத்து வந்து அவர் தலையில் கரகத்தையும், உடன் வரும் பெண்கள் தலையில் முளைப்பாரியையும் எடுத்துச் சென்று கரக நீரையும், முளைப்பாரியையும் நீர் நிலையில் விட்டு விடுகின்றனர்.

"சக்திக்கரகம் எடுப்பவர் மேள இசைக்கேற்ப ஆடுவதில்லை, அவர் அருள் வந்து மட்டுமே ஆடுகிறார். ஒரு சில இடங்களில் சக்திக்கரகம் எடுத்து வரும்பொழுது உடன் ஆட்டக்கரக நிகழ்ச்சியும் ஏற்பாடு செய்யப்படுகின்றது. ஆட்டக்கரகக்காரர்கள் சக்திக்கரகத்திற்கு முன்னால் நையாண்டி மேள இசைக்கு ஏற்ப ஆடிச்செல்லுகின்றனர். நாட்டுப்புற மக்களால் சக்திக்கரகமே புனிதமானதாகக் கருதப்படுகிறது. ஆட்டக்கரகம் புனிதமற்ற ஒன்றாகவும், ஒரு பொழுதுபோக்கு நிகழ்ச்சியாகவும் மட்டுமே கருதப்படுகிறது. இதுகுறித்துப் பார்வையாளர்கள் மற்றும் நிகழ்த்துனரிடையே கருத்து வேறுபாடும் உண்டு. "கரகாட்டக்கலை - இது முழுக்க முழுக்க பொழுதுபோக்கு அம்சத்திற்காக நடத்தப் பெறுவதாகும் சில கோவில் விழாக்களில் இவை நிகழ்த்தப்பட்டாலும் கூட ஆட்டக்கரக நிகழ்ச்சியானது சடங்குகள் முறையில் நிகழ்த்தப்படாமல் கேளிக்கை நிகழ்ச்சியாக நடத்தப்படுகின்றது. இதனை அடிப்படையாகக் கொண்டு டார்க்கை- மின் புனிதம் , புனித மற்றவை எனும் கருத்தாக்கத்தினை பொருத்திப் பார்க்கலாம். (ஹுயசமாiஅ 1915) பொதுவாக தமிழக மக்களின் கருத்துப்படிவத்தில் சக்திக்கரகம் புனிதமானது என்றும் ஆட்டக்கரகம் புனிதமற்றது என்றும் பிரித்துணரப்படுகின்றன. ஆனால் கரகாட்டக்கலை நிகழ்த்துணர்களின் கருத்துப்படிவத்தில் தங்களது ஆட்டக்கரகமும் புனிதமானதுதான் என்னும் எண்ணம் நிலவுகின்றது".(சு.எடிசன்-கரகாட்டக்காரர்களின் வாழ்வும் கலையும் ப-5)

ஒருவருக்கு புனிதமற்றதாகத் தோன்றும் ஒன்று மற்றொருவருக்கு புனிதமாகத் தோன்றுவது அவ்வம்மக்களின் உளவியலோடு தொடர்புடைய ஒன்றாகும்.

ஆட்டக்கரகத்திற்கு முக்கியமான துணையாக உடன் இருப்பது நையாண்டி மேள இசையாகும். "நாதசுரத்தில் தெம்மாங்கு இசை வகைகள் சிந்து இசை வகைகள், தெற்கத்தி நையாண்டி, விளம்ப நையாண்டி, சோலமலை நையாண்டி, மம்பட்டி வெட்டு நையாண்டி, கட்டபொம்மு இசை, மூக்க வேளாளர் இசை, கும்மி இசை போன்ற பல்வேறு இசை வடிவங்களைக் கரகாட்டத்திற்கு வாசிக்கின்றனர்.

“(டாக்டர்.குணசேகரன் —நாட்டுப்புற நிகழ்கலைகள் —ப-16).

இந்த இசைக்கு ஏற்ப ஆடப்படும் ஆட்டக்கரகாட்டம் புனிதமற்றதாக ஒரு பொழுது போக்கு நிகழ்வாகக் கருதப்பட்டாலும் நாட்டார் வழிபாட்டுச் சடங்கில் அதிலும் குறிப்பாக அம்மன் வழிபாட்டுச் சடங்கில் சக்திக்கரகத்துடன் ஆட்டக்கரகமும் இணைந்து இயங்குவதை நாட்டுப்புறங்களில் நடைமுறையில் இருப்பதைப் பார்க்க முடிகிறது.

கரகாட்டத்திற்கு ஒவ்வொரு வட்டாரத்திலும் ஒவ்வொரு பெயர் வழங்கப்படுகிறது. கன்னியாகுமரி மாவட்டத்தில் ‘கும்பாட்டம்’ என்றும், நாகர்கோவில் வட்டாரத்தில் “குட்டத்து ஆட்டம்’ என்று பெயர் உண்டு. நமது பண்டைய இலக்கியங்கள் கரகாட்டத்தைக் குடக்கூத்து என்று சுட்டியுள்ளன. “ஒரு குடத்தையோ அல்லது ஒன்றின் மேல் ஒன்றாகப் பல குடங்களையோ தலையில் தாங்கி மேளத்திற்குத் தகுந்தபடி ஆடுவது ‘குடக்கூத்து’ எனப்படும். இதனை கண்ணனே ஆடியதாக பல புராணங்கள் கூறும்”

(வேலுச்சாமி- கரகாட்டக்கலை-ப-5)என்று ஆய்வாளர் கரகாட்டத்தின் பழைய நிலையை சுட்டுகிறார்.

கரகாட்டம் அம்மன் கோவில்களில் அதிலும் குறிப்பாகத் திரௌபதி அம்மன் கோவில்களில் நடைபெறுவதற்கான காரணத்தை ஆய்வாளர்கள் சுட்டும்போது “குருச்சேத்திரப் போருக்குப்பின் பாண்டவர்களும் திரௌபதியும் சொர்க்கத்திற்குச் சென்று கொண்டிருந்தனர். அப்போது திரௌபதி மயங்கி விழுந்தாள். அவளுக்கு நினைவு திரும்பியபோது பாண்டவர்களைக் காணவில்லை. அப்போது ‘திமிராரேன்’ அவள் அழகில் மயங்கி அவளைத் தூக்கிச் செல்ல முயல திரௌபதி வீரவடிவம் எடுத்து தலையில் கரகத்துடன் தோன்றி அவனைக் கொன்றாள். அவள் வீரவடிவம் எடுத்தபோது தலையில் கரகம் இருந்ததால் அவள் கோயில்களில் கரகம் எடுக்கப்படுகிறது”. (அறு இராமநாதன்.நாட்டுப்புறகலைகள் ப-55)

கரகத்தின் வகைப்பாடுகளில் சக்திக்கரகம், ஆட்டக்கரகம் என இருவகைகள் இருப்பது முன்னரே சுட்டப்பட்டது. இவற்றில் ஆண்களால் மட்டுமே ஆடப்படுவது சக்திக்கரகம் ஆகும். ஆட்டக்கரகம் என்பது ஆண்கள், பெண்கள் என இருபாலராலும் ஆடப்படுவதாகும். சக்திக்கரகம் ஆடுவதில் ஆட்டக்கலை நுணுக்கங்கள் பின்பற்றப்பட வேண்டிய அவசியமில்லை. இதில் அதன் புனிதத்தன்மை மட்டுமே பேணப்படுகிறது. ஆட்டக்கரகத்தில் அதன் புனிதத்தன்மையைவிட அதன் நிகழ்த்;துதலுக்கு முக்கியத்துவம் தரப்படுகிறது.

சக்திக்கரகத்தை ஆண்கள் மட்டுமே எடுப்பதற்கான காரணத்தை “பெண்கள் தீட்டு உடையவர்கள் ஆதலால் பெண்கள் சக்திக்கரகம் எடுப்பதில்லை என்றும் கூறப்படும் கருத்து சிந்திக்கத்தக்கது. கோயில் சார்ந்த நாட்டுப்புறக் கலைகள் அனைத்திலும் பெண்கள் கலந்து கொள்ளததற்க இதுவே காரணமாகக் கூறப்படுவ-

தைக் களப்பணியில் கேட்டறிய முடிந்தது"(மேலது-ப-59) என்று ஆறு ராமநாதன் சுட்டுகிறார்.

காவடியாட்டம்

நாட்டுப்புறமக்களின் சமய வழிபாட்டில் காவடியாட்டம் என்பது முக்கியமான இடத்தைப் பிடித்திருக்கின்றனர். முருகன் பெருந் தெய்வமாக தற்பொழுது கருதப்படினும், முன்னர் மக்களால் தமிழ்க்கடவுளாக, நிலக்கடவுளாக, நாட்டுப்புற வழிபாட்டில் முக்கிய இடத்தைப் பிடித்திருக்கின்றனர். முருக வழிபாடு என்னும்போது அதில் காவடியாட்டம் பெரும்பாலும் இடம்பெற்றிருக்கும். முருக வழிபாட்டின் ஒரு பகுதியாக அதன் சடங்கியல் நிகழ்த்துதலாக காவடி ஆட்டம் இடம் பெற்று இருக்கும். தொடக்கத்தில் இவ்வாறு இருந்த காவடி ஆட்டம் பிற்காலத்தில் ஒரு பொழுதுபோக்கு ஆட்டக்கலையாக மாற்றம் பெற்றுள்ளது என்பது இங்கு நினைவில் கொள்ளுதற்குரியது.

காவடி என்ற சொல்லாட்சி தமிழில் முதன்முதலாகப் 18 ஆம் நூற்றாண்டில் தோன்றிய சிற்றிலக்கிய வகையாகிய 'சின்ன மகிபன் துளுவ நாடக' த்தில் இடம்பெற்றுள்ளது. இதில்,

"சீராய்க் காவடியாகவே பச்சியெல்லாம் தொகைசேரு நம்ம
காட்டுக் குறத்தி மணாளனை நினைந்து நேரு" (நாட்டுப்புற களங்கள் ப-6)
என்று வருகிறது என்பதனை ஆய்வாளர் அறிவு நம்பி சுட்டியுள்ளார்.

காவடி ஆட்டத்தின் தோற்றப்பழமைக்கு இச்சான்று ஆதாரமாக இருக்கிறது. மேலும் பண்டைய தமிழ் நூல்களில் காவடி என்ற சொல்லுக்கு 'கா' என்றால் பாரம் தாங்கும் கோல் என்ற பொருளும் காணப்படுகின்றது. ஒரு கோலின் இரண்டு பக்கங்களிலும் பாரமான பொருட்களைக் கட்டித்தொங்கவிட்டுக்கொண்டு சுமந்து செல்லப் பயன்பட்ட கோல்தான் 'காவடி' என்பதாகும்.

மலையின் மீது இருக்கும் இறைவனை வழிபடச் சென்ற மக்கள் தங்கள் சுமைகளை மலையின் மீது தூக்கிச்செல்ல எளிதாக இருக்கும்படி ஒரு மரக்கம்பின் இருபுறங்களிலும் உரிபோல் கட்டித் தொங்கவிட்டுச் சென்றனர். மேலும் பயணக் களைப்பு தெரியாமல் இருக்க இத்துடன் பாடல்களைப் பாடிக்கொண்டே மலையின் மீது ஏறினர். இதுவே காலப்போக்கில் காவடி அட்டமாக மாறியிருக்க வாய்ப்பிருக்கிறது.

இரண்டரை அடி நீளமுள்ள மரத்தண்டின் இரு முனைகளிலும் சிற்ப வேலைப்பாடுகள் செய்யப்பட்டுள்ள மரப்பலகைகளைப் பொருத்திப் பின்னர் அந்த இரு பலகைகளையும் மூங்கில் பிளாச்சியால் மேல் நோக்கிய அரைவட்டமாக இணைத்து அந்த அரைவட்டப்பகுதியின் மேல் பட்டுத்துணியால் அழகு படுத்துவது என்பது காவடி அலங்காரத்தில் முக்கியமானதாகும். அதன்மேல் மணிகளால் அழகுபடுத்தப்படுவதும் நடைமுறையில் உண்டு. பின்னர் இருபுறமும் உள்ள

பலகைகளின் நான்கு மூலைகளிலும் மயிலிறகுக் கற்றைகளைச் செருகி வைப்பர். முருகக்கடவுளின் வாகனமாக மயிலை நினைத்து இவ்வாறு காவடியில் மயிலிறகைச் சொருகுகின்றனர். காவடியைக் கீசூழ இறக்கிவைக்கும் பொழுது அது கீசூழ விழாமல் இருக்க வேண்டிக் காவடியின் இருபுறமும் உள்ள மரப்பலகைகளின் கீழ்நோக்கி ஒரு பக்கத்திற்கு இரண்டிரண்டு சட்டங்களைப் பொருத்துகின்றனர். இது அதன் கால்போலச் செயல்படுகிறது. தோளில் காவடியை வைப்பதற்குத் தேவையான அளவு இடைவெளியை விட்டு காவடியின் இரண்டு பக்கங்களிலும் இரண்டு சொம்புகளைக் கட்டுகின்றனர். மஞ்சள் துணியால் சொம்பின் மேல் பக்கம் மூடிக்கட்டப்பட்டிருக்கும். இவ்வாறு முருக வழிபாட்டிற்கு உரிய காவடிகள் வடிவமைக்கப்படுகின்றன.

வழிபாட்டிற்கு உரிய காவடிகள் பலவகைப் பெயர்களால் அழைக்கப்படுகின்றன. காவடியில் வைத்துக் கட்டப்படும் பொருட்களின் பெயருக்கும் காவடிக்கும் தொடர்பிருக்கிறது. அதன்படி இவற்றை

(1) சாம்பிராணிக் காவடி
(2) பன்னீர்காவடி
(3) மச்சக்காவடி (மீன்)
(4) சர்ப்பக்காவடி
(5) பறவைக்காவடி
(6) பால்க்காவடி
(7) சந்தனக்காவடி
(8) சர்க்கரைக்காவடி
(9) பூக்காவடி
(10) மயில்க்காவடி
(11) அன்னக்காவடி
(12) வேல்க்காவடி
(13) இளநீர்க்காவடி
(14) தேர்க்காவடி

எனப் பல பெயர்கள் காவடிகள் கட்டப்படுகின்றன. இந்தக்காவடிகளை நேர்த்திக்கடன் அடிப்படையில் கோயிலுக்கு சுமந்து செல்வர். இதில் ஆறுமுகக் காவடி என்ற ஒருவகைக் காவடி உள்ளது. இது அவ்வு{ர்க் கோயிலுக்கு உரிமை உடைய காவடி ஆகும். இக்காவடியை அவ்வு{ரில் உள்ள பூசாரியோ அல்லது கோவிலின் தலைமைப்பொறுப்பில் உள்ள யாரேனும் ஒருவரோ விரதம் இருந்து வருடாவருடம் அக்கோவிலின் வழிபாட்டின்போது எடுப்பார். மற்ற காவடிகள் வேண்டுதலின் பேரில் எடுக்கப்பட்டுக்கொண்டு செல்லும்போது அவை கோயிலைச் சென்று அடைந்ததும் அக்கோயிலிலேயே விட்டுவிட்டு வரப்படுகிறது. ஆனால் ஆறு-

முகக்காவடி மட்டும் கோயிலிலிருந்து மீண்டும் ஊருக்குக் கொண்டு வரப்பட்டு ஊர்க் கோயிலில் வைக்கப்படுகிறது. மீண்டும் அடுத்த வருட வழிபாட்டின் போது அதனை எடுத்து அதன் பாகங்கள் இணைக்கப்பட்டு பூசை செய்யப்பட்டுக்கோயிலுக்கு எடுத்துச் செல்லப்படுகிறது.

வழிபாட்டின் பேரில் காவடி எடுப்பவர்கள் அதனை ஒரு கையில் பிடித்துக்கொண்டு மேள இசைக்கு ஏற்பவோ அல்லது தப்பு இசைக்கு ஏற்பவோ ஆட்டம் ஆடுவார்கள். வருடா வருடம் காவடி எடுத்து நன்கு பழக்கப்பட்ட ஒருசிலரே காவடியைக் கையில் பிடிக்காமல் ஆட்டம் ஆடுகின்றனர். ஆட்டக் காவடியை ஆடுபவர்கள் கையில் பிடிக்காமல் பல சாகச வேலைகளையும் செய்து காட்டுகின்றனர். இதனை எடுக்க அவர்கள் விரதம் எதுவும் இருப்பதில்லை. இவர்களின் ஆட்டத்திற்கு பக்கபலமாக இருப்பது நையாண்டி மேளம் ஆகும். கரகாட்ட நிகழ்ச்சியுடன் காவடியாட்டமும் இப்பொழுது பொது நிகழ்ச்சிகளில் இணைந்து நிகழ ஏற்பாடு செய்யப்படுகின்றன.

பொய்க்கால் குதிரை ஆட்டம்

காகிதம் மற்றும் துணிகளைக் கொண்டு தயாரிக்கப்பட்ட குதிரையின் உடம்புக் கூட்டிற்குள் நுழைந்து கொண்டு காலில் மரக்கட்டைகளைக் கட்டிக்கொண்டு ஆடும் ஆட்டம் ‘பொய்க்கால் குதிரை’ ஆட்டம் எனப்படும். இதில் ஆண்கள், பெண்கள் ஆகிய இருபாலரும் ஆடுகின்றனர். இதனை ஆடுவதற்கு என்று குறிப்பிட்ட வயது வரம்பு எதுவும் கிடையாது. குதிரை உடம்புக்கூட்டை சுமப்பதற்கு உடம்பில் வலு இருந்தாலே போதுமானது. நையாண்டி மேள இசைக்கு ஏற்பக் கட்டைக் கால்களை மாற்றி மாற்றி வைத்தும், கைகளை அசைத்தும் ஆட வேண்டும்.

பொய்க்கால் குதிரை ஆட்டத்தை ஒரு சில இடங்களில் தனியொருவரும், ஒருசில இடங்களில் இருவர் இணைந்தும் ஆடுகின்றனர். பொய்க்கால் குதிரை ஆட்டத்திற்குப் ‘புரவி ஆட்டம்’ ‘புரவி நாட்டியம்’ என்ற வேறு பெயர்களும் உண்டு. தற்போதைய நிலையில் சென்னை, விழுப்புரம் போன்ற சில ஊர்களில் பொய்க்கால் குதிரை ஆட்டக்கலைஞர்கள் வாழ்ந்து வருகிறார்கள்.

நாட்டுப்புற தெய்வ வழிபாட்டில் பொய்க்கால் குதிரை ஆட்டமும் இடம் பெறுகிறது. கரகாட்டத்துடன் இணைந்து தற்போது பொய்க்கால் குதிரை ஆட்டமும் நிகழ்கிறது. பொய்க்கால் குதிரை ஆட்டம் வழிபாட்டு ஆட்டக்கலையில் இருந்து மாறித் தற்பொழுது பொழுது போக்குக்குரிய ஒரு கலையாக மெல்ல மெல்ல மாறி வருகிறது. பொய்க்கால் குதிரை ஆட்டம் என்று திருவிழாவின் போது நேர்த்திக்கடனுக்காக ஆடப்படும் ஆட்டமும் உண்டு. இதில் ஆட்டக்காரர்களின் காலில் மரக்கட்டைகளைக் கட்டிக் கொண்டு ஆடுவதில்லை.

பொய்க்கால் குதிரை ஆட்டத்தில் ஆட்டக்காரர்களின் கால்களில் கட்டை கட்டுவதன் நோக்கம் ஆட்டத்துடன் இணைந்த குதிரையின் குளம்படி ஓசைக்கு

முக்கியத்துவம் தருதல் பொருட்டு ஆகும். பொய்க்கால் குதிரை ஆட்டத்தில் பொய்க்கால் என்பது குதிரையின் கால் எண்ணி;க்கை நான்கிலிருந்து இரண்டுக்கு வருவதற்குப் பெயர்க் குறியீடாகவும், உண்மையான கால்களுக்குப் பதிலாக மரத்தால் ஆன கால்களைப் பொருத்திக் கொள்வதற்கும் இப்பெயர்க் காரணமாக அமைகிறது எனலாம்.

பொய்க்கால் குதிரை ஆட்டம் ஒரு குறிப்பிட்ட தெய்வத்திற்கு என்று இராமல் எல்லாத் தெய்வங்களுக்கும் பரவலாக இவ்வாட்டம் ஆடப்படுகிறது. கோவில் திருவிழாக்களில் மட்டும் அல்லாமல் அரசு விழாக்களிலும், திருமண நிகழ்ச்சிகளிலும், பீடி, சோப்பு முதலான பொருட்களின் விளம்பர நிகழ்ச்சிகளிலும் கூடத் தற்பொழுது 'பொய்க்கால் குதிரை ஆட்டம்' ஆடப்பட்டு வருகிறது என்பது குறிப்பிடத்தக்க செய்தியாகும்.

மயில் நடனம்

ஆண் கலைஞர்கள் பொம்மை மயில் கூட்டிற்குள் தங்களது உருவத்தை மறைத்துக் கொண்டு ஆடும் ஆட்டம் 'மயில் நடனம்' எனப்படுகிறது. முருகக் கடவுளின் வாகனமாக மயில் கருதப்படுவதால் பெருமளவில் முருகன் கோவில் திருவிழாக்களில் மயிலாட்டம் ஆடப்படுகிறது. மேலும் அம்மன் கோவில் விழாக்களிலும் கரகாட்டத்தின் துணை நிலை ஆட்டமாக மயிலாட்டம் ஆடப்படுகிறது. கோவில் விழாக்களில் மட்டும் அல்லாமல் பொது நிகழ்ச்சிகளிலும் மயிலாட்டம் ஆடப்படுகிறது. மயிலாட்டத்தை ஆடுவதற்குரிய கலைஞர்களுக்கு குறிப்பிட்ட வயதுவரம்பு ஏதும் இல்லை. இது தனி ஒரு கலைஞரால் நிகழ்த்தப்படும் நிகழ்த்துக் கலையாக விளங்குகிறது.

மயில் ஆட்டக் கலைஞர்கள் கூட்டிற்குள் உடலை மறைத்துக் கொண்டும், மயிலின் தலைப்பகுதிக்குள் முகத்தை மறைத்துக் கொண்டும் ஆடுவதால் ஆட்டக்கலைஞரின் வயது பார்வையாளர்களுக்கு ஒரு பொருட்டாக இருப்பதில்லை.

மயிலாட்டம் தோன்றி அரை நூற்றாண்டுக் காலமாகிறது. மயிலாட்டத்தின் வரலாறு குறித்துக் கூறும் கருத்துகளில் "திருச்சியைச் சார்ந்த சுந்தரராவ் என்பவரே மயில் நடனத்தை முதலில் கண்டுபிடித்து ஆடிய கலைஞராகக் கருதப்படுகிறார். இவர் 1949 ல் ஆர்டின் பீடி விளம்பரத்திற்காகத் திருச்சியிலிருந்து தஞ்சைக்கு வந்து இந்நடனத்தை ஆடியதாகக் கூறுகிறார்கள். இவரது மயில் நடனத்தைக் கண்ட அப்பொழுது தஞ்சையில் புகழுடன் விளங்கிய சிங்காரம் என்னும் கோலாட்டக்கார ஆசிரியர் திருச்சி மயில் நடனக்கலைஞரின் மயில் தோகை சுருங்கி விரிய வசதி இல்லாத நிலையை மாற்றி தோகை இயந்திரத்தை அமைத்து ஆடுபவர் குனிந்தால் தோகை விரிவதற்கேற்பவும் நிமிர்ந்தால் தோகை சுருங்கிக்கொள்வதற்கேற்பவும் மாற்றங்களைச் செய்து இந்நடனம் புகழடைந்து பரவுவதற்கு வகை செய்ததாகக் குறிப்பிடுகின்றார்" (அறு.இராமநாதன் —நாட்டுப்புறக் கலை-

கள் ப — 101,102) என்று ஆட்டத்தின் தோற்றம் குறித்து கூறப்படும் இச்செய்தியைத் தவிர வேறு காரணங்களையோ செய்திகளையோ அறிய முடியவில்லை. மயிலாட்டம் ஒரு வகையில் குழந்தைகளை மகிழ்விக்கும் ஒரு ஆட்டக்கலையாகவும் இருக்கிறது.

மயிலாட்டத்தில் கால மாற்றத்திற்கு ஏற்பப் பல மாற்றங்கள் இப்பொழுது புகுத்தப்பட்டுள்ளன. மயில் வாயால் கீசூழ கிடக்கும் பணத்தை எடுத்தல், மயில் வாயால் நீரை உறிஞ்சிக் குடிப்பது போன்று ஆட்டக்கலைஞர்கள் மயில் வாயுடன் இணைத்துக்கட்டிய குழலின் வழியாக நீரை உறிஞ்சுவதால், முருகன் போல் வேடமிட்ட ஒருவரின் வாகனமாக மயில் மாறுதல் போன்ற ஒரு சில சாகசங்கள் இக்கால மயிலாட்டத்தில் பல இடங்களில் பார்வையாளர்களின் கருத்தைக் கவரும் வகையில் சேர்க்கப்பட்டுள்ளது.

மாட்டு நடனம்

மயிலாட்டம், பொய்க்கால் குதிரை ஆட்டம் போன்ற மாட்டின் உடல் போன்று வடிவமைக்கப்பட்ட பொம்மை உடற்கூட்டினுள் மனித உடலை நுழைத்துக்கொண்டு தலைக்கு மாடின் தலைக் கூட்டை அணிந்து கொண்டு நையாண்டி மேள இசைக்கு ஏற்ப ஆடும் ஆட்டம் 'மாட்டு நடனம்' அல்லது 'மாட்டாட்டம்' எனப்படுகிறது. மாட்டாட்டம் சில இடங்களில் 'காளை நடனம்' என்றும் அழைக்கப்படுகிறது. இவ்வாட்டமும் கரகாட்டத்தின் துணை நிலை ஆட்டமாகவே ஆடப்படுகிறது.

கோவில்விழாக்களில் கரகாட்டத்துடன் 'மாட்டாட்டம்' நிகழ்த்தப்படுகிறது. மாட்டின் கூட்டிற்குள் மறைந்துள்ள கலைஞர் காளை மாடு முட்டச் சீறி வருவது போலவும், மாடு மிரள்வது போலவும், பாய்ந்து ஓடுவது போலவும் பல வகையான பாவனைகள் நையாண்டி இசைக்கேற்ப செய்து காட்டுகிறார். மாட்டு ஆட்டம் கோயில் திருவிழாக்களில் மட்டுமின்றி அரசு விழாக்கள் போன்ற பிற இடங்களிலும் ஆடப்படுகிறது. சிவனின் வாகனமான 'ரிஷபமாக' காளை மாட்டைக் கருதுவதால் மாட்டு நடனம் கோவில் திருவிழாக்களில் ஆடப்படுவதற்கு ஒரு நல்ல வரவேற்பு கிடைக்கிறது.

மாட்டாட்டம் என்ற இவ்வாட்டக்கலை சமீபத்தில்தான் உருவாகியுள்ளது. இவ்வாட்டம் 1966 ல் புதுக்கோட்டை மாவட்டத்தில் இரணியு{ர் என்ற ஊரின் கலைஞர்களால் முதன்முதலில் உருவாக்கப்பட்டது. 1975 ஆம் ஆண்டிலிருந்து மதுரை ஓம் பெரியசாமி குழுவினரால் ஆடப்பட்டு வருகிறது'' (மேலது ப -99) என்று ஆய்வாளர் கூறுவதன் மூலம் மாட்டு ஆட்டத்தின் தோற்றம் மிகவும் அண்மைக் காலத்தது என்பதனை மேலே உள்ள ஆதாரங்களின் வழி அறியலாம். மாட்டு ஆட்டம் தொடக்கத்தில் இரு கலைஞரால் ஆடப்பட்டு வந்துள்ளது. தற்போது ஒருவர் மட்டுமே ஆடும் ஆட்டமாக மாறியுள்ளது. திருவிழாக்காலங்களில் ஆடப்படும் மாட்டு ஆட்டம் போன்ற ஆட்டம்இங்கு மட்டுமின்றி இந்தியாவின் பல பகு-

திகளில் வாழும் மக்களிடம் காணப்படுகின்ற ஆட்டக்கலையாக திகழ்கின்றது.

கோலாட்டம்

இரு கைகளில் இரு கோல்களை வைத்துக்கொண்டு ஆண்கள் மட்டும் தனி-யாகவோ அல்லது பெண்கள் மட்டும் தனியாகவோ அல்லது ஆண்கள் பெண்கள் என்ற இருபாலரும் இணைந்தோ ஆடப்படும் ஆட்டம் கோலாட்டம் எனப்படுகிறது. கோலாட்டம் அம்மன் கோயில் விழாக்களில் மிகுதியாகவும், வேறு தெய்வங்களின் விழாக்களில் அருகியும் ஆடப்படுகின்றது. கோலாட்டம் வழிபாட்டுக் கலையாக இருந்த நிலை மாறித் தற்பொழுது அதிக அளவில் பள்ளிகளிலும்,கல்லூரிகளி-லும், அரசு விழாக்களிலும் ஆடப்படும் பொழுதுபோக்கு நிகழ்ச்சியாக மாற்றப்-பெற்று உள்ளது.

கோலாட்டம் ஆட வயது வரம்பு ஏதும் தேவையில்லை. ஆடுவதற்கு உடலில் வலுவுடைய யார் வேண்டுமானாலும் ஆடலாம். வெளியி;டங்களுக்கு ஆடச்செல்-லும் போது அழகு கருதி ஒத்த வயது உடையவர்களைத் தேர்வு செய்து அழைத்-துச் செல்கின்றனர். கோலாட்டத்திற்கு என்ற உடைக்கட்டுப்பாடு, விதிமுறைகள் ஏதும் இல்லை. மேல் சட்டையும், வேட்டியும் அணிந்து ஆடுகின்றனர். ஆடும்-பொழுது சில குழுக்கள் காலில் சலங்கை கட்டிக்கொள்கின்றனர். முக அலங்காரம் எதுவும் சிறப்பாக செய்து கொள்வதில்லை.

கோலாட்டத்திற்கு என்று இசைக்கருவிகள் ஏதும் சிறப்பாகப் பயன்படுத்தப்படு-வதில்லை. ‘ஜால்ரா’ என்று சொல்லப்படும் பித்தளையால் செய்யப்பட்ட இசைக்க-ருவியை அண்ணாவி என்பவர் இசைத்துக் கொண்டு தெய்வ பக்திப்பாடல்களைப் பாடுவார். ஆட்டக்காரர்கள் அதன் கடைசி அடியை மட்டும் திரும்பப் பாடிக்-கொண்டு கோல்களை அடித்துக்கொண்டு ஆடுவர். பெரும்பாலும் அம்மன் பாடல்-களையும், முருகன் பற்றிய பாடல்களையும் வழிபாட்டில் ஆடும்பொழுது பாடுகின்-றனர்.

“ஒவ்வொரு பகுதியிலும் இந்த ஆட்டத்திற்கு வெள்வேறு பெயர்கள் காணப்ப-டுகின்றன. குமரிமாவட்டப் பகுதிகளில் களியல், களியல் அடி, களியல் ஆட்டம் என்றும் தஞ்சை மாவட்டப்பகுதிகளில் கிட்டியடித்தல், கிட்டியாட்டம், கிட்டியடியல் என்றும், திருச்சி மாவட்டப்பகுதிகளில் ஆண்கள் ஆடும் கோலாட்டம் ‘வைந்தண ஆட்டம்’ என்றும் ஈழத்தில் ‘வசந்தன்’ அல்லது வசந்தன் கூத்து என்றும் பல்வேறு பெயர்கள் வழங்கப்படுகிறது”. (அறு.இராமநாதன் ,நாட்டுப்புறக் கலைகள் ப - 177) கோலாட்டத்தில் இடம்பெறும் முக்கியமான பொருள் கோல் ஆகும். இது அளவாலும், உருவாக்கப்படும் முறையாலும் இடத்திற்கு இடம் மாறுபடுகின்றது. கலைஞர்கள் அவரவர் வசதிக்கேற்ப கோல்களை அழகுபடுத்திக்கொள்கின்றனர். தச்சு வேலைப்பாடுகளுடன் வர்ணம் பூசியும், அதில் சலங்கம், குஞ்சம் போன்ற-வற்றைக் கட்டியும் அழகுபடுத்திக்கொள்கின்றனர்.

கோலாட்டக் கலைஞர்களில் ஆடுவோரின் எண்ணிக்கைக்கு குறிப்பிட்ட வரையறை ஏதும் இல்லை. இதில் ஆடுவோர் இரட்டைப்படை எண்ணிக்கையில் இருத்தல் என்பது அவசியம். எனவே நான்கு ஜோடி, ஆறு ஜோடி, எட்டு ஜோடி, பன்னிரண்டு ஜோடி என்று எத்தனை பேர் வேண்டுமானாலும் ஆடலாம். ஆனால் ஆட்கள் அதிகமாகும் பொழுது ஆடுவதில் சிறிது சிக்கல் ஏற்பட வாய்ப்புகள் இருக்கும். ஆடுபவரைத்தவிர பாடுபவர் மற்றும் இசைக்கலைஞர்களின் எண்ணிக்கை இடத்திற்கு இடம் மாறுபடுகின்றது. கோலாட்டத்தில் பின்னல் ஆட்டமுறை, ஜடை கோலாட்டம் என்று பல முறைகள் வழக்கில் இருக்கின்றன.

வில் அம்பு ஆட்டம்

வில் அம்பு ஆட்டம் என்பதும் ஆண்கள் மட்டும் ஆடக்கூடிய ஒருவகைக் குழு நடனம் ஆகும். ராஜா போல் உடை அணிந்து கொண்டு கையில் பொய்யான வில் மற்றும் அம்புகளை வைத்துக் கொண்டு உறுமி மேள இசைக்கேற்ப ஆடும் ஆட்டம் வில் அம்பு ஆட்டமாகும். இவர்களுடன் தாத்தா பாட்டி போலும், காதலன், காதலி போலவும் ஆண்களே வேடமணிந்து கொண்டு உறுமி மேள இசைக்கு ஏற்ப ஆடுகின்றனர்.

ராஜா போல் உடை அணிவதால் தலையில் தலைப்பாகை அணிந்திருப்பர். காலில் சலங்கை அணிந்திருப்பர். கண்ணிற்கு கறுப்பு நிறக்கண்ணாடி அணிந்து நெற்றியில் நாமம் இட்டு இருப்பர். ராணி போலவும் ஆண்களே பெண் வேடமணிந்தும் ஆடுவர். ஒரு சில குழுவினர் பொய் குதிரை ஒன்றின் உள்ளே உடலை நுழைத்துக் கொண்டு குதிரை மேல் இருந்து ஆடுவதைப் போல் ஆடுகின்றனர்.

இவ்வில் அம்பு ஆட்டத்தில் உடை முறைகளும் அலங்காரம் செய்வதிலும் மாறுபாடுகள் இருந்தாலும் இவர்களின் ஆட்ட அடவுகள் தேவராட்டத்தையே ஒத்திருக்கின்றன. வில், அம்பு ஆட்டத்திற்கு வயது, வரையறை இல்லை. யார் வேண்டுமானாலும் ஆடலாம். ஆட்டக்கலைஞர் எண்ணிக்கையிலும் வரையறை ஏதும் இல்லை. இவர்களின் ஆட்டத்திற்கு முக்கிய இசையாக உறுமி இசை அமைகிறது.

வில் அம்பு ஆட்டமும் கம்பளத்து நாயக்கரின் இனக்குழு ஆட்டமாகவே உள்ளது. இதனை பல வேட ஆட்டம்' என்றும் கூறுவர். இது பெரும்பாலும் வழிபாட்டு ஆட்டக்கலையாகவே உள்ளது. இவ்வாட்டக் கலைஞர்கள் திண்டுக்கல் மாவட்டத்தில் அதிக அளவில் வாழ்கின்றனர். திண்டுக்கல் மாவட்டம் வத்தலகுண்டுக்கு அருகில் உள்ள சின்றாயப் பெருமாள் கோயிலில் கள ஆய்வின் போது இவ்வாட்டத்தைக்ஸ்ஸ்ஸ்ஸ்ஸ்ஸ்ஸ்ஸ்ஸ்ஸ்ஸ்ஸ்ஸ்ஸ்ஸ்ஸ்ஸ்ஸ்; காண முடிந்தது. இவ்வாட்டத்தை ஆடும் இக்கலைஞர்கள் இதனை தேவராட்டத்தின் ஒரு வகையாகவே கூறுகின்றனர்.

செலாகுத்தாட்டம்

நாட்டுப்புறக் கலைகள் அனைத்தும் தெய்வ வழிபாட்டுடன் தொடர்புடையன-வாக இருந்தாலும் அவற்றில் சில கலைகளே நன்கு வளர்ச்சி பெற்ற ஆட்டக்க-லைகளாக உள்ளன. அதில் செலாகுத்தாட்டமும் ஒன்று. புதுக்கோட்டை மாவட்ட சிறு தெய்வக் கோவில்களில் அதிலும் குறிப்பாக மாரியம்மன் கோயில்களில் செலாகுத்தாட்டம் நடைபெறுகின்றது. இவ்வாட்டம் ஒவ்வொரு வருடமும் மாசி மற்றும் பங்குனி ஆகிய இரண்டு மாதங்களிலும் நடைபெறுகின்றது.

ஆட்டக்கலைஞரின் வயிற்றுப்பகுதியில் இரண்டு பக்கமும் 2 ½ அடி நீள-முள்ள கம்பியினைச் செருகிக்கொண்டு உடை அலங்காரத்துடன் தாள, இசைக்கு தக்கவாறு இவ்வாட்டம் ஆடப்படுகின்றது.

“வயிற்றின் விலாப் பகுதியில் கம்பியைக் குத்திக்கொண்டு ஆடுவதால் விலா என்பது மருவி ‘லா’ என்றாகி ‘லாக்குத்து’ என்றும் உடற்தோலில் கம்பியைக் குத்-திக் கொண்டு ஆடுவதால் தோல் குத்தாட்டம் என்றும் இவ்வாட்டத்திற்கு வெள்-வேறு பெயர்கள் ஏற்பட்டுள்ளன.” (பிளவேந்திரன் — களம்-ப — 53)

மாரியம்மன், முருகன் போன்ற தெய்வங்களுக்கு திருவிழாக் காலங்களில் வேண்டுதலன் பேரில் ‘செடல்’ அல்லது ‘குத்திக்கொண்டு காணிக்கை செலுத்துவர். ‘செடல் குத்துதல்’ என்பதும், செலாகுத்தாட்டமும் வழிபாட்டுடன் தொடர்புடைய-தாக இருப்பினும் இரண்டும் நிகழ்த்தப்படும் நோக்கம் மற்றும் சூழலைப் பொறுத்து ஒன்றர்கொன்று மாறுபடுகின்றன.

செலாகுத்தாட்டம் 10 முதல் 15 பேர் வரை சேர்ந்து ஆடும் ஆட்டம் ஆகும். ஆட்டக்கலைஞர்களுக்கு வயது வரம்பு இல்லை. ஆனால் ஆட்டத்திற்கு அழகு சேர்க்கக் கருதி 15 வயது முதல் 25 வயது வரை உள்ள இளைஞர்களே இதில் பெரும்பாலும் கலந்து கொள்கின்றனர். விருப்பமுள்ளவர்கள் எவ்வயதினராக இருந்தாலும் ஆட்டத்தின் போது இடையில் சேர்ந்து கொள்கின்றனர். பெரும்-பாலும் கலைஞர்கள் ஒரே ஊரைச் சேர்ந்தவர்களக இருக்கின்றனர். வெள்வேறு ஊரைச் சேர்ந்தவர்கள் இருந்தால் பயிற்சிக் காலத்தில் உரிய நேரத்தில் பயிற்சியில் கலந்து கொள்ள இயலாது என்பதால் இவ்வாறு தேர்வு செய்து கொள்கின்றனர்.

செலாகுத்தாட்டம் ஆடுவதற்கு முன் ஆட்டக்கலைஞர்கள் சில குறிப்பிட்ட நாட்களில் தினமும் இரவு நேரத்தில் ‘கொட்டடி’ என்னும் இடத்தில் பயிற்சி செய்-கின்றனர். இவர்கள் குழுவில் வாத்தியார் என்று ஒருவர் இருப்பார். இவர் செலா-குத்தாட்டத்தில் பத்து வருடம் முன் அனுபவம் பெற்றவராக இருப்பார். செலாகுத்-தாட்டத்தில் முக்கிய இசைக்கருவி ‘மகுடி’ ஆகும். வாத்தியார் என்பவர் மகுடியை இசைக்கும் இசைக்கலைஞர் ஆவார். இவர் மகுடியை ஊதிக்கொண்டு எந்தப்பக்-கம் சாய்கிறாரோ அந்தப்பக்கம் காலை எடுத்து வைக்க வேண்டும் என்ற விதியின் அடிப்படையில் ஆட்டத்தை கலைஞர்கள் கற்றுக் கொள்கின்றனர். இதன் பக்க இசைக் கருவிகளாக மேளம் - 2, தாசா-1, தப்பு-1, சத்தம்-1 போன்றவற்றைப்

பயன்படுத்துகின்றனர்.

செலாகுத்தாட்டம் பள்ளர், வலையர், குறவர் ஆகிய மூன்று சாதியினரும் நிகழ்த்துவதில் ஆர்வம் காட்டுகின்றனர். ஆட்டக்கலைஞர்கள் தங்கள் வசதிக்கேற்பத் தங்களை ஒப்பனை செய்து கொள்கின்றனர். சில குழுக்கள் தங்களின் வசதிக்கேற்ப சீருடைகளையும் வைத்துக் கொள்கின்றனர்.

“செலாகுத்தாட்டத்தில் மொத்தம் 11 வகையான ஆட்ட வகைகள் இருக்கின்றன. முதல் ஆட்டம் கோயிலாட்டம் எனப்படும். 2. இரண்டானடி, 3. முன்றானடி, 4. நான்காமடி (இதனை கிரிக்கி போடுதல் என்கின்றனர்) 5. ரோட்டாட்டம் 6. கல்யாணச் சொல்லு 7. பெரலியாட்டம் 8. தப்பாட்டம் 9. பாரியாட்டம் 10. மூனுகத்தாட்டம் 11. நடையாட்டம்” (அறு.இராமநாதன், நாட்டுப்புறக் கலைகள் ப -168) என்பனவாகும். முதல் ஆட்டம் அம்மனை வேண்டி ஆடும் ஆட்டம் அதனால் அது கோயிலாட்டம் எனப்படுகிறது.

முன்பு கோவில் விழாக்களில் மட்டும் ஆடப்பட்டு வந்த இவ்வாட்டம் தற்பொழுது அரசு விழாக்கள். திருமண நிகழ்ச்சிகள், வயதானவர்கள், இறந்த வீடுகள் ஆகிய இடங்களில் ஆடப்படுகின்றன. கோவில் விழாக்களில் ஆடும்பொழுது கொட்டடியில் செடில் குத்திக்கொண்டு ஆடிக்கொண்டே ஊரின் வீதி வழியாகச் சென்று கோயிலை வலம்வந்து செடிலை கழற்றிவிட்டு அம்மனை வழிபடுகின்றனர்.

கும்மிகொட்டல்

இரண்டு கைகளையும் குவித்து அடித்து ஓசை எழுப்புவது கும்மி எனப்படும். கும்மி சிறு தெய்வ வழிபாட்டில் பெண்களால் ஆடப்படும் ஒரு கலையாகும். சில இடங்களில் ஆண்களும் கும்மி கொட்டுகின்றனர். “கும்முதல் என்றால் கை குவித்து அடித்தல் என்று பொருள். பெண்களில் குறிப்பிட்ட பருவத்தினர் ஒன்று சேர்ந்து வளையல் கரங்களுடன் வளையல்கள் ஒலிக்க வட்டம் இட்டுக் கை குவித்து ஆடிப்பாடி மகிழ்விப்பர். இவ்வாட்டம் முற்றிலும் பெண்களே பங்கேற்கும் ஆட்டம் ஆகும். இவ்வாட்டத்தில் கைகொட்டிக் களித்தல் இதன் சிறப்பை வெளிப்படுத்தும்” (டாக்கர்.சு.பாலசுப்பிர மணியம், தமிழக நாட்டப்புறக் கலைகள் ப -23)

பெண்கள் கும்மி அடித்துக் கொண்டே வட்டமாக சுற்றி ஆடும்பொழுது அக்கூட்டத்தில் ஒருவர் பாடுவார். அதை திருப்பிப் பின்பாட்டாகப் பாடிக்ககொண்டு மற்ற பெண்கள் கும்மிகொட்டிச் சுற்றி வருகின்றனர். “வட்டமிட்டுப் பெண்கள் வளைக்கரங்கள் தாமொலிக்க கொட்டி இசைத்திடுமோர் கட்டமுதப்பாட்டு” ள(அறு.இராமநாதன், நாட்டுப்புறக் கலைகள் ப -168) என்று பாரதியார் கும்மி ஆட்டம் பற்றிக் கூறியுள்ளது இங்கு கவனத்தில் கொள்ளத்தக்கதாகும்.

கும்மி ஆடுவோரின் எண்ணிக்கைக்கு வரையறை என ஏதும் இல்லை. மேலும் ஆடுவோருக்கு வயதுவரம்பு எனவும் எதுவும் இல்லை. தமிழகத்தின் வட மாவட்-

டங்களில் இது பொழுதுபோக்கு நிகழ்ச்சியாக ஆடப்பட்டாலும் தென் மாவட்டங்களில் இது வழிபாட்டுக் கலையாக இன்றும் உள்ளது. தென்மாவட்டங்களில் பேச்சியம்மன், இசக்கியம்மன், மாரியம்மன் கோயில் திருவிழாக்கள் பெரும்பாலும் பதினைந்து நாட்கள் நடைபெறுகின்றன. காப்பு கட்டுதல் என்ற முதல் நாள் நிகழ்ச்சி முடிந்தவுடன் முளை ஓடுகளில் அக்கிராமத்துப் பெண்கள் முளைப்பாரியை எருமண்ணிட்டு, நவதானியங்களைப் பரப்பி, நீர் விட்டுப் பாதுகாத்து வருகின்றனர். தினமும் ஏழு நாள் இரவு அம்முளைப்பாரி வீட்டைச் சுற்றி கும்மியடித்துவிட்டு, எட்டாவது நாள் அம்மன் கோயிலுக்கு அவற்றை எடுத்துச் செல்கின்றனர். பிறகு அந்த முளைப்பாரியை கொண்டு வந்து ஒரு பொது வீட்டில் வைக்கின்றனர். அந்த வீடு சாமி வீடு என்று அழைக்கப்படுகிறது. அந்தச் சாமி வீட்டின் முன்பு தினமும் இரவு நேரத்தில் கூடி கும்மிகொட்டுகின்றனர். அப்பொழுது எந்த அம்மன் திருவிழாவிற்கு முளைப்பாரி எடுக்கப்பட்டதோ அந்த அம்மன் பற்றிய பாடல்களைப் பாடுகின்றனர். ஒருவர் முதலில் பாட அதைத் தொடர்ந்து மற்றவர்கள் பின்பாட்டாகப் பாடுகின்றனர்.

கும்மி கொட்டுதலுக்கு உடை அலங்காங்கள் சிறப்பாக இராது. முக ஒப்பனைகளும் இயல் பானதாக இருக்கும். கும்மி ஆட்டத்திற்கு என்று பயிற்சி வகுப்புகள் எதுவும் இல்லை. பெரியவர்கள் ஆடுவதைப் பார்த்து சிறியவர்கள் நாளடைவில் கற்றுக் கொள்கிறார்கள்.

கும்மியில் சுத்துக்கும்மி நிண்ணு கும்மி எட்டாங் கொண்டான் நாலாங் கொண்டான் என நான்கு வகைகள் உள்ளன. கும்மியில் மொத்தம் ஆறு நிலைகள் உள்ளன. அவை.

- “ மெல்ல நடந்து நடந்து அடித்தல்
- நடந்து நின்று நடந்து அடித்தல்
- குனிந்து நிமிர்ந்து அடித்தல்
- குதித்துக் குதித்து அடித்தல்
- தன் கையைக் கொட்டி அடித்தல்
- எதிர் உள்ளவர் கைகளுடன் கொட்டி அடித்தல்”

(வி.அசோக்குமார், சமணர் நாட்டுப்புறப் பாடல் ஓர் ஆய்வு ப -67,68) என்பனவாகும். கும்மி என்பது தொழில்முறைக் கலையாக சமீப காலத்தில் மிக அருகிய நிலையில் தொழில்முறை நாட்டுப்புறப் பாட்டுக் குழுக்களால் அறிமுகப்படுத்தப்பட்டு வருகிறது.

கும்மி பெண்களின் ஆட்டக்கலையாகவும் ஆண்கள் பெண்கள் இணைந்து ஆடும் ஆட்டக்கலையாகவும் ஆண்கள் மட்டும் தனித்து ஆடும் ஆட்டக்கலை-

யாகவும் உள்ளது.

கும்மி வழிபாட்டு ஆட்டக்கலையில் இருந்து இன்று பொழுது போக்குக் கலையாக மாறியது மட்டும் அல்லாமல் அது இறப்பு வீட்டில் கொட்டப்படும் ஒரு சடங்குக் கலையாகவும் உள்ளது. இறப்பு வீட்டில் கைகொட்டி ஆடப்படுவதில்லை. அதற்கு மாறாக இறந்தவரின் உடலைச் சுற்றி வட்டமாகப் பெண்கள் மாரடித்துக் கொண்டு இறந்தவரைப் பற்றிப் பாடிக் கொண்டு அழுகின்றனர். இது இறப்புக் கும்மி என்று சொல்லப்படுகிறது.

கம்பளத்தார் வழிபாட்டுச் சடங்குகள்

கம்பளத்தார் ஜக்காலம்மா ஜஜக்கம்மர் சிவபாலம்மா தொட்டிச்சியம்மா பல்ல குண்டம்மா பகுத்தம்மா தாதம்மா வீரகாமு பொம்மைய சுவாமி ஆகிய தெய்வங்களுக்குல தெய்வங்களாக வழிபட்டு வருகின்றனர். தீயில் மாண்ட தெய்வங்களாக மிகுதியும் தங்கள் குல தெய்வங்களாகக் கொண்டுள்ளனர்.

ஜக்கம்மா வழிபாடு

கம்பளத்தாரில் பெரும்பாலானோர் ஜக்கம்மாவைக் குலதெய்வமாக வழிபடுகின்றனர். மழைத் தெய்வமாகவும் கம்பளத்தாரின் வாழ்க்கையை வழி நடத்தும் தெய்வமாகவும் ஜக்கம்மா விளங்குகிறது. ஜக்கம்மா வழிபாடு கம்பளத்தார் வாழும் ஊர்கள் தோறும் ஆண்டிற் கொருமுறை சித்திரைப் பௌர்ணமியன்று நிகழ்த்தப்படுகிறது. சில ஊர்களில் மட்டும் தைப்பொங்கலன்றும் மாட்டுப் பொங்கலன்றும் ஜக்கம்மா வழிபாடு நடைபெறுகிறது. ஜக்கம்மா வழிபாடு முதல் றாள் இரவு தொடங்கி மறுநாள் மாலை வரை தொடர்ந்து பின் நிறைவு பெறுகின்றது.

ஜக்கம்மா வழிபாட்டின் போது இடைவிடாமல் தேவதுந்துமி இசைக்கப்படுகிறது. புல்லாங்குழல் இசையும் உடன் சில இடங்களில் சேர்த்துக் கொள்ளப்படுகின்றது. வீரபாண்டிய கட்ட பொம்மனின் பாஞ்சாளங் குறிச்சியில் ஜக்கம்மா வழிபாடு சித்திரை மாத கடைசி வெள்ளியன்று இரவு அரசால் நடத்தப்படுகிறது. இவ்வழிபாட்டிற்கு பல்வேறு உளர்களில் இருந்தும் கம்பளத்தார் தவறாமல் கலந்து கொள்கின்றனர். வழிபாடு தொங்குவதற்கு முன்னரே ஆட்ட நிகழ்வுகள் தொடங்குகின்றன. ஒவ்வொரு குழுவும் ஒவ்வொரு இடத்தில் தனித்தனியாக ஆடிக்கொண்டிருப்பர்.

தம்பிரான் வழிபாடு

வலது கையில் மூங்கில் பிடித்தபடி ஆடும் தேவராட்டம் தம்பிரான் வழிபாட்டிற்கே உரியது. சேவையாட்டும் இவ்வாறு ஆடப்படுகிறது இந்த வழிபாட்டின் போது கம்பளத்தார் மேல் சட்டை அணிவதில்லை. மேலும் தம்பிரான் வழிபாட்டின் போதுதான் மட்டத்து மாடான ஜன்ன ஆவுலுவைத் தேர்ந்தெடுக்கின்றனர். கம்பளத்தார் தங்கள் இனத்துச் சிறுதெய்வங்களைத் தம்பிரான் தெய்வங்களாகப் பாவித்து வழிபாடு செய்கின்றனர். தம்பிரான் என்பதற்கு போற்றுவதற்குரிய உயர்வான மதிப்பான வணங்குதற்குரிய என்று பொருள் கூறப்படுகிறது. இத்தம்பிரான்

வழிபாடு சில உளர்களில் ஆண்டிற்கு ஒருமுறையும் சில உளர்களில் மூன்றாண்டிற்கு ஒரு முறையும் கொண்டாடப்படுகிறது.

மாரியம்மான் வழிபாடு

வீரபாண்டி மாரியம்மன் கோயில் திருவிழாவில் வியாழன் மற்றும் சனிக்கிழமை தேவராட்டம் சேவையாட்டம் ஆடப்படுகிறது. மாரியம்மன் வழிபாட்டின் தேவராட்டத்திற்கும் சேவையாட்டத்திற்கும் தொடர்பில்லை எனினும் அம்மன் மீது கொண்டபற்றின் காரணமாக விரும்பி கலந்து கொள்கின்றனர்.இங்கு ஆடும் போது ராஜா ராணி பெண் கோமாளி குறவர் குறத்தி காவலர் போன்று வேடமணிந்து ஆடுகின்றனர். ஜக்கம்மா வழிபாடு தம்பிரான் வழிபாட்டின் போது இவ்வாறு வேடமணிந்து ஆடுதல் இல்லை.

பெருமாள் வழிபாடு

தேவராம் அரங்கநாதர் கோவில் விழா, சிலமலை சீனிவாசப் பெருமாள் கோவில் விழா, வைகை ஸ்ரீ ரங்காபுரம் நரசிங்கப் பெருமாள் கோவில் விழா, வத்தலக்குண்டு கோட்டைப்பட்டி சென்றாயப் பெருமாள் விழா போன்றவற்றின் பல ஊர்களிலிருந்தும் ஆட்டக்கலைஞர்கள் வந்து தேவராட்டம் சேவையாட்டம் ஆடுகின்றனர்.பெருமாள் வழிபாட்டின் போதும் மாரியம்மன் வழிபாடு போல ராஜா ராணி பெண் தோமாளி குறவன் குறத்தி காவலர் செட்டியார் செட்டுச்சி போன்று வேடமணிந்து ஆடுகின்றனர். இவ்வாறு தேவராட்டம் வழிபாடு வாழ்வியல் சடங்குகளில் ஆடப்படுவது போல பொழுது போக்கு நிகழ்ச்சிகளிலும் ஆடப்படுகின்றது.

ஆட்டக்கலைகளை வாழ்வியல் சடங்குடனான கலைகள் வழிபாட்டுடனான கலைகள் பொழுது போக்குடனான கலைகள் என மூன்றாக பகுக்கலாம். வாழ்வியில் சடங்குகளில் ஆடப்படுகின்ற சில கலைகள் வழிபாட்டுச் சடங்குகளிலும் ஆடப்படுகின்றன. வாழ்வியல் வழிபாட்டில் நிகழ்த்தப்படும் கலைகள் பொழுது போக்குகளிலும் நிகழ்த்தப்படுகின்றன. ஆனால் எல்லா கலைகளும் எல்லா சூழலிலும் நிகழ்த்தப்படுவதில்லை. சில வழிபாட்டுக் கலைகள் பொழுது போக்கு கலைகளாக மாறாமல் வழிபாட்டுடன் மட்டுமே நின்றுவிடுகின்றன. எனவே மேற் கூறிய ஐந்து இனக்குழு கலைகளும் அவை பிறந்து வளர்ந்து வாழ்ந்து வரும் சூழலுடன் வைத்துப் பார்ப்பதே இவ்வாய்வின் முக்கிய நோக்கமாகும்.

வாழ்வியல் சடங்குகள்

மனிதன் பிறப்பு முதல் இறப்பு வரை அவர்கள் வாழ்வில் ஏற்படும் ஒவ்வொரு மாற்றங்களுக்கும் ஏதாவது சடங்கு செய்து கொண்டாடுவது இந்தியரின் பண்பாட்டு மரபு அம்மரபை இன்றும் மறவமால் கடைபிடித்து கொண்டாடி மகிழ்பவர்கள் இராமத்து மக்களே கம்பளத்தார் அருந்ததியார் மலைவேடர் கணியான் இனத்தார்கள் இனக்குழுவை சார்ந்தவர்களாக இருந்தாலும் சடங்கியல் முறையில் ஒருவருக்கொருவர் மாறுகின்றனர். எனவே தனித்தனியாக ஒவ்வொரு இனத்தாரின் வாழ்வியல்

சடங்குகளை பார்ப்பதே சிறந்ததாக இருக்கும்.

கம்பளத்தார் வாழ்வியல் சடங்குகள்

கம்பளத்தாரின் வாழ்வியல் சடங்குகள் அனைத்தும் ஊருக்கு வெளிப்புறத்திலேயே நிகழ்த்தப்படுகின்றன. இந்த வெளி,மந்தை அல்லது கோட்டைமேடு எனப்படுகிறது. கம்பளத்தாரின் 9 பிரிவுகளில் ஐந்து முழுக்கு ஏழு முழுக்கு என்ற இரு பிரிகள் இருக்கின்றன. கம்பளத்து நாயக்கரின் பெண்கள் பூப்படைந்த பிறகு மாதாமாதம் ஏற்படும் மாதவிடாய் காலங்களில் மந்தையில் தனியாக கட்டப்பட்டிருக்கும் வீட்டில் வைப்பர். மாதவிடாய் ஆகி ஐந்தாம் நாள் தலை முழுவது ஐந்து முழுக்கு என்றும் ஏழாம் நாள் தலைக்கு முழுவது ஏழு முழுக்கு என்றும் கூறப்படுகின்றது. ஐந்து முழுக்கு பழக்கத்தினர் கல்லுப்பட்டி பொட்டிப்புரம் கரிசல் போன்ற கிராமங்களிலும் ஏழு முழுக்கு பழக்கத்தினர் பெரும்பான்மை ஊர்களிலும் வசிக்கின்றனர். ஐந்து முழுக்குக்காரர்கள் மிகவும் கட்டுப்பாடு மிகுந்தவர்களாகவும் மேல் சட்டை அணியாமலும் பிற இனத்தாரின் வீடுகளில் தங்காமலும் ஊரைச்சுற்றி இலந்தை முள் வேலி அமைத்தும் அந்நியரை ஊருக்குள் விடாமலும் வாழ்ந்து வருகின்றனர். ஏழு முழுக்கு காரர்கள் ஒரு சில கட்டுப்பாடுகள் மட்டும் உடையவர்களாக நெகிழ்வுத் தன்மை கொண்டவர்களாக காணப்படுகின்றனர். தேவராட்ட சேவையாட்ட அடவுகளிலும் ஆட்ட அசைவுகளிலும் ஐந்து முழுக்கு ஏழு முழுக்கு வேறுபாடு காணப்படுகின்றது.

பூப்புச் சடங்கு

கம்பளத்தாரின் பூப்புச் சடங்கில் குடிசை கட்டும் சடங்கு மந்தையிலிருந்து பெண்ணை வீட்டிற்கு அழைக்கும் 16 -ஆம் நாள் சடங்கும் முக்கிய மானதாகும். 16 - ஆம் சடங்குகின் போது தேவராட்டம் ஆடப்படுகின்றது. பூப்படைந்த பெண்ணை மந்தையில் புது ஓலையை கொண்டு கட்டிய குடிசையில் 12 நாட்கள் தங்கவைப்பர். 12 - ஆம் நாள் இறுதியில் அவள் பயன்படுத்தியப் பொருட்கள் தங்கியிருந்த குடிசை ஆகியவற்றை அவள் கையாலேயே எரிக்க வைப்பர். பிறகு அவளை வீட்டிற்கு அழைத்து வருவர். 16 - ஆம் நாள் அப்பெண்ணை மந்தைக்கு அழைத்துச் சென்று மாட்டு சாணம் கொண்டு தயாரிக்கப்பட்ட ஏழு கலயங்களில் மூன்றிப் பாலும் அடுத்த மூன்றில் மஞ்சள் நீரும் ஒன்றில் இரண்டும் கலந்து வைத்து மண் ஓடுகளை வைத்து அதன் மீது எருக்கிலைகளை வைத்து அதனை மிதித்துச் செய்கின்றனர். இவ்வாறு செய்தால்தான் தீட்டு கழியும் என்று நம்பப்படுகின்றது. இங்குப் பெண்கள் சடங்கு நிகழ்வுகளைச் செய்ய ஆண்கள் தேவராட்டம் ஆடத்தொடங்குகின்றனர்.. சடங்கு முடிந்ததும் தேவராட்டம் ஆடிய படியே அப்பெண்ணை வீட்டுக்கு அழைத்து வருகின்றர். இச்சூழலில் சடங்கு நடைபெறும் மந்தையும் தெருக்களும் தேவராட்டத்தின் நிகழ்த்துக் களமாகின்றன.

நீலகிரி மலைப்பகுதியில் வாழும் கோத்தர் இன மக்களிடத்திலும் இப்பூப்புச் சடங்கு காணப்படுகின்றது அவர்களும் பூப்படைந்தப் பெண்ணை மந்தையில் உள்ள ஒரு தனிவீட்டில் வைக்கின்றனர். பூப்புச் சடங்கின் போது ஆண்களும் பெண்களும் தனித் தனியாக அவர்களின் பாரம்பரிய இசைக்கருவியை இசைத்து நடனமாடு-கின்றனர்.

திருமணச் சடங்கு

கம்பளத்தரின் தேவராட்டமும் தேவதுந்துபி இசையும் திருமணச் சடங்கில் மிக முக்கிய அங்கம் வசிக்கின்றது. திருமணத்திற்கு முதல் நாள் மாப்பிள்ளை அழைப்பின் பொழுது தேவராட்டம் தொடங்குகிறது. மந்தையில் பச்சை ஓலையால் அமைக்கப்பட்ட இருவேறு குடிசைகளில் மணமகனும் மணமகளும் தங்க வைக்-கப்படுகின்றனர். மாப்பிள்ளை அவரது ஊரிலிருந்து மணப்பெண்ணின் ஊர் எல்-லைக்கு வந்தவுடன் தேவராட்டத்துடன் அழைத்துச் செல்லப்பட்டு மணமகனுக்கான குடிசையில் தங்க வைக்கப்படுகிறான். தலைப்பால் தொடும் சடங்கு முடிந்;தவுடன் குடிசையில் மணமகளும் அவளது குடிசையில் தங்க வைக்கப்படுகிறாள். அப்போது மணமகன் தேவரட்டத்துடன் சென்று மணமகள் குடிசையில் சடங்கு செய்வான். மணமகளும் தேவராட்டத்துடன் சென்று மணமகனது குடிசையில் சடங்கு செய்-வாள் அதிகாலை நேரத்தில் திருமணம் நடைபெறுகிறது. திருமணம் முடிந்ததும் மணமகனை குதிரை மீது ஏற்றி மணமகள் இருக்கும் குடிசையை மூன்று முறை வலம்வரச் செய்கின்றனர்.

குதிரையில் வலம் வரும் பொழுது குதிரைக்கு மன்னால் ஆட்டம் ஜகுதிரை ஆட்டம்; ஆடப்படுகின்றது. இக்குதிரை ஆட்டம் சக்கணிக்குர்ர ஆட்டம் (நல்ல குதிரை) ஆட்டம் என்றும் மொண்டிக்குர்ரம் ஆட்டம்; ஜ நொண்டிக்குதிரை ஆட்-டம்ஸ் என்றும் கூறப்படுகின்றது. இக்குதிரை ஆட்டம் திருமணச் சடங்கு சூழல் தவிர வேறு எந்த சூழலிலும் ஆடுவதில்லை. இச் சடங்கிற்கு அடுத்த படி-யாக வேட்டைச் சடங்கு நடத்தப்படுகிறது. கம்பளத்தாரின் குலத்தொழிலான வேட்-டையாடுதலைப் போன்று பாவனைச் சடங்காக தேவராட்டத்தை ஆடுகின்றனர். வேட்டை நாய்கள் உடன் வர வேட்டையில் பயன்படுத்துவதற்கான ஆயுதங்களை எடுத்துக் கொண்டு வேட்டைக்கு சென்று வருவதைப் போன்றே இவ்வாட்டத்தை ஆடுகின்றனர்.

குடிசையில் சடங்குகள் முடிந்த நிலையில் தேவராட்டம் ஆடிக் கம்பளம் விரித்து மணமக்களை வீட்டிற்கு அழைத்து வருகின்றனர். வீட்டிற்கு சென்றப்பிறகு ஙரேவு மெட்டேதிங ஜதுறைமித்தல்; என்ற சடங்கிற்காக மணமக்கள் விளை நிலைத்திற்குச் சென்று வர அழைத்துவரப்படுகின்றனர். இச் சடங்கின் போது மணமகனின் பங்காளிகள் ஞஒட்டான்வேடம்ஞ என்ற வேடமணிந்து கூடை மண் வெட்டியுன் வேடிக்கையாக நடனமாடி வருகின்றனர். ஙதேவ மொக்குங ஜஇறை-

வனை வழிபடுதல்; என்ற சடங்கி;ன் போதும் தேவராட்டம் ஆடப்படுகின்றது. இறுதியில் காசு இறக்குதல் என்ற தேவ துந்துபியின் இசைப்பை முடித்து வைத்தல் சடங்கு செய்யப்படுகின்றது.

இறப்புச் சடங்கு

கம்பளத்தாரின் இறப்புச் சடங்காட்டம் பதினாறாம் நாள் சடங்கின் போது ஆடப்படுகின்றது. இச்சடங்கினை மந்தபோனச் சடங்கு ஈமக்கிரியை என்று குறிப்பிடுகின்றனர். இறந்தவரின் நினைவாக மண் உருவம் செய்து செம்பில் நீர்வைத்து பெண்கள் ஒப்பாரி வைத்து அழுகின்றனர். பின்னர் நீரை ஊற்றி அவ்உருவத்தைச் சிதைக்கின்றனர். இறந்தவரின் நினைவாக கல் நடுகின்றனர். அப்பொழுது தேவராட்டம் ஆடப்படுகின்றது. ஓராண்டு நிறைவு பெற்ற நிலையில் ஒப்பக் கல்லில் உள்ள ஆவி மாலைத் தெய்வத்தோடு சேர்த்து வைக்கப்படுகின்றது. மாலைத் தெய்வ வழிபாடு என்பது முன்னோர் வழிபாட்டைக் குறிக்கின்றது. இம் முன்னோர் வழிபாட்டின் போதும் தேவராட்டம் ஆடப்படுகின்றது. கோத்தர் இன மக்களிடத்தும் இம்முன்னோர் வழிபாட்டின் போது நடனமாடும் பழக்கம் உள்ளது. இம்முன்னோர் வழிபாடு ஙஜயனோர் அம்மனோர்ங வழிபாடு எனப்படுகின்றது. கும்பளத்தார் தங்களின் கிராம எல்லையையும் ஜக்கம்மா கோவிலைச் சுற்றியும் எலந்தை முல் வேலி அமைக்கின்றனர். கோத்தர் இன மக்களும் தங்களின் கிராம எல்லையிலும் மூத்தோர் கோவில் எல்லையிலும் கற்களை நட்டு எல்லையை அமைக்கின்றனர்.

வேட்டைச் சடங்கு

கம்பளத்தார் தங்களின் தொழில்முறை கேற்ப வாழ்விடங்களைத் தேர்ந்தெடுத்து வசித்து வருகின்றனர். வேட்டையாடல், கால்நடைகளை பராமரித்தல் வேளாண்மை செய்தல் போன்ற தொழில்களை இவர்கள் மேய்ச்சல் நிலங்கள் நீர் ஆதாரங்கள் அதிகம் உள்ள இடங்களாக தேர்ந்தெடுத்து செய்து வருகின்றனர். முல்லை நிலக்காடுகள் இவர்களுக்கு ஏற்ற சூழலாக இருக்கின்றது. வன விலங்குகள் வேட்டையாடப்படுவதை அரசு தடைசெய்திருப்பதால் இவர்கள் முழுமையாக வேட்டையை நம்பி இராமல் வேளாண்மை கால்நடைகளை பராமரித்தல் போன்ற தொழில்களில் ஈடுபட்டு வருகின்றனர். இருப்பினும் வருடத்திற்கு ஒரு முறை வேட்டைச் சடங்கை வேட்டைக்காரர்கள் என்ற வேட்டை முதன்மைக்காரர் அனுமதி பெற்று செய்து வருகின்றனர். அவ்வாறு வேட்டைக்கு செல்லும் முன் வேட்டையாடுதல் போன்று பாவனைச் சடங்காக தேவராட்டத்தை ஜக்கம்மா கோவில் முன் செய்து ஆசீர்வாதம் பெற்ற பின்பு வேட்டைக்குச் செல்கின்றனர்.

நடனம் ஒன்று ஆடி அந்த நடனத்தில் ஒரு விலங்கினை ஈட்டியால் குத்திக் கொல்வதைப்போல் பாவனை செய்து நடித்தால் வேட்டையில் வெற்றியும் பலனும் கிடைக்கும் என்று நம்புகின்றனர். வேட்டையின மக்கள் இத்தகைய சடங்கைப் போன்மை மந்திரம் ஜiஅவையவiளந அயபiஉ; என்று குறிப்பிடுகின்றனா'';. ஜ

மந்திரம் சடங்குகள் ப - 18; ஆ. சிவசுப்பிரமணியம் குறிப்பிட்டுள்ளார்.

பொழுது போக்கு

பொழுது போக்கு நிலையிலும் தேவராட்டம் ஆடப்படுகின்றது. பொழுது போக்கு நிலையில் தேவராட்டம் ஆடப்படும் பொழுது அதில் ஒரு ஒழுங்கு முறை கடைப்பிடிக்கப்படுகிறது. மேடையின் அளவிற்கேற்ப ஆடுவோரின் எண்ணிக்கை வரையறை செய்யப்படுகின்றது. உடைகள் ஒரே மாதரி அணிந்து கொள்கின்றனர். ஆட்ட அடவுகளிலும் ஒதுக்கப்படும் நேரத்திற்கேற்பசுருக்கியும் நீட்டியும் மாற்றங்கள் செய்யப்படுகின்றன. இவ்வாறு ஒதுக்கப்படும் அல்லது நிர்ணயிக்கப்படும் காலம் 'தீர்மானக் காலம்' எனப்படுகின்றது.

பொழுது போக்கு நிலையில் ஆடப்படும் சூழல்

1. அரசு விழாக்கள்
2. அரசியல் தலைவர்களின் தனிக்கப்பட்ட விழாக்கள்
3. கலாச்சார நிகழ்வுகள்
4. வெளிநாட்டு நிகழ்வுகள்
5. பிற இனத்தாரின் வாழ்வியல் சடங்குகள்
6. மதச் சார்பற்ற நிகழ்வுகள்
7. பள்ளி சாலை நிகழ்வுகள்" போன்ற சூழல்களில்

ஆடப்படும் பொழுது ஆடுகளங்கள் மேடையாக இருக்கலாம். ஊர்களின் தெருக்களாகவும் இருக்கலாம். இது போன்ற நிகழ்வுகளில் பார்வையாளர் பார்வையாளராகவே இருக்கின்றார் பங்கேற்பாளராக மாறுவதில்லை. பெரும்பாலும் பொழுது போக்கு நிலையில் சேவையாட்டம் ஆடப்படுவதில்லை.

மலை வேடர்

வாழ்வியல் சடங்கு

ஒயிலாட்டம் மலைவேடர் வலையர் இனத்தில் வாழ்வியல் சடங்கில் நடத்தப்படுவதில்லை. தற்பொழுது பிற இனத்தாரின் சடங்குகளான காதணி விழா பூப்பு நன்னீராட்டு விழா திருமண விழா போன்றவற்றில் மிகவும் அருகிய நிலையில் ஒயிலாட்டம் ஆடப்படுகின்றது. இத்தகைய சூழலில் ஆடும்பொழுது ஆடுகளம் சடங்கு நடக்கும் வீடு தெரு திருமண பண்டபம் போன்றவையாக அமைகின்றது. பிற இனத்தாரின் சடங்கில் ஆடும் பொழுது அது பொழுது போக்கு கலையாக மாறிவிடுகின்றது.

வேட்டைச் சடங்கு

மலை வேடர்களும் வலையர்களும் ஒரு காலத்தில் வேட்டைத் தொழிலை தங்களின் முதன்மைத் தொழிலாகச் செய்து வந்தார்கள் என்பது குறிப்பிடத்தக்கது. ஏனவே, வேட்டைத் தொழிலுக்கும் ஒயிலாட்டத்திற்குமட நெருக்கமான உறவு இருப்பதை அறிந்து கொள்ள முடிகிறது. ஞ இனக் குழு மக்கள் வேட்டைக்குச்

செல்லும் முன்பு ‘விலங்கு நடனம்’ ஆடி விட்டுச் சென்றனர். இவ்வாறு ஆடிவிட்டுச் சென்றால் வேட்டையில் நல்ல பலன் கிடைக்கும் என்று நம்பினர். உண்மையில் ஙவிலங்கு நடனம்ங வேட்டைக்குச் சடங்கு ஆகும் என்ற கா. சுப்பிரமணியத்தின் கருத்தைஞ ஐநாட்டுப்புற கலை வடிவங்கள் கலைகள் சமூகவியல் ஆய்வு ப - 76 ; சோ. சேகர் முன் வைத்துள்ளார். மலைவேடர்கள் இன்றும் வேட்டைக்குச் செல்வதற்கு முன்பு ஒயிலாட்டம் ஆடிச் செல்லுவதை வைத்துப் பார்க்கும் பொழுது ஒயிலாட்டம் ஒரு காலத்தில் வேட்டைச் சடங்காட்டமாகச் செயல்பட்டது என்ற உண்மை புலப்படுகிறது.

‘சவட்டு’ என்பது மிதித்தல் துவட்டல் வளைத்தல் ஆகிய பொருண்மைகளை கூறும் சொல்தான் ‘செவிடு’ என்றப் பெயரில் சிலம்பாட்டத்தில் அடவாக உள்ளது. ஒயிலாட்டத்தில் குத்து, அடி,எட்டுப் போடுதல,; இழுவை, மடக்கு, குதிப்பு, புரளுதல,; சறுக்கு ஆகிய அடவுகள் காணப்படுகின்றன. இவ்வடவுகளின் பெயர்கள் அனைத்தும் வேட்டை முறைகளை நினைவு படுத்துவதாக கள ஆய்வின் போது தகவலாளர்கள் கூறினர்.

மலைவேடர்கள் வேட்டைக்குச் சென்று விலங்குகளோடு திரும்பிய பின்னர், அவ்விலங்குகளின் இறைச்சியைப் பகிர்ந்து உண்ணுகின்றனர், என்றும் அதன் பின்னர் இரவில் சிறிது நேரம் ஒயிலாட்டம் ஆடுகின்றனர், என்றும் தகவலாளர்கள் மூலம் அறிய முடிகின்றது.

வழிபாட்டுச் சடங்கு

நாட்டுப்புறப் பெண் தெய்வங்களுக்குச் சித்திரை, வைகாசி, ஆணி, ஆடி ஆகிய மாதங்களில் வழிபாடு நடைபேறுகிறது.இவ்வழிபாட்டில் முளைப்பாரிச் சடங்கு கரகம் எடுத்தல் இடம் பெறுவது போன்று ஒயிலாட்டமும் சடங்காட்டமாக ஆடப்படுகிறது. மலைவேடர் வலையர் இன மக்களின் அம்மன் வழிபாட்டில் இடம் பெறுவது போன்று பிற பெண் தெய்வ வழிபாட்டில் ஒயிலாட்டம் இடம் பெறுவதில்லை. மலை வேடர்களிடையே அம்மன் கோவில்களில் மழை வேண்டி நிகழ்த்தும் ‘முளைப்பாரி’ அல்லது ‘முளை கொட்டுத்’ திருநாள் சிறப்பாகக் கொண்டபப்படுகிறது. முளைப்பாரி ஒரு புராதனச் சடங்கு பங்குனி மாதம் முதல் புரட்டாசி மாதம் முடியவுள்ள காலத்தில் ஏதேனும் ஒரு வளர்பிறையில் செவ்வாயன்று ‘பொங்கல் சாட்டுத’லுடன் இவ்விழா தொடங்குகிறது. தட்டு ஒன்றில் எருபரப்பி அதில் நவதானியங்களை விதைத்து ஒரு வீட்டில் வைப்பர். அந்த வீடு ‘சாமி வீடு’ எனப்படுகிறது.அந்த வீட்டினுள் விரதமிருந்து தூய்மையைப் பாதுகாக்கும் ஒரு பெண் மட்டுமே சென்று தினமும் நீர் ஊற்றுவார். பொங்கல் சாட்டியது முதல் அடுத்த செவ்வாயன்று விழா நடக்கும் வரை தினமும் பெண்கள் முன்னிரவு தொடங்கி நள்ளிரவு வரை சாமி வீட்டின் முன் கும்மி கொட்டுகின்றனர். ஆண்கள் ஒயில் ஆடுகின்றனர். ‘மழை வேண்டல்’ இங்கு அடிப்படை நோக்கமாக அமைகிறது.

அம்மன் வழிபாடு 'கால்நட்டுதல'; என்னும் சடங்குடன் தொடங்குகிறது. செவ்வாய்க்கிழமை இரவு முளை விதைகளைப் போடுவார்கள். அன்று இரவு ஆண்கள் ஒயிலாட்டம் ஆடுகின்றனர். அன்றிலிருந்து தினந்தோறும் ஒயிலாட்டம் ஆடப்படுகிறது. வழிபாடு நடக்கும் ஒன்பதாம் நாள் செவ்வாய்க் கிழமை இரவு முளைப்பாரியை ஊர்வலமாக எடுத்துச் செல்லும் போது ஊர்வலத்தின் முன்னர் ஒயிலாட்டம் ஆடிக்கொண்டே செல்கின்றனர். இறுதியாக முளைப்பாரியை இறக்கி வைத்து அதனைத் தண்ணீரில் கரைத்து விடும் வரை தொடர்ந்து ஆடுகின்றனர். பின்னர் அனைவரும் அமைதியாகக் கோயிலுக்குச் சென்று அம்மனை வணங்கிச் செல்கின்றனர்.

பொழுது போக்கு நிலை

ஒயிலாட்டத்தைச் சடங்குச்சாராச் சூழலில் நிகழ்த்தும் போது அதனுடைய பல்வேறு ஆட்டங்கள் இராமயணக் கதையின் வாயிலாக இணைக்கப்படுகின்றன. இராமாயணக் கதையில் வரும் சம்பவங்களை அப்படியே ஆடிக் காட்டுவதற்கு ஒயிலாட்டத்தின் அமைப்பு இடங்கொடுப்பதில்லை. ஒயிலாட்டத்தின் வாயிலாகப் பொதுவான அளவில் ஒரு செயலையோ ஓர் உணர்வையோ வெளிப்படுத்த இயலுமேயன்றி ஒரு நிகழ்ச்சியை நடத்திக்காட்ட இயலாது. எனவே கதையை நடத்திச் செல்வதற்கு உரையாடல்களையும் பாடல்களையும் தான் சார்ந்திருக்க வேண்டியுள்ளது. இவ்வாறு உரையாடல்களையும் பாடல்களையும் ஆட்டத்தோடு இணைக்கும் போது ஒயிலாட்ட நிகழ்ச்சி நாடகத் தன்மையைப் பெறுவது இயல்பான ஒன்றேயாகும்.ஞ ஜ ஆட்டமும் அமைப்பும் பக் 93; என்று பொழுது போக்கு சூழலில் ஆடப்படும் ஒயிலாட்டம் குறித்து சுதானந்தா குறிப்பிடுகின்றார்.

ஒயிலாட்டம் குறித்த அனுபவமுள்ள மக்கள் முன் இராமணனக் கதைப்பாடலை உள்ளடக்கிய நாடகப்பாங்கான ஒயிலாட்டத்தை நடத்தும்போது, கதைப் பாடல்களை விட ஒயிலாட்டமே இவர்களை உணர்நிலைக்கு அப்பால் அமையும் சூழலுக்கு இழுத்துச் செல்கின்றது. ஆனால் சடங்கியல் கலையாக ஒயிலாட்டத்தைப் பார்த்துப் பழக்கமில்லாத மக்கள் முன் ஒயிலாட்டத்தை ஆடும் பொழுது ஆட்டம் மட்டும் அவர்களை கவர்வதில்லை. அவர்கள் தாள இசை, பாடலிசை, ஆட்ட அடவுகளின் சீர்மை ஆகியவற்றைத் தனித்தனியே பார்க்காமல் எல்லாவற்றையும் இணைத்து ஒரு முழுமையான ஆட்டக் கலையாகவே பார்க்கச் தெரிந்திருக்கிறார்கள். ஒயிலாட்டம் சடங்காட்டமாக பார்ப்பது இவர்களுக்குத் தெரியாது. எனவே உணர் நிலையோடு இவ் ஆட்டத்தைக் கண்டு களிக்கிறார்கள். அதனால் இவர்களுக்கு இவ்வாட்டம் அழகியல் மதிப்புடையதாக விளங்குகிறது.

கணியான் வாழ்வியல் சடங்கு

கணியான் கூத்து வாழ்வியல் சடங்குகளில் நிகழ்த்தப்படுவதில்லை. கணியான்களின் முக்கிய வாழ்வியல் சடங்கு என்று பார்த்தால் குழந்தை பிடித்து 16 -

ஆம் நாள் தீட்டுக் கழித்தல் என்பது. பெண் வீட்டில் குழந்தை பிறந்த 16 - ஆம் நாள் வீட்டிற்கு வெள்ளை அடித்து பெண் பயன்படுத்திய பானை சட்டியை உடைத்து தீட்டு கழிக்கின்றனர். பெண் வீட்டில் தீட்டு கழித்த பின்னரே ஆண் வீட்டில் வெள்ளை அடித்து வீட்டை சுத்தம் செய்து தீட்டு கழிக்கின்றனர். திருமணச் சடங்கு என்று பார்த்தால் வரதட்சணையை பெண்களிடம் இருந்து வாங்காமல் பெண்ணின் பெற்றோருக்கு வரதட்சனை கொடுத்து திருமணம் செய்து கொள்கின்றனர். இறப்புச் சடங்கில் வயது முதிர்ந்து இயற்கை மரணம் அடைந்தவர்களுக்கு ஆட்டம் பாட்டம் வெடி வைத்தல் போன்ற மரியாதையுடன் இறப்புச் சடங்கு செய்யப்படுகின்றது. ஒரு சிலர் இவ்விறப்புச் சடங்கின் போது கணியான் கூத்தை நாக்கு வெட்டு கைவெட்டு நிகழ்வு இன்றி நிகழ்த்துவதுண்டு. பிற எந்த வாழ்வியல் சடங்கிலும் கணியான் கூத்து ஆடப்படுவதில்லை. இறந்தவரின் வீட்டின் முன்பு உள்ள வாசலில் பிணத்தை எடுக்கும் வரை இராமயணக்கதை அல்லது இறந்தவரை புகழ்ந்து கணியான் கூத்தை நிகழ்த்துகின்றனர். இந்த இறப்புச் சடங்கு கூத்தும் மிகவும் அருகிய நிலையில் ஒரு சில ஊர்களில் மட்டும் கடந்த சில வருடங்களாக நிகழ்த்தப்படுகின்றது.

வழிபாட்டுச் சடங்கு

நாட்டுப்புறச் சுயத்தின் ஒர் உறுப்பாகச் சடங்கு விளங்குகிறது. கொடுத்தல் பெறுதல் ஆகிய இரு செயற்பாடுகளின் விளைவால் இச்சடங்கு உருவாகிறது. சுடலை மாடன் வழிபாட்டின் முக்கிய அங்கமாக விளங்கும் கணியான் கூத்தில் இச்சேயல் பாட்டினைக் காணலாம். இவ்வழிபாடு சுடலைமாடன் கொடை வழிபாடு இரவு எட்டு மணிக்கு ஆரம்பமாகிறது. முதலில் ஙஊர் சுற்றி வருதல்ங எனும் சடங்கு நடைபெறுகிறது. இச்சடங்கில்ஞ கோமரத்தாடிஞ களும் (சாமியாடிகள்) மேளவாத்தியக்காரர்களும் கணியான் கூத்துக் கலைஞர்களும் பங்கு பெறுகின்றனர். ஒவ்வொரு தெருவாக ஊர் முழுவதும் சுற்றிவரும் பொழுது வீடுகளில் காணிக்கையாக நெல் அரிசி பணம் முதலியவற்றைப் பெறுகிறார்கள். ஊர் சுற்றி வரும் பொழுது பெண் வேடக்காரர்கள் ஆடுவது கிடையாது. ஆனால் மேளவாத்தியத்தோடு மகுட இசையும் சேர்ந்து இசைக்கப்படுகிறது. இவ்வாறு ஊர் சுற்றி முடிவதற்கு இரவு பதினோருமணி ஆகிவிடுகிறது. இவர்கள் சுடலைமாடன் கோவிலுக்கு வந்தவுடன் சுடலைத் தெய்வத்திற்குப் பூ அலங்காரம் செய்யப்படுகிறது. இதற்குப் பிறகு கணியான் கூத்து ஆரம்பமாகிறது. கணியான் கூத்தும் சுடலைமாடன் தெய்வ வழிபாட்டுச் சடங்கும் நெருங்கிய உறவுடையன.

வேதாள ஆட்டமும் படைப்புப் போடுதலும்

பெண் வேடமிட்ட கணியான்கள் பேய் முகத்தை மாட்டிக் கொண்டு ஆடுகின்றனர். இதனை ‘வேதாள ஆட்டம்’ என வழங்குகின்றனர். இப்படி இவர்கள் ஆடுவதை கோயில் முன் அரங்கத்தில் அமர்ந்து பாhத்துக் கொண்டிருக்கும் பூசா-

ரிக்கு அருள் வரும் அருள் வந்து பூசாரி ஆடும் பொழுது பார்வையாளர்கள் அவரை வணங்குகின்றனர். பூசாரிக்கு அருள் வரவைப்பதற்காகவே வேதாள ஆட்டம் ஆடப்படுகின்றது. அருள் வந்த நிலையில் பூசாரி தெய்வத்தில் பூசை நடத்துகிறார். இசைத் தொடர்ந்து கணியான் கூத்தும் நிகழ்ந்து கொண்டே இருக்கும். பிறகு சிறிது நேரத்தில் கணியான் கூத்தை நிறுத்தி விட்டுத் தெய்வத்திற்கு முன் பூசாரி கோமரத்தாடி ஆகியோர் வாயைக் கட்டிக் கொண்டு ஏழு வாழை இலையை விரித்து அதில் படைப்பு போடுகின்றனர். சுடலைமாடனுக்கு படைப்பு போடும் பொழுது மனிதர்கள் யாரும் பார்க்காதவாறு நான்கு முழ வேட்டியால் இருபக்கமும் திரை அமைத்துக் கொள்கின்றனர். அப்போது பார்வையாளர்கள் பரவச உணர்வோடு காணப்படுகின்றனர். படைப்பில் சோறுஇ தேங்காய்இ பழம்இ வெற்றிலைஇ பத்தி முதலியவற்றை வைக்கின்றனர். அதற்கு மேல் துணியாலான திரிகளைச் சோற்றில் பதித்து விளக்குப் போடுகின்றனர். பிறகு தீபாராதனைச் சடங்கு நடந்து முடிந்தவுடன் வேட்டியை எடுக்கின்றனர். உடனே அங்கு வந்திருந்த பக்தர்கள் அனைவரும் தங்கள் உழைப்பில் கிடைத்தப் பொருளைத் தெய்வத்திற்குப் படைத்தவுடன் தெய்வம் அதனை ஏற்றுக் கொண்டது என்று நம்புகின்றனர்.

கைவெட்டுச் சடங்கு

படைப்புச் சடங்கு முடிந்தவுடன் மீண்டும் கணியான் கூத்து தொடர்கிறது. அண்ணாவி சுடலை மாடன் குறித்த பாடலைப்பாடுவார். அதைக் கேட்ட கோமரத்தாடியில் உடலில் சுடலை மாடன் வந்திறங்கி கணியானைக் கை வெட்டு கொடக்குமாறு அழைப்பார். இந்தக் கணியான் வந்தவுடன் அவன் நெற்றியில் கோமரத்தாடி திரு நீறு பூசி கை வெட்டுக்கு உத்தரவு கொடுக்கிறார். உத்தரவு கிடைத்தவுடன் கணியான் கோயில் அரங்கத்தில் உள்ள உரலின் மீது அமர்ந்து சுடலை மாடானை வணங்குகிறார். பிறகு முழங்கைக்கு மேல் கறுப்புக் கயிற்றினைக் கட்டிக் கொண்டு முழங்கையின் சதைப்பிடிப்பான பகுதியில் கத்தியினால் கீறி இரத்தத்தை வடிக்கிறார். இச்செயலின் போது மகுடம் உச்சநிலையில் இசைக்கப்படுகிறது. கணியான் கையில் இருந்து வடியும் இரத்தத்தைக் கோமரத்தாடி இசையில் பிடித்து அதில் வாழைப் பழத்தை பிசைந்து உன்னுகிறாh.;

கை வெட்டு நிகழ்ச்சி முடிந்தவுடன் அதே கணியான் நாக்கு வெட்டு நிகழ்ச்சியில் பங்கு பெறுகிறார். கணியான் தன் நுனி நாக்கில் கீறி இரத்தம் வடிக்கிறார். கோமரத்தாடியும் இரத்தத்தை இலையில் பிடித்து அதில் வாழைப் பழத்தை தோய்த்து உண்ணுகிறார். இவ்விரண்டு செயல்களினால் தெய்வ ஆற்றலின் விருப்பம் கோமரத்தாடியடின் இட்ட கட்டளையின்படி கணியானால் நிறைவு செய்யப் படுவதாக நம்பப்பகிறது. வடக்கு விஜயநாராயணம் ஒத்தப்பனை சுடலை வழிபாட்டில் இருபத்தொரு இலையில் கணியானின் இரத்தத்தை சிந்தியதை கள ஆய்வின் போது காணமுடிந்தது.

மயானத்தில் திரளைச் சோறு எரிதல்

கை வெட்டு நாக்கு வெட்டுச் சடங்குகள் முடிந்தவுடன் கோயில் முன் அரங்கில் குவித்து வைக்கப்பட்டுள்ள சுடுசோற்றில் பச்சை ஆட்டின் இரத்தமும் இதயமும் படையலாக வைக்கப்பட்டு பின்னர் அச்சோற்றுடன் கலக்கப்படுகிறது. கணியான்களும் கோமரத்தாடிகளும் தீப்பந்தங்களை எடுத்துக் கொண்டு மயனாத்திற்குச் செல்கிறார்கள். அவ்வாறு செல்லும் போது கைவெட்டுக் கொடுக்கும் கணியான் புதுமண்ணால் செய்யப்பட்ட சட்டியில் ஆடு பன்றி சேவல் இரத்தம் தோய்த்த சோற்றினை எடுத்துச் செல்கின்றார். கோமரத்தாடியுடன் மகுடம் வாசிப்பவர்களும,; கைவெட்டுக் கொடுப்பவரும் பெண்வேடக் காரர்களும் செல்கின்றனர். மயனாம் வரை தொடர்ந்து மகுடம் இசைக்கப்படுகிறது. மயனாத்தில் மீண்டும் கணியானால் கைவெட்டுச் சடங்கு நடத்தப்படுகிறது. அவ் இடத்தில் உறைந்திருக்கும் சுடலைமாடன் தெய்வத்தை அமைதிப்படுத்த இச்சடங்கு செய்யப்படுவதாக நம்பப்படுகிறது. கணியான் தன் கையை வெட்டி இரத்தத்தை தான் கொண்டு வந்த சோற்றில் வடித்துப் பிசைந்து சிறு உருண்டைகளாக்கிச் சுடலை மாடன் பீடத்தைச் சுற்றி நான்கு திசைகளிலும் வைத்து விட்டு மேற்குத் திசை தவிர்த்த மூன்று திசைகளிலும் இத்திரளைச் சோற்றினை எறிகிறார்.

திரளைச் சோறு எறியும் சடங்கு முடிந்தவுடன் கோமரத்தாடி மயானச் சாம்பலை கப்பரையில் அள்ளிக் கொடுக்கிறார். ஊர் திரும்பி வரும்போதும் மகுடம் இசைக்கப்படுகிறது. வரும் வழியில் தீய ஆவிகளை அமைதிப்படுத்தக்கோழி முட்டைகளைக் கோமரத்தாடி உடைத்துக் கொண்டே வருகின்றார். ஊருக்குள் வந்தவுடன் கோமரத்தாடிக்குத் தண்ணீரை ஊற்றிக்குளிக்கச் செய்து புத்தாடை உடுத்தி விடுகின்றனர், பிறகு கோமரத்தாடி மயானத்திலிருந்து கொண்டுவந்த சாம்பலை ஊர் மக்களுக்கு வழங்குகிறார். அதனை வாங்கி நெற்றியில் பூசிக்கொள்வதன் மூலம் உளவியல் அடிப்படையில் ஊக்கம் பெறுவதாக நம்பப்படுகிறது.

கணியான் கூத்து குறித்து இதுவரைப் பார்த்தில் வாழ்வியல் மற்றும் பொழுது போக்கு சூழலைக் காட்டிலும் வழிபாட்டுச் சடங்குடனேயே கணியான் கூத்து நெருங்கிய தொடர்புடையதாக இருக்கின்றது. எனவே இக்கூத்து நிகழ்த்தப்படும் சூழல் கோயிலின் முன் உள்ள அரங்கு, ஊர்களின் தெருக்கள,; மயானம் செல்லும் வழி ஆகியவை ஆகும். இறை நம்பிக்கையுடனும் பயபக்தியுடனும் பார்க்கும் பார்வையாளர்களே கணியான் கூத்திற்கு உள்ளனர். மேலும் பார்வையாளர்கள் பங்கேற்பாளராக மாறுதல் என்பது இக் கூத்திற்கு இல்லை என்றப் பொருண்மையும் பெறப்படுகிறது. பரம்பரை பரம்பரையாக ஆடிவரும் கணியான் இனத்தவரை தவிர வேறு யாரும் இக் கணியான் ஆட்டத் நிகழ்த்த முன் வருவதில்லை என்ற உண்மையும் பெறப்படுகின்றது. இக் கணியான் கூத்தும் இறை நம்பிக்கையுடன் வரதமிருந்து ஈடுபாட்டுடன் நிகழ்த்தப்படுகின்றனர்.

அருந்ததியர்

வாழ்வியல் சடங்கு

அருந்ததியரின் துடும்பாட்டம் அவ்வின மக்களின் வாழ்வியல் சடங்குகளில் ஆடப்படுவதுடன் கொங்கு வேளாளர் போன்ற பிற இன மக்களின் வாழ்வியல் சடங்குகளிலும் முக்கிய இடம் வகிக்கின்றது. அருந்ததியர்களின் வாழ்வியல் சடங்குகளில் முக்கிய நிகழ்வுகளான காது குத்தல் பூப்பு நன்னீராட்டுதல் திருமணச் சடங்குகள் இறப்புச் சடங்கு ஆகிய சடங்குகளில் துடும்பாட்டம் ஆடப்படுகின்றது.

காது குத்தும் சடங்கு

குழந்தை பிறந்து 9 வது மாதம் முதல் ஒற்றைப்படை வரிசையில் வரும் ஏதேனும் ஒரு மாதத்தில் தாய் மாமன் மடியில் வைத்து குழந்தைக்கு காது குத்தப்படும். இந்த சடங்கிற்கு குழந்தையின் தாய் மாமன் வீட்டினர் இனிப்புகள் புதிய ஆடைகள் காதணிகளன் பழங்கள் ஆகியவற்றை தட்டுகளில் வைத்து பிள்ளையார் கோவிலிலோ அல்லது பட்டத்தரசி அம்மன் கோவிலிலோ வைத்து வழிபட்டுவிட்டு துடும்பாட்டத்துடன் தெருக்களில் ஊர்வலமாக சடங்கு நடைபெறும் வீட்டிற்கு வருகின்றனர். அங்கு அத்தட்டுகளை காது குத்தும் குழந்தையின் முன்பு வைத்து காது குத்துகின்றனர். தாய்மாமன் கொண்டு வரும் தட்டுகள் தாய்மாமனின் செல்வச் செழிப்பை உணர்த்தும்.

பூப்புச் சடங்கு

பருவத்திற்கு வந்த பெண்ணிற்கு தாய்மாமனால் நடத்தப்படுகின்ற சடங்கே பூப்புச் சடங்கு இச்சடங்கானது பெண் பூப் பெய்தி நாளிலிருந்து ஏழாம் நாளிலோ ஒன்பதாம் நாளிலோ மூன்று மாதங்களுக்குப் பிறகோ இச்சீர் செய்யப்படும். இச்சீரிற்கும் பலகாரங்கள,; பழங்கள், பட்டுப்புடவை வசதிக்கு ஏற்ப நகைகள் வைக்கப்பட்ட தட்டுக்களை அருகில் உள்ள கோவிலுக்கு துடும்பாட்டத்துடன் எடுத்துச் சென்று இறைவனை அல்லது இறைவனை வழிபட்டபிறகு துடும்பாட்டத்துடன் ஊர்வலமாக சீர் செய்யப்படும் வீட்டிற்கு வருகின்றனர். வீட்டிற்குள் செல்லும் முன்பாக துடும்பாட்டம் ஆடப்படுகின்றது. தாய்மாமன் சீர் செய்ய வந்துள்ளதை ஊராருக்கு அறிவிக்கும் விதமாக இத்துடும்பாட்டம் நிகழ்த்தப்படுகின்றது.

திருமணச் சடங்குகள்

திருமணச் சடங்கில் மாப்பிள்ளை அழைப்பின் போது துடும்பாட்டம் ஆடப்படுகின்றது. திருமணம் நடைபெறும் ஊரில் உள்ள கோவிலில் மாப்பிள்ளை வீட்டார் இருக்கின்றனர். இவர்களை பெண்வீட்டார் துடும்பாட்டம் மற்றும் நாத்;வரம் தவில் மேளத்துடன் சென்று எதிர் கொண்டு மாலையிட்டு அழைத்து வருகின்றனர். அவ்வாறு அழைத்து வரும்பொழுது ஊரின் தெருக்களில் துடும்பாட்டத்தை ஆடிய படியே வருகின்றனர். பின்னர் மறுநாள் தாலிகட்டி முடித்து மணப் பெண்ணும் மாப்பிள்ளையையும் மணமகன் வீட்டிற்கு அழைத்துச் செல்லும் பொழுதும் துடும்-

பாட்டம் நிகழ்த்தப்படுகின்றது. தற்பொழுது அவ்வின மக்களின் வாழ்வியல் சடங்குகளில் துடும்பாட்டம் நிகழ்த்தப்படுவது குறைந்து பிற இன மக்களின் சடங்குகளின் நிகழ்த்தப்படுவது பெருகியுள்ளது.

இறப்புச் சடங்கு

துடும்பாட்டம் கோவை மாவட்டத்தைப் பொருத்த அளவில் முக்கிய பங்கு வகிப்பது இறப்புச் சடங்கில் தான். அருந்ததிய இன மக்களின் இறப்புச் சடங்கை காட்டிலும் வெள்ளாலக் கவுண்டர் இன மக்களின் இறப்புச் சடங்கில் முதன்மை பெறுகின்றது. அறுபது எழுபது வயதிற்கு மேல் வாழ்ந்து இயற்கை மரணம் அடைந்த கவுண்டர் இனத்தினரின் இறப்பில் துடும்பாட்டம்நிச்சியம் இடம் பெறுகின்றது. இறந்தவரின் வாரிசுகள் தனது தாய் அல்லது தந்தை நல்லமுறையில் வாழ்ந்து தங்களின் கடமைகளை சரியாக நிறைவேற்றி இறைவனின் திருவடியை அடைந்தனர் என்பதை ஊhரார்க்கு அறிவிற்கும் விதமாக துடும்பாட்டம் ஆடப்படுகின்றது. அரசாட்சி காலத்தில் முரசறைந்து மக்களுக்கு செய்திகளை அறிவித்ததன் தாக்கம் போன்று இந்நிகழ்வு உள்ளது.

இறந்தவரின் உடலை படுக்க வைத்து சாமி கும்பிட்டது முதல் இவ்வாட்டம் ஆரம்பமாகிறது. இடையிடையே இறந்தவரின் பெருமைகளை ஒருவர் பாடலாக எடுத்துக் கூறுகின்றார். அதனைத் தொடர்ந்து துடும்பாட்டம் ஆடப்படுகின்றது. இறந்தவரின் உடலை ஊர்வலமாக மயானத்திற்கு எடுத்துச் செல்;லும் பொழுது சடலத்தின் முன்பு ஊரின் தெருக்களில் துடும்பாட்டம் நிகழ்த்தப்படுகின்றது.

விழாக்களில் துடும்பாட்டம்

பொங்கல் விழாவினை ஒட்டி மாட்டுப் பொங்கல் அன்று வெள்ளாளக் கவுண்டரின் வழிபாட்டில் நிகழ்த்தப்படுகின்றது. கோவை மாவட்டத்தில் பட்டிப்பொங்கல் என்ற பொங்கல் வைக்கும் நாளான்று ஆடப்படுகின்றது. மூன்று புறங்களிலும் பட்டியைக் கட்டி நடுவில் ஏழு அல்லது ஐந்து பானைகளை வைத்து பொங்கல் வைக்கின்றனர். அப்பொழுது மிக அருகிய வழக்காக துடும்பாட்டம் ஆடப்படுகின்றது.

வழிபாட்டுச் சடங்கு

அருந்ததிய இன மக்களின் துடும்பாட்டம் கோவை மற்றும் திரு வண்ணாமலை மாவட்டங்களிலும் பெருமளவில் ஆடப்படுகின்றது. துடும்பாட்டம் மதுரை வீரன் பட்டித்தரசியம்மன் கோவில் விழாக்களில் வழிபாட்டு ஆட்டக்களையாக ஆடப்பட்டு வருகின்றது. இவ்விழா பதினைந்து நாட்கள் நடைபெறும். விழா தொடங்கிய நாளிலிருந்து தினமும் இரவு எட்டு மணிக்கு மேல் அருந்ததியர்கள் எனக் கூறப்படுகின்ற சக்கிலியர்கள் கோயிலின் முன்பாக ஒன்றாகக் கூடி துடும்பாட்டத்தை ஆடி அம்மனை வழிபடுகின்றனர். முக்கிய விழா நாள் அன்று இரவு முனிப்பூசாரி இரத்தச் சோற்று உருண்டையை எறியத் தொடங்கும் பொழுது துடும்பாட்டம்

ஆடத்தொடங்கப்படுகிறது. விழாவின் ஒவ்வொரு சடங்கும் துடும்பாட்டத்துடனேயே நிகழ்த்தப்படுகின்றது.

குதிரை எடுத்தல்

மதுரை வீரன் திருவிழாவின் போது மண் குதிரை செய்து கொடுத்த குயவர் வீட்டிற்கு ஊர்த்தலைவர் துடும்பாட்டத்துடன் சென்று தட்டில் பூ பழங்கள் கானிக்கை ஆகியவற்றை வைத்து குயவரிடம் கொடுத்து அவருக்கு மாலை அணிவித்து மரியாதை செய்கின்றது. பின்னர் அங்கிருந்து குதிரையை எடுத்துக் கொண்டு திரும்ப மதுரை வீரன் கோவிலுக்கு வரும் பொழுது வழி நெடுக துடும்பாட்டத்தை ஆடிவருகின்றனர். மறுநாள் கடா வெட்டு நிகழ்வின் போதும் துடும்பாட்டம் நிகழ்த்தப்படுகின்றன. மதுரை வீரன் ஊருக்குள் வளம் வரும் பொழுது துடும்பாட்டத்துடனேயே வருகின்றார். ஊரின் முக்கியத் தலைவர்களின் வீட்டின் முன்பு ஐந்தல்லது பத்து நிமிடம் நின்று துடும்பாட்டம் ஆடப்பட்ட பின்பே மதுரை வீரன் அடுத்த தெருவிற்குச் செல்கிறார்.

பொழுது போக்கு

துடும்பாட்டக்கலை பிற இன மக்களின் வாழ்வியல் சடங்குகளிலும் வழிபாடு நிகழ்வுகளிலும் இடம் பெறுகின்றது. அரசு விழாக்கள் அரசியல் தலைவர்களின் விழாக்கள்இ கட்சி பிரச்சாரங்கள், விழிப்புணர்வு பிரச்சாரங்கள் மருத்துவ நிகழ்வுகள் போன்றவற்றிலும் பழுநி முருகன் பாதயாத்திரை பக்தர்களின் காவடியாட்டத்திலும் மாரியம்மன் அரங்கநாதர் போன்ற தெய்வ விழாக்களிலும்துடும்பாட்டக்கலை பொழுது போக்குக் கலையாக பயன்படுத்தப்படுகின்றது. இத்தகைய நிகழ்வுகளிலும் எல்லாம் நிகழ்த்துக் களங்கள் ஊரின் தெருக்கள் அல்லது மேடைகளாக இருக்கின்றன. இடத்தை பொறுத்து ஆட்ட அடவுகளிலும் ஆட்டகலைஞர்களின் எண்ணிக்கையிலும் மாற்றம் செய்து கொள்கின்றார்.

நாட்டுப்புற ஆட்டக்கலைகள் பலவாக உள்ளன. அதிலும் இனக்குழு ஆட்டக்கலைகள் தங்களுக்கென்ற தனி அடையாளங்களுடன் திகழ்கின்றன. இக்கலைகள் நிகழ்த்தப்படும் சூழலே இக்கலைகளின் தனித்தன்மையை நிலை நிறுத்துகின்றன. கலைகளை முழுமையாக அறிந்து கொள்ள அவை நிகழ்த்தப்படும் சூழலில் ஆராய்வதை சிறந்தது என அறு ராமநாதன் கூறியது மிகவும் பொருத்தமானதாக உள்ளது. இனக்குழு கலைகள் இனம் சார்ந்த சூழலுடன் நடைபெறும் பொழுது அழகு, கம்பீரம்; உயர்வை அடைகின்றன.

4

ஆட்டக்கலைஞர்களின் வாழ்க்கைக்கும் கலைக்கும் இடையிலான தொடர்பு

ஆய கலைகள் அறுபத்து நான்கு என்று நம் முன்னோர்கள் கூறியுள்ளனர். இறைவனையே ஆடவல்ல கூத்தபிரானாகப் பார்த்தவர்கள் நம் சங்கத் தமிழ் மக்கள். அறுபத்து நான்கு ஆடற்கலைகளில் நாட்டுப்புற மக்களின் மண்ணின் மணம் வீசும் சில ஆடற்கலைகளும் அடங்கும். நாட்டுப்புற மக்களின் உணர்வோடும், இரத்தத்தோடும், பண்பாட்டோடும் இணைந்து வந்துள்ளவை இவ்வாடற்கலைகள். இந்நாட்டுப்புற ஆட்டக்கலைகளில் சில கலைகள் அவர்களின் பிறப்பு முதலே இரத்தத்தில் ஊறி வருகின்றன. சில கலைகளை அம்மக்கள் ஆர்வமிகுதியால் பிறரிடம் இருந்து கற்றுக்கொள்கின்றனர்.

நாட்டுப்புற ஆட்டக்கலைகளில் சில சமய வழிபாட்டுடன் இணைந்து சடங்கியல் தன்மை கொண்டனவாகவும், சில சமய வழிபாட்டுடன் இணைந்திருந்தாலும் முதன்மை நோக்கமாகப் பொழுது போக்கு தன்மை கொண்டவனாகவும் இருக்கின்றன. இந்த ஆட்டக்கலைகளை ஆடுகின்ற கலைஞர்களின் வாழ்க்கைக்கும் கலைக்கும் இடையிலான தொடர்புகள் குறித்தும், இவ்வாட்டக்கலைகள் மூலமாக அவர்கள் வெளிப்படுத்தும் பொருள் குறித்தும், இவ்வாட்டக் கலைக்குத் துணை நிற்கின்ற இசைக்கருவிகள் மற்றும் அவற்றின் பயன்பாடு குறித்தும், ஆட்டக்கலைகளின் உடனடிப் பயன்பாடு குறித்தும், ஆட்டக்கலைஞர்களின் வாழ்க்கை நிலை

மற்றும் பயிற்சி முறை குறித்தும், ஆட்டக்கலைகளின் சடங்கியல் தொடர்பு குறித்தும், செவ்வியல் கலைகளின் தன்மை குறித்தும், இவ்வியல் ஆய்வு நோக்கில் அணுகுகிறது.

செவ்வியல் கலைகள்

சடங்கிலிருந்தும், விளையாட்டிலிருந்தும் தோன்றிய கலைகள் நாளொருமேனியும் பொழுதொரு வண்ணமுமாக வளர்ந்து கொண்டே வருகின்றன. பல புதிய புதிய கலைகள் தோன்றிக்கொண்டே இருக்கின்றன. இதனால் கலைகள் இத்தனைதான் என்று ஒரு எண்ணைக் கூறுவதிலும் உறுதியாக வரையறுப்பதிலும் மாற்றங்களும் சிக்கல்களும் உருவாகின்றன. சிலப்பதிகாரத்தில் இளங்கோவடிகள் கலைகள் அறுபத்து நான்கு என்று பல இடங்களில் சுட்டியுள்ளார்.

“எண்ணெண் கலையும் இசைந்துடன் போக” (சிலப். 8-64)

“எண்ணெண் கலையோர் இருபெருவீதி” (சிலப். 4-65)

“எண்ணெண்கிரட்டி யிருங்கலை பயின்ற
பண்ணியல் மடந்தையர்” (சிலப்.22138, 139)

சிலப்பதிகாரத்தின் இவ்வரிகள் அதனை மெய்ப்பிக்கின்றன. இந்தக் கலைகளில் ஆர்வம், பயிற்சியும் உள்ளவர்கள் பாணர், கூத்தர், பொருநர், விரலியர் என்று கலையைத் தொழிலாகக் கொண்டு வாழ்ந்து வந்தனர். இவர்கள் சமூகத் தரநிலையில் முதன்மையிடத்தில் வாழ்ந்த அரசனோடும் சமூகத்தின் அடிநிலையில் வாழ்ந்த உழவனோடும் தொடர்பு கொண்டு அவர்கள் அளித்த பரிசுகளைப் பெற்று வாழ்ந்து வந்தனர்.

“விறலியரில் சிறந்தவர், பல ஆண்டுகள் பயிற்சி பெற்று அரசவைக் கணிகையாயினர் இவர்கள் நடனத்திற்கு ஏற்பப் பக்க இசைக் கருவிகள் வாசிப்போர், பாடுவோர், அரசவைப் பணிக்குச் சென்றனர். அரசவை மேலோர் சுவைக்கும்படியான தனியான இசையும் நடனமும் உருப்பெறத் தொடங்கியது. மாதவியின் இனத்தார் இத்தகையோரே. அவர்களும் கூட இருவகைப்பட்ட ஆடல்களை ஆடினர். வேத்தியல், பொதுவியல் என்பவை அவை.பொதுவியல் பொது மக்களுக்கும், வேத்தியல் அரசவைக்கும் உரியவை.” (அறு.இராமநாதன், நாட்டுப்புற கலைகள் ப — 21) கால மாற்றம், சமூக வளர்ச்சிக்கு — சமூகப் பிரிவினைகளுக்கேற்ப — கலைகளிலும் மாற்றங்கள் நிகழலாயின. கலைகளின் வளர்ச்சியுடன் பிரிவினையும் தோன்றி வளரலாயிற்று. கலைகளின் ஒரு பிரிவான ஆட்டக்கலையானது கலைகள் நிகழ்த்தப்படும் இடம் மற்றும் தன்மைகளை அடிப்படையாகக் கொண்டு வேத்தியல், பொதுவியல் என்ற இரண்டாகப் பிரிக்கப்பட்டது. இந்த பிரிவினைகளைத் தற்காலத்தில் செவ்வியல் கலைகள், நாட்டுப்புறக் கலைகள் என்று சுட்டுகின்றனர். இதனை சர்;திரீயக் கலை, கிராமீயக் கலை என்றும் பேச்சு வழக்கில் கூறுகின்றனர்.

செவ்வியல் கலைகளும் நாட்டுப்புறக்கலைகளும் மரபுவழக் கலைகள்தான். இருப்பினும் அடிப்படையில் இவை சில வேறுபாடுகள் கொண்டுள்ளன. செவ்வியல் கலைகள் திட்டவட்டமான இலக்கண வரையறைகள் கொண்டவை. தீவிர முறையான — பயிற்சியால் மட்டுமே இ;க்கலைகளின் அறிவைப்பெற முடியும். பெரும்பாலும் இக்கலைகள் உயர்வர்க்கத்தினரோடு தொடர்புடையவை. தொல்காப்பியர் மனித மனத்தின் உணர்வு வெளிப்பாடுகளை மெய்ப்பாடுகள் எட்டு என்று குறிப்பிடுகின்றனர். இதனை வடமொழியாளர்கள் நவரசங்கள் என்று கூறுகின்றனர்.

"நகையே அழுகை இளிவரல் மருட்கை
அச்சம் பெருமிதம் வெகுளி உவகை என்று
அப்பால் எட்டே மெய்ப்பாடு என்ப" (தொல்- பொ.மெ.3)

என்ற எட்டு மெய்ப்பாடுகளைத் தொல்காப்பியர் கூறியுள்ளார். வட மொழியாளர்கள் இதனுடன் நடுவுநிலை என்ற சுவையையும் இணைத்து ஒன்பது மெய்ப்பாடுகளைக் கூறுகின்றனர். இந்த ஒன்பது வகை மெய்ப்பாடுகளையும் வெளிப்படுத்தும் வகையில் ஆடக்கூடிய நாட்டியக் கலைகளைச் செவ்வியல் கலைகள் என்கின்றனர். இச்செவ்வியல் கலைகளைக் கலைஞர்கள் அங்கீகரிக்கப்பட்ட நிறுவனங்களின் வழியாகக் கற்றுக்கொள்கின்றனர். குரு சிஷ்ய பரம்பரையின் வழியாகப் பார்வையாளனாகவும் பங்கேற்பாளனாகவும் இருந்தும் கற்று கொள்கின்றனர்.

செவ்வியல் கலைகளை அக்கலைகளுக்கு உரிய பள்ளிகள் அல்லது நிறுவனங்களிடம் சென்று குறிப்பிட்ட காலத்திற்குக் குருவிடம் இருந்து முறையாக கற்றுத் தேர்வு பெறுகின்றனர். இவர்கள் அக்கலையை கற்றுக்கொள்ள ஒரு குறிப்பிட்ட தொகையை அந்நிறுவனத்திற்குச் செலுத்துகி;ன்றனர். மேலும் இவர்கள் அக்கலையை மட்டுமே தங்களின் முழுநேரத் தொழிலாக நம்பி வாழ்வதில்லை. தங்களின் வாழ்வியல் தேவையை பூர்த்திசெய்ய வேறு தொழில்களைச் செய்து கொண்டு;ம் தங்களின் பொழுதுபோக்கு நேரங்களையே செவ்வியல் கலைகளுக்காகச் செலவிட்டும் வருகின்றனர். ஒரு சில கலைஞர்கள் மட்டுமே இக்கலையை மட்டும் நம்பி வாழ்ந்து வருகின்றனர். செவ்வியல் கலைகளும் நாட்டுப்புறக் கலைகளும் கொண்டும் கொடுத்தும் ஒன்றையொன்று வளப்படுத்தி வருவதையும், ஒன்று மற்றொன்றாக உருமாறி வருவதையும் காண முடிகிறது. செவ்வியல் கலையில் இருந்து நாட்டுப்புறக்கலையை வேறுபடுத்துவது நாட்டுப்புறக்கலைகளில் உள்ள திட்டவட்டமான இலக்கண வரையறையின்மையே ஆகும். மேலும் நாட்டுப்புறக்கலைகள் எளிய பயிற்சிகளால் அறிந்து கொள்ளத்தக்கவைகளாக நெகிழ்வான தன்மைகள் கொண்டவை. பெரும்பாலும் அடித்தட்டு மக்களோடு தொடர்பு கொண்டவை, சேவையாட்டத்தை எடுத்துக்கொண்டால் ஒரு புறம் நாட்டுப்புற மக்களால் நிகழ்த்தப்படும் நாட்டுப்புறக்கலையாகவும், மறுபுறம் வைணவக் கோயில்களில் நடத்தப்படும் அரையர் சேவையாகவும் மாறியுள்ளதை அறியமுடிகிறது.

இவ்வாறு இரண்டு கலைகளும் தொடர்புடையனவாயினும் இலக்கண வரையறை, பயிற்சி, ஆடுவோர், ஆடுமிடம், பார்வையாளர் முதலான அடிப்படையான வேறு-பாடுகளை மனதிற்கொண்டு செவ்வியல் கலைகளும் நாட்டுப்புறக் கலைகளையும் கலைகளின் இருவேறு வகைகளாகப் பிரித்து உணரப்படுகின்றது.

நாட்டுப்புறக் கலைஞர்கள் தங்களின் வாழ்வியல் தேவைகளைப் பூர்த்தி செய்ய முழுக்க முழுக்க இக்கலையை மட்டுமே நம்பி வாழ்கின்றனர். இதில் போதிய வருமானம் கிடைக்காத நிலையில் கூலி வேலைகளுக்குச் சென்று மிகவும் சிரம-மான முறையில், அடிமட்ட நிலையில் தங்களின் வாழ்வை அமைத்துக் கொண்-டும் கலையைக் காத்துக் கொண்டும் வருகின்றனர். செவ்வியல் கலைஞர்கள் சமுதாயத்தில் உயர்வான இடத்தில் வைத்து மதிக்கப்படுகின்றனர். மேலும் சங்-கீத நாடக சபாக்கள் என்று சொல்லப்படுகின்ற கலையரங்குகளில் பார்வையா-ளர்களிடம் இருந்து ஒரு நபருக்கு இவ்வளவு என்று பணத்தை பெற்றுக்கொண்டு நல்ல வசதிவாய்ப்புடைய மேடைகளில் செவ்வியல் கலை நிகழ்ச்சிகள் நடைபெ-றுகின்றன. சிறந்த கலைஞர்களை இந்தச் சபாக்கள் தங்களின் நிரந்தர நிகழ்ச்சி-தாரராக வைத்து நல்ல தொகையையும் அளித்து ஊக்கப்படுத்துகின்றன. இதனால் செவ்வியல் கலைஞர்களுக்கு நிரந்தர வருமானம் கிடைக்கின்றது. மேலும் இச்-செவ்வியற் கலைஞர்கள் சமுதாயத்தில் உயர்வகுப்பினராக இருப்பதால் இவர்கள் கல்வியறிவிலும் சிறந்து விளங்குகின்றனர். இதனால் அரசு அலுவலகங்கள் தனி-யார் நிறுவனங்களில் நல்ல மாதவருமானமும் இவர்களுக்குக் கிடைக்கின்றது. ஒரு சிலர் தங்களுக்குப் பிற கலைகளும் தெரியும் என்று சமுதாயத்தில் தனது தகு-தியை உயர்த்திக் காட்ட செவ்வியற் கலைகளை கற்றுக்கொள்ள முயல்கின்றனர். ஏனெனில் இக்கலைகள் சமுதாயத்தினரால் உயர்வகுப்பினரின் கலைகளாக மதிக்-கப்படுகின்றன. நாட்டார் கலைகள் பிற்படுத்தப்பட்ட, தாழ்த்தப்பட்ட வகுப்பினரின் கலைகளாக சமுதாயத்தினரால் கருதப்படுகிறது. இதனால் இவர்களின் நிகழ்ச்சிக-ளுக்கு அளிக்கப்படும் தொகையும் குறைவானதாகவே உள்ளது.

தமிழகத்தில் நடைபெறும் நாட்டுப்புறத் தெய்வக்கோயில் திருவிழாக்களோடு நாட்டுப்புற நிகழ்த்துகலைகளும் நெருங்கிய தொடர்புடையன. கோவில் திருவிழாக்-கள் அந்தப்பகுதியின் பருவ நிலைகளுக்கு ஏற்பவும் வேளாண்மைப் பணிகளுக்கு ஏற்பவும் நடைபெறுகின்றன. தமிழகத்தின் தென் மாவட்டங்களில் வைகாசி மாதத்-துடன் திருவிழாக்கள் முடிவடைந்துவிடுகின்றன. தமிழகத்தின் வட மாவட்டங்களில் ஆடி மாதத்தில் தான் மிகுதியான திருவிழா நிகழ்;ச்சிகள் இருக்கும். குறிப்பிட்ட சில மாதங்களில் மட்டும் குறிப்பிட்ட சில பகுதிகளில் கலைநிகழ்ச்சிகள் மிகுதியாக இருக்கும்.

நாட்டுப்புறக் கலைஞர்கள் பல இடங்களிலும் நாட்டுப்புறக் கலைகளை முழு-நேரத் தொழிலாகக் கொண்டுள்ளதாக கலைஞர்கள் கூறுகின்றனர். தத்தமது

கோயில்களில் நிகழ்ச்சிகள் நடத்தும் மக்கள் அதற்கான பயிற்சி பெறுதல், நிகழ்ச்சி நடத்துதல் முதலானவற்றை விவசாயத் தொழில்கள் இல்லாத காலகட்டங்களில் பொழுது போக்காகச் செய்கின்றனர்.

ஆனால் தொழில்முறைக் கலைஞர்கள் முழுநேரமாகவே இத்தொழிலில் ஈடுபடுகின்றனர். எனவே வேலை தேடி இவர்கள் தமிழகம் முழுவதும் செல்கின்றனர். வேளாண்மைத் தொழிலாளர்கள் வேளாண்மைப் பணிகளை நம்பிவாழ்வதால் வேளாண்மைப் பணிகளுக்காக அப்பணி கிடைக்குமிடங்களைத் தேடிச் செல்வது போல இவர்களும் இடம் பெயர்ந்து செல்கின்றனர். எந்தெந்த மாதங்களில் எவ்வெப் பகுதிகளில் கோயில் நிகழ்ச்சிகள் கிடைக்குமோ அவ்வப்பகுதிகளுக்குச் சென்று விடுவதாகக் கலைஞர்கள் கூறுகின்றனா. எனவே இதற்கு வசதியாகக் கிராமியக் கலைகளில் ஈடுபட்டுள்ள கலைஞர்கள் நகரங்களில் குடியேறுகின்றனர். ஏனெனில் நிகழ்;ச்சி அமைப்பாளர்கள் தங்களை எளிதாகத் தொடர்பு கொள்ள வேண்டும் என்பதற்காகத்தான். இதனால் இவர்கள் பேருந்து நிலையங்களுக்கு அருகிலேயே வாடகை வீடுகளில் தங்கிக் கொள்கின்றனர். தங்கள் குழுவின் பெயரை எழுதிய விளம்பரப்பலகையை பேருந்து நிலையத்திற்கு அருகில் வைத்து, தங்கள் குழுக்களை மக்கள் மத்தியில் விளம்பரப்படுத்துகின்றனர். வேலையில்லாத கால கட்டங்களில் குறைந்த எண்ணிக்கையிலான கலைஞர்கள் சிறுசிறு பணிகளிலும் வேளாண்மையிலும், வேளாண்மைக் கூலி வேலைகளிலும் ஈடுபட்டுப் பொருள் ஈட்டுகின்றனர்.

ஆனால் பலரும் இக்காலகட்டங்களில் வட்டிக்குப் பணம் வாங்கி செலவு செய்து, பின்னர் நிகழ்ச்சி நடத்திக் கடனை அடைக்கின்றனர். சில நேரங்களில் சில கலைக்குழுவின் தலைவர்கள் கலைஞர்களுக்கு முன்பணம் தந்து கலைஞர்களை நிகழ்ச்சிக்கு அமர்த்துகின்றனர். மழைக்காலங்களில் நிகழ்ச்சிகள் கிடைக்காது. ஆகையால் ஏழ்மையில் உள்ள கலைஞர்களை சாவு போன்ற சடங்கு நிகழ்;ச்சிகள் காப்பாற்றுகின்றன. நாட்டுப்புறக்கலைஞர்களின் பொருளாதார நிலையைப் பொதுவாகப் பார்;க்கும் பொழுது மோசமாக உள்ளது. கல்வியறிவின்மை, ஏழ்மை, வேலைவாய்ப்பின்மை, ஆர்வம் போன்ற பல காரணங்களால் இத்தொழிலில் ஈடுபட்டிருக்கும் கலைஞர்கள் நிகழ்ச்சியை ஏற்பாடு செய்யும் இடைத்தரகர்களால் ஏமாற்றப்பட்டுள்ளார்கள்.

தற்பொழுது இந்நிலை சிறிது சிறிதாக மாறி வருகிறது. இருப்பினும் வெளியு{ர்களுக்கு நிகழ்ச்சியை ஏற்பாடு செய்து அழைத்து செல்பவர்கள் நிகழ்;ச்சி அமைப்பாளரிடம் அதிக தொகையைப் பெற்றுக்கொண்டு ஒரு சிறு தொகையை மட்டும் ஆட்டக்கலைஞர்களுக்கெனக் கொடுக்கி;ன்றனர். செவ்வியற் கலைஞர்கள் பெரும்பாலும் கல்வியறிவு உடையவர்களாக இருப்பதால் இத்தகைய ஏமாற்றங்களுக்கு அவர்கள் ஆளாவதில்லை. எனவே செவ்வியல் கலைக்கும் நாட்டுப்புற

கலைக்கும் உள்ள வேறுபாடு போலவே செவ்வியல் கலைஞர்களின் வாழ்க்கை முறைக்கும், நாட்டுப்புற கலைஞர்களின் வாழ்க்கை முறைக்கும் நிறைய வேறுபாடுகள் உள்ளன.

ஆட்டக்கலைகளுக்கான பயிற்சி முறை

ஆட்டக்கலைகளின் பயிற்சி முறையில் இனக்குழு ஆட்டக்கலைகளின் பயிற்சிமுறையும், இனக்குழு ஆட்டமுறை அல்லாத ஆட்டங்களின் பயிற்சி முறையும் மாறுபடுகின்றன. இனக்குழு ஆட்டங்களின் பயிற்சிமுறை குறித்து இனக்குழு ஆட்டக்கலைகள் என்ற தலைப்பில் சில செய்திகள் முன்னரே குறிப்பிடப்பட்டுள்ளன. தற்பொழுது இனக்குழு ஆட்டம் அல்லாத ஆட்டக்கலைகளின் பயிற்சிமுறை குறித்து இவ்வியலில் சிந்திக்கப்படுகிறது.

வேலை பங்கீட்டுமுறை வளர்ந்தபோது கலையும் தொழிலாயிற்று. சமயச்சடங்கு முறையிலான ஆட்டங்களிலிருந்து தொழிற்கலைஞர்கள் பெரும்பாலான ஆட்டங்களைத் தங்கள் பிழைப்புக்களுக்காகக் கலைத்துவமாக்கிப் பல்வேறு பெயர்களில் வகைமைகளை வளர்த்தனர் இவ்வகையில் கலைத்துவப்படுத்திய ஆட்டங்கள் மக்களின் செல்வாக்கினைப் பெற வேண்டி உடை, ஒப்பனை, ஆட்ட அசைவுத்தன்மைகள், இசைக்கருவிகள் ஆகிய அனைத்துக்கூறுகளிலும் அதிகம் கருத்துச் செலுத்திச் செழுமைகள் செய்து கொண்டனர். தங்களின் ஆட்டம் தொடர்ந்து நடைபெற வேண்டும் என்பதற்காக தொழில்முறைக் கலைஞர்கள் பயிற்சிப்பள்ளிகளில் நன்கு பயிற்சி மேற்கொண்டனர்.

நாட்டுப்புற ஆட்டக்கலைஞர்கள் அனைவருமே முழுநேரத் தொழிலாக இவ்வாட்டக்கலைகளைக் கொண்டிருக்கவில்லை. அவ்வாறு கொண்டிருக்கக்கூடிய சூழலும் அவர்களுக்கு அமைவதில்லை. இதனால் இவர்கள் முதன்மைத் தொழிலாக ஏதோ ஒன்றை வைத்துக்கொண்டு அம்முதன்மைத் தொழில் நடைபெறாத காலத்தில் இக்கலைகளைப் பயிலவும், நிகழ்த்தவும் செய்கின்றனர். பெரும்பாலும் மழைக்காலங்களிலும், ஐப்பசி, கார்த்திகை, மார்கழி போன்ற மாதங்களிலும் கிராமப்புறங்களில் திருவிழாக்கள் நடைபெறுவதில்லை. இதனால் அச்சமயங்களில் ஆட்டக்கலைஞர்கள் தங்களின் பொருளாதார தேவையைத் தீர்த்துக்கொள்ள பிற தொழில்களைச் செய்ய வேண்டியுள்ளது. மேலும் பிற மாதங்களில் அனைத்து நாட்கிளிலும் அவர்களுக்கு ஆட வாய்ப்பு கிடைப்பதில்லை. மாதத்தில் பத்துநாட்கள் ஆடக் கிடைப்பதே பெரிய செயலாக உள்ளது.

ஆட்ட நிகழ்ச்சி நடைபெறாத நாட்களில் பிற தொழில்களுக்குச் சென்றுவிட்டு வந்து இரவு ஒன்பது மணிக்கு மேல் ஆடுவதற்கான பயிற்சியை மேற்கொள்கின்றனர். தங்களுக்கு ஆட்டத்தை கற்றுக் கொடுப்பவரை ‘அண்ணாவி’ அல்லது ‘குரு’ என்று இவர்கள் அழைக்கின்றனர். நாட்டுப்புறக் கலைஞர்கள் தங்களின் ஓய்வு நேரமான இரவு நேரத்தில் அண்ணாவியின் வீட்டின் முன்போ அல்லது

அக்கிராமத்தில் அண்ணாவி குறிப்பிடும் ஏதேனும் ஒரு பொது இடத்திலோ பயிற்சியை மேற்கொள்வர். பயிற்சிக்காலம் கலைஞரின் திறமையைப் பொறுத்து பதினைந்து நாள் முதல் மூன்று அல்லது சில சமயங்களில் ஆறு மாதங்கள் வரை இருக்கும். சமய வழிபாடு மற்றும் சடங்கு ஆட்டங்களில் யார் வேண்டுமானாலும் ஆடலாம். எனவே அங்கு வயது வரம்பு ஏதும் இல்லை. ஆனால் பொழுதுபோக்கு ஆட்டக்கலையில் ஆட்டத்திற்கு அழகு சேர்க்கும் வகையில் ஒத்த உயரமும் உடல்வாகும் உடையவர்களையே ஆட வைத்துக் கொள்கின்றனர். அதனால் இ;ங்கு வயது வரம்பு தேவைப்படுகின்றது. எனவே, பயிற்சி பெற்ற கலைஞர்களில் ஒத்த உயரம் உடையவர்களை மட்டுமே வெளியில் ஆடச்செல்லும் பொழுது தேர்வு செய்கின்றனர்.

பயிற்சிக்கு வந்திருப்பவர்களுக்கு முன்னால் அண்ணாவி முதலில் ஆடிக்காட்டி வாயால்; பாடலை அல்லது ஜதியைச் சொல்லுவார். அதனைப் பார்வையாளர்களாக இருந்து முதலில் நன்கு பார்த்துவிட்டு பின்னர் அவரைப் போல ஆடிப்பயிற்சி மேற்கொள்கின்றனர். ஆட்டத்தைக் கற்றுக்கொடுக்கும் அண்ணாவி அல்லது குருவிற்கு அவர்களால் இயன்ற ஒரு தொகையை காணிக்கையாகக் கொடுக்கின்றனர். மாதம் இவ்வளவு என ஒரு தொகையைப் பேசிக்கொள்கின்றனர். நாட்டுப்புற ஆட்டக்கலையின் பயிற்சிக்களம் கரடுமுரடானதாக இருக்கும். நன்கு பயிற்சி பெற்ற பின்னரே அண்ணாவி முதலில் தான் செல்லும் நிகழ்ச்சிக்கு அழைத்துச் சென்று ஆடவைக்கின்றார். இவ்வாறு ஆடற்கலைஞர்கள் கலைக்கான பயிற்சியை மேற்கொள்கின்றனர். இனக்குழு ஆட்டக்கலைகளை பிற இன மக்கள் பழகும் பொழுது இவ்வாறு குருவிற்கு காணிக்கை கொடுத்துக் கற்றுக்கொள்கின்றனர். காணிக்கையானது பொருளாகவோ அல்லது பணமாகவோ இருக்கலாம். ஆட்டத்தைக் கற்றுக்கொள்ள விரும்புபவரின் பொருளாதார வசதியைப் பொறுத்து காணிக்கையின் தொகையும் அமையும்.

இசைக்கருவி மற்றும் இசைக் கலைஞர்களின் ஒத்துழைப்பு

நாட்டுப்புற இசையில் பெரும்பாலும் எளிமையான தாளங்களே கையாளப்படுகின்றன. இதற்கேற்பத் தாள இசைக்கருவிகளின் இசைப்பும், எளிய முறையிலேயே அமைந்துள்ளது. முருகேசன் அவர்கள் “நாட்டுப்புற நடனங்களின் பக்க இசை அமைப்பியல் அடிப்படையில் மிகவும் எளிமையானவை. இவற்றில் சந்தம் அல்லது ஓசையொழுங்கிற்கே முக்கியத்துவம் கொடுக்கப்படுகின்றன. பண்திறன் அல்லது இசையமைதிக்கு மிகுதியான முக்கியத்துவம் கொடுப்பதில்லை. மிக எளிய அடிப்படைத்தாள அடிப்பும் கரகங்களும் இடம் பெற்றுள்ளன. ஆனால் இவை ஒருவர் காட்டும் ஆர்வம் காரணமாகப் புலனுணர்வு சார்ந்த நுட்ப நுணுக்கங்களை உள்ளடக்கியனவாக விளங்குகின்றன”(தமிழக நாட்டுப்புற நடனங்கள் ப — 182)என்று சுட்டிக்காட்டி விளக்கியுள்ளார்.

பொதுவாக நாட்டுப்புற இசைக்கலைஞர்கள் ஒரே சீரான கால அளவில் துல்லியமாக இசைப்பதில்லை. பார்வையாளர்களைக் கவரவும் ஆட்டத்தின் போக்கைத் துரிதமாக்கவும் முதலில் விளம்ப காலத்திலும், பின்னர்இறுதியில் துரித காலத்திலும் இசைக்கின்றனர். இந்தத்தாள இசைக்கருவிகளை இசைக்கும் இசைக்கலைஞர்களே ஆட்டக்காரர்களை ஆட்டுவிக்கும் தே;திரதாரிகளாகவும் விளங்குகின்றனர். எனவே, ஆட்டத்திற்கு அடிப்படையாக இருப்பது இசையேயாகும். இசைக்கருவியில் இருந்துவரும் தாளலயத்திற்கு ஏற்ற ஆட்டக்கலைஞர்களின் ஆட்டமும் அமைகின்றது. இசை லயத்திற்கு ஏற்பவே சில நாட்டுப் புற ஆட்டக்கலைகளில் அடவுகளின் பெயரையும் வைத்துள்ளனர். இசைப்பு முறைகளும் ஒவ்வொரு அடவுகளுக்கும் ஒவ்வொரு முறையில் அமைகின்றன. முதலில் மெல்ல ஆரம்பிக்கும் இசை ஆட்டம் ஆட ஆட ஆட்டத்தின் இறுதியில் உச்சத்தில் வாசிக்கப்பட்டு முடிக்கப்படுகிறது.

நாட்டாரின் ஆட்டக்கலைக்கு பயன்படுத்தும் இசைக்கருவிகளை

"1. சடங்குத்தன்மை கொண்ட இசைக்கருவி

2. சடங்குத்தன்மை இல்லாத இசைக்கருவி" (சோ.சேகர், நாட்டுப்புற கலை வடிவங்கள் கலைகள் ஒரு சமூகவியல் ஆய்வு ப — 22) என இரண்டு வகையாகப்பிரிக்கலாம். நாட்டுப்புறத் தெய்வ வழிபாட்டுச் சடங்குகளில் இசைக்கப்படும் இசைக்கருவிகள் அனைத்தும் சடங்குத்தன்மை கொண்டவையே. இவ்விசைக்கருவிகள் இசைக்கப்படுதன் மூலம் சாமியாடி மீது தெய்வம் இறங்கி அவர் அருள் வந்து ஆடுவதாக நம்பப்படுகிறது. இதனால் இசைக்கருவிக்கும் சடங்கிற்கும் நெருங்கிய தொடர்பு இருப்பதாக நம்பப்படுகிறது. தேவராட்டத்தில் தேவதுந்துமியும், கணியான் கூத்தில் மகுடமும், துடும்பாட்டத்தில் துடும்பும் இவ்வாறு சாமியாடியின் உணர்வுகளைத் தூண்டி ஆடச்செய்யும் இசைக்கருவிகளாக உள்ளன. எனவே இந்த சூழலில் இசைக்கப்படும் இசைக்கருவிகளைச் சடங்குத்தன்மை கொண்ட இசைக்கருவிகள் என்று கூறலாம். இதே இசைக்கருவிகள் சடங்குச் சூழல் அல்லாத பொழுதுபோக்கு நிகழ்ச்சிகள், அரசியல் விழாக்கள், ஊர்வலங்கள் போன்ற இடங்களில் வாசிக்கப்படும் பொழுது அவை சடங்குத்தன்மை இல்லாத இசைக்கருவிகள் என்று அழைக்கப்படுகின்றன.

ஒவ்வொரு ஆட்டத்திற்கும் என்று ஒரு குறிப்பிட்ட இசைக்கருவிகள் பயன்படுத்தப்படுகின்றன. உதாரணமாக கரகாட்டத்திற்கு நையாண்டி மேள இசையும், கணியான் கூத்திற்கு மகுடமும், தேவராட்டத்திற்கு தேவதுந்துமியும், துடும்பாட்டத்திற்கு துடும்பும், தப்பும், ஒயிலாட்டத்திற்கு ஜால்ரா, உருமி, கைதட்டல் என்பனவாகும், ஒவ்வொரு ஆட்டக்கலைஞர்களும் தங்கள் ஆட்டத்திற்கு என்று ஒரு குறிப்பிட்ட இசைக்கலைஞர்களின் குழுவை வைத்துள்ளனர். ஆட்டக்கலைஞர்கள் செல்லும் நிகழ்ச்சிகளுக்கெல்லாம் தங்கள் இசைக்குழுவையுஜம் அழைத்துச் செல்-

கின்றனர். ஆட்டக்கலைஞர்களின் ஆட்டத்தன்மைக்கு ஏற்ப இசைக்கலைஞர்கள் தங்களின் இசைப்பு முறையைச் சரி செய்து கொள்கின்றனர்;.

ஆட்டக்கலைஞர்களுக்கும் இசைக்கலைஞர்களுக்கும் நெருங்கிய சாதி, இனத்தொடர்பும், பொருளாதார தொடர்பும், சமூகத் தொடர்பும் இருக்கின்றது. இதனால் இவர்களுக்கிடையில் சிக்கல்கள் வராமல் ஒத்துப்போகின்றன. ஆடற்கலைஞர்களின் சாதி முறையும் இசைக்கலைஞர்களின் சாதிமுறையும் சமுதாய படிநிலையில் சில கலைகளுக்கு ஒத்ததாகவும், சில கலைகளுக்கு இசைக்கலைஞர்களின் சாதி முறை சற்று குறைந்ததாகவும் காணப்படுகின்றன. இருப்பினும் இவர்களுக்குள் சாதி வேறுபாடு போன்ற சிக்கல்கள் எழுவதில்லை. ஒரு சில கலைகளில் இசைக்கலைஞர்களின் சாதியப்படி நிலையில் கீழ்நிலையில் இருக்கும் சமயங்களில் வெளியிடங்களில் அவர்கள் ஒதுக்கப்படுகின்றனர்.

துடும்பாட்டக் கலையில் ஆட்டக்கலைஞர்களும் இசைக்கலைஞர்களும் ஒரே இனத்தவராகவே உள்ளனர். ஒயிலாட்டம், சேவையாட்டம், தேவராட்டம், இசைக்கலைஞர்கள், வேறு இனத்தவர்களாக இருக்கின்றனர். சமய வழிபாட்டின் போது ஏற்பாடு செய்யப்படும் தவில் இசைக்கலைஞர்கள் மட்டும் அருந்ததிய இனத்தை சார்ந்தவர்களாக இல்லாமல் பறையர் இனத்தை சார்ந்தவராக இருக்கின்றனர். துடும்பு, உருட்டு, நகாரி, முரகேர்; போன்ற இசைக்கலைஞர்கள் அனைவரும் அருந்ததிய இனத்தைச் சார்ந்தவர்களாகவே உள்ளனர். தொழில் முறைக் கலைஞர்கள் தற்காலத்தில் பறையர் இனைத்தவர்களாக உள்ளனர். ஆட்டக்கலைஞர்களைக் காட்டிலும் இசைக்கலைஞர்கள் சாதி அடிப்படையில் கீழ் நிலையில் இருப்பவர்களாக இருந்தால், வெளியில் நிகழ்ச்சிகளுக்குச் செல்லும் பொழுது அவ்விடங்களில் ஆட்டக்கலைகளுக்கு வீடு அல்லது கோவிலுக்கு உள் வைத்தும் இசைக்கலைஞர்களுக்கு வெளியில் வைத்தும் உணவளிக்கின்றனர். இத்தகைய சூழ;நிலையில் ஆட்டக்கலைஞர்கள் இசைக்கலைஞர்களை தங்களில் ஒருவராக பாவித்து வெளியில் அவர்களுடன் இணைந்தே உணவு உண்கின்றனர். இவ்வாறு இவ்விருவகை கலைஞர்களுக்கு இடையில் கலைஞர்கள் என்ற அடிப்படையில் ஒரு நட்புறவு இருந்து வருகின்றது. பொருளாதார நிலையிலும் இருவகை கலைஞர்களும் ஒரு தரத்தில் தான் இருக்கின்றனர்.

தொழில்முறை நிகழ்ச்சிகளுக்குச் சென்று பெறும் தொகையை சில ஆடற்கலைகளில் இருவருக்கும் சமமாகவும் சில ஆடற்கலைகளில் ஆடற் கலைஞர்கள் அதிகமாக எடுத்துக் கொண்டும் இசைக்கலைஞர்களுக்குக் குறைவாகவும் கொடுக்கின்றனர். இன்னும் சில கலைகளில் இசைக்கலைஞர்கள் அதிகமாக எடுத்துக்கொண்டு ஆடற்கலைஞர்களுக்கு குறைவான தொகையைக் கொடுக்கின்றனர். ஆட்டக்கலைகளில் அதிக அளவில் தோல் இசைக்கருவிகளே பயன்படுத்தப்படுகின்றன. இவற்றின் துணை இசைக்கருவிகளாக ஆர்மோனியம், ஜால்ரா, மொர-

கேர்; போன்ற இசைக்கருவிகள் பயன்படுத்தப்படுகின்றன.

ஆட்டக்கலைஞர்கள் ஓரிடத்தில் ஆட்டத்தை ஆடும் நாள் நேரம் ஆகியவற்றை முடிவு செய்தவுடன் தங்கள் குழுவிற்கென்று உள்ள இசைக்கலைஞர்கள் அல்லது இசைக்குழுவிற்கு நிகழ்ச்சி நடைபெறும் நாள், நேரம், இடம் ஆகியவற்றை தெரிவித்துவிடுகின்றனர். சில இடங்களில் ஆட்;டக்கலைஞர்கள் ஒரு ஊரிலும் இசைக்கலைஞர்கள் வேறொரு ஊரிலும் இருக்கின்றனர். இதனால் நிகழ்ச்சிக்குச் செல்லும்போது அனைவரும் ஒரு ஊரில் ஒன்றாக இணைந்து பின் நிகழ்ஸ்ச்சிக்குச் செல்கின்றனர். உதாரணமாக கரகாட்டத்திற்கு உயிர்நாடியாக இருப்பது நையாண்டி மேள இசையே. நையாண்டி மேள இசைக்குழுவில் நாத்;வரம் - 2, தவில் - 2, பம்பை -2, தமுக்கு -1, என்று இசைக்கருவிகள் இருக்கின்றன. சில குழுக்கள் இவற்றில் மாறுபட்டு வைத்திருப்பதும் உண்டு.

துடும்பாட்டத்தில் நிகழ்ச்சியின் தன்மையை பொறுத்து மூன்று முதல் பத்து பதினைந்து துடும்புகள் வரை பயன்படுத்துகின்றனர். துடும்புடன் தப்பு, உருட்டு போன்ற இசைக்கருவிகளும் பயன்படுத்தப்படுகின்றன. துடும்பாட்டக்கலைஞர்கள் மற்றும் இசைக்கலைஞர்கள் அனைவரும் அருந்ததிய இனத்தவர்களாக இருப்பதால் நிகழ்ச்சிக்கு கிடைக்கும் பணத்தை அனைவரும் சமமாகப் பகிர்ந்து வைத்துக் கொள்கின்றனர்.

இனக்குழு ஆட்டக்கலைகளில் சாதி வேறுபாடுகள் எழுவதில்லை. சடங்கியல் சூழலில் ஆட்டக்கலைஞர்களின் இனக்கோவில்களில் கோவிலின் உள்பகுதிவரை சென்று ஆடுகின்றனர். ஆனால் பிற இன மக்களின் வழிபாடுகளில் சென்று ஆடும்பொழுது ஆட்டக்கலைஞர்களின் சாதி அடிப்படையில் இடம் ஒதுக்கப்படுகின்றது. தேவராட்டம், சேவையாட்டம், ஒயிலாட்டம், ஆடுபவர்கள் கோவிலின் உள்ளே சென்று ஆட அனுமதிக்கப்படுகின்றனர். ஆனால் துடும்பாட்டம், தப்பாட்டம் ஆடும் ஆட்டக்கலைஞர்கள் கோவிலுக்கு வெளியில் உள்ள கொடிமரத்திற்கு முன்பாக மட்டுமே ஆட அனுமதிக்கப்படுகின்றனர்.

பார்வையாளர்கள் ஆட்டக்கலைஞர்களின் ஆட்டத்தை கலை என்ற அடிப்படையில் மட்டுமே பார்த்து ரசிக்கின்றனர். அவர்கள் ஆட்டத்தை பார்க்கும்பொழுது சாதி அடிப்படையில் பார்;ப்பதில்லை. அதேபோல் ஆட்டத்திற்குத் தனிப்பட்ட முறையில் வெகுமதி அளிக்கும் பொழுதும் கலைஞர்களை கலைஞர்களாகவே மட்டுமே பார்க்கின்றனர். சாதி அடிப்படையில் ஏற்றத்தாழ்வுடன் வெகுமதி அளிக்கப்படுவதில்லை.

ஆட்டக்கலையில் ஏற்படும் சூழல் மாற்றங்கள் மற்றும் வட்டார மாற்றங்கள்

ஆட்டக்கலைஞர்கள் தங்கள் திறமைக்கு ஏற்ப ஆடப்படும் சூழலுக்கு தகுந்தாற்போல் தங்கள் ஆட்டத்தில் சில மாற்றங்களை ஏற்படுத்திக் கொள்கின்றனர். ஒரு ஆட்டம் ஒரு வட்டாரத்தில் ஆடப்படுவது போன்று அடுத்த வட்டாரத்தில்

ஆடப்படுவதில்லை. உதாரணமாகக் கம்பளத்து நாயக்கரின் இனக்குழு ஆட்டமான தேவராட்டம் தூத்துக்குடி விளாத்திகுளம் வட்டாரத்தில் ஒரு மாதிரியும் வத்தல-குண்டு தேனி வட்டாரங்;களில் ஒரு சில மாற்றங்களுடனும் ஆடப்படுகின்றன. கோவை மாவட்டத்தில் வாழும் கம்பளத்து நாயக்கர்கள் அதே தேவராட்டத்தில் ஒயிலாட்டச் சாயலை புகுத்தி ஆடிவருகின்றனர். இதே போன்று தஞ்சாவு{ர் பகு-தியில் உள்ள தப்பாட்ட அடவிற்கும் திண்டுக்கல் வட்டார தப்பாட்ட அடவிற்-கும் நிறைய வேறுபாடுகள் உள்ளன. இவ்விரு வட்டாரத்தைச் சேர்ந்த தப்பாட்ட அடவுகளில் இருந்து கோவை வட்டார அடவுகள் 75 சதம் மாறுபடுகின்றன. கள ஆய்வின் போது இத்தகைய மாற்றங்களை நேரடியாக காண முடிந்தது.

துடும்பாட்டக் கலை சடங்கியல் கலையாகவும் சமய வழிபாட்டுக் கலையாகவும் உள்ளது. சமய வழிபாட்டில் ஆடப்படும் பொழுது முதலில் சாமி அடி என்ற அடியை அடித்தே ஆடுகின்றனர். வழிபாட்டு நிகழ்வுகளில் இல்லாமல் வாழ்வியல் சடங்குக் கலையாக ஆடப்படும் பொழுது சாமி அடியை அடித்து ஆடுகின்றனர். ஆனால் இறப்புச் சடங்குகளில் சாமி அடியை பயன்படுத்துவதில்லை. துடும்பாட்-டக் கலைஞர்கள் அவர்களின் இன மக்களின் வாழ்வியல் சடங்குகளில் மட்டும் ஆடாமல் வேறு சாதி, வேறு இன மக்களின் வாழ்வியல் சடங்குகளிலும் ஆடு-கின்றனர். அப்பொழுது சூழலுக்கும் நேரத்திற்கும் தகுந்தாற்போல் தங்களின் ஆட்ட அடவுளில் மாற்றத்தை ஏற்படுத்திக் கொள்கின்றனர்.

ஆட்டக்கலைஞர்களின் சாதியத்தன்மைகளின் அடிப்படையிலும் ஆடுகளமும். சூழலும் மாறுபடுகின்றன. துடும்பாட்டக்கலை அருந்ததியர்கள் வாழும் அனைத்து மாவட்டங்களிலும் காணப்படுவதில்லை. திருநெல்வேலி மற்றும் அதனைச் சுற்றி-யுள்ள பகுதிகளில் வாழும் அருந்ததியர்கள் துடும்பாட்டத்தை ஆடியதாகத் தெரி-யவில்லை. கோவை, திண்டுக்கல், ஈரோடு, கரூர் போன்ற பகுதிகளில் அருந்ததி-யர்கள் துடும்பாட்டம், ஜிக்காட்டம், தப்பாட்டம் என்ற பெயர்களில் கையில் தப்பை வைத்துக்கொண்டு ஆடிவருகின்றனர். இவ்வாறு ஆட்டக்கலைகள் வட்டார சூழ-லுக்கு உட்பட்டு சிற்சில வேறுபாடுகளுடன் ஆடப்பட்டு வருகின்றன.

சமய வழிபாட்டில் ஆட்டக்கலைகள் ஆடப்படும் பொழுது அவற்றிற்குக் குறிப்-பிட்ட நேரவரையறையின்றி விடிய விடியக் கூட ஆடப்படுகின்றன. சடங்குத்-தன்மை அல்லாத தொழில்முறைச் சூழலில் ஆடப்படும் பொழுது குறிப்பிட்ட கால அவகாசத்திற்குள் ஆடி முடிக்க வேண்டிய நிர்பந்தம் ஏற்படுகின்றது. இதனால் ஆட்டக்கலைஞர்கள் தங்களின் அடவுகளைச் சுருக்கிக்கொண்டு கொடுக்கப்பட்ட காலத்திற்குள் ஆடி முடிக்கின்றனர். இறப்புச்சடங்கில் ஆடும் பொழுது ஆட்ட அசைவுகள் பிற இடங்களில் ஆடப்படும் வேகத்தைக் காட்டிலும் சற்று மெது-வாகக் காணப்படுகிறது. தேவராட்டத்தை எடுத்துக்கொண்டால் வழிபாட்டுச் சூழ-லில் ஆடும்பொழுது மேல் உடம்பில் ஆடை எதுவும் அணியாமலும், தலையில்

துண்டை தலைப்பாகை போல் கட்டிக்கொண்டும் ஆடுகின்றனர். இதே ஆட்டத்தை தொழில்முறையில், பொழுதுபோக்குச் சூழலில் ஆடும் பொழுது நன்கு பளிச்சிடும் வண்ணத்தில் உடலின் மேல் பகுதி மற்றும் கீழ் பகுதிகளில் உடையை அணிந்து கொண்டும், தலையில் ரிப்பன் போன்று துண்டைக் கட்டிக்கொண்டும், முக ஒப்பனைகளை நன்கு நேர்த்தியாகச் செய்து கொண்டும் நேரத்திற்கு தகுந்தாற்போல் தங்கள் ஆட்ட அடவுகளைச் சுருக்கியும், நீட்டித்தும் ஆடுகின்றனர். இவ்வாறு ஆட்டக்கலைகளில் ஆடப்படும் சூழலைப் பொறுத்து ஆட்ட அடவுகளில் மாற்றங்கள் நிகழ்கின்றன. அதைப்போலவே ஒவ்வொரு வட்டாரத்திற்கு ஒரு குறிப்பிட்ட அசைவு முறைகளை வைத்தும் ஆடிவருகின்றனர். ஒரு குறிப்பிட்ட ஆட்டக்கலையில் நல்ல அனுபவமுள்ள கலைஞர், ஒரே ஆட்டத்தைப் பல வட்டாரக் கலைஞர்கள் ஆடும்பொழுது, ஆட்ட அசைவுகளை வைத்து இது எந்த வட்டார ஆட்டம் என்று கண்டுபிடித்துவிடுவார். அந்த அளவுக்கு வட்டாரப்பாகுபாடு ஆட்டக்கலைஞர்களின் ஆட்டமுறைகள் வெளிப்படுகின்றன.

பாடல் மற்றும் இசை இணைந்த ஆட்டக்கலைகள்

ஆட்டக்கலையின் உயிர் நாடியாக இருப்பவை இசையும், பாடல்களுமே. சில ஆட்டக்கலைகளுக்கு பாடல் இன்றி இசை மட்டுமே மூல ஆதாரமாகஇருக்கும். சில ஆட்டக்கலைகளில் இசையும் பாடலும் இணைந்தே காணப்படும். எனவே, இசையோ பாடலோ இன்றி எந்த ஆட்டமும் ஆடப்படுவதில்லை. துடும்பாட்டம், தேவராட்டம் போன்ற ஆட்டக்கலைகள் பாடல் இன்றி இசையை மட்டுமே கொண்டு ஆடப்பட்டு வருகின்றன. ஒயிலாட்டம், சேவையாட்டம், கணியான்கூத்து போன்ற ஆட்டக்கலைகள் இசையும் பாடலும் இணைந்த ஆட்டக்கலைகளாக உள்ளன. கும்மி கொட்டுதல் முன்பு இசை கருவி எதுவும் இன்றிப் பாடலை மட்டும் பாடிய படி ஆடப்பட்டு வந்தது. கை கொட்டும் ஓசையே இவ்வாட்டத்திற்கு இசையாக இருந்தது. தற்பொழுது ஒரு சில ஆட்டக்குழுக்கள் கும்மி ஆட்டத்திற்கும் இசைக்கருவிகளைப் பயன்படுத்துகின்றன. பாடலுடன் ஆடப்படும் ஆட்டக்கலைகள ஆட்டம் ஆடப்படும் காரணத்தை பொருளை. வேண்டுதலைப் பாடலின் மூலமாக வெளிப்படுத்துகின்றன. உதாரணமாக ஒயிலாட்டாப்பாடல் ஒன்று,

“சாதம் கொண்டு போறேனங்கே
தாயாரான பார்ப்பனகை
சீருடன் மகளைத் தேடி
சேயிழையாள் வழியைத் தேடி
பாதரசம் தண்டை புஜூட்டி
பட்டு நல்ல ரவிக்கை மாட்டி — சாதம்
நேரிலேயும் நெல்லுச் சாதம்
நிழலிலேயும் தான் சமைத்து

மோர்க்குழம்பு சாதம் கொண்டு
மொய்குழலாளி ஓடி வாரேன் - சாதம்
சம்பா அரிசி குத்தி
சாதம் கறி சமைத்து
உன் தவசு நான் அறிந்து
உனக்குச் சாதம் கொண்டு வாரேன் - சாதம்
கத்தரிக்காய் பச்சடியும்
கருணைக் குழம்புடன்
புத்துருக்கி நெய்யும் வார்த்து
பொன்னரிசி சாதம் கொண்டு — சாதம்
ஆலமரம் மீதில் நின்று
கோல்விழி தேடிக் கொண்டு
செம்புச் சலம் நானெடுத்து
சீக்கிரமாய் ஓடி வாரேன்...”
(தமிழக நாட்டுப்புற நடனங்கள் ப — 24,0241)

இவ்வாறு உள்ளது. இந்தப்பாடல் வரிகளே ஆட்டத்தின் பொருளை விளக்குகின்றன. இசையை மட்டும் அடிப்படையாகக் கொண்டு ஆடப்படும் ஆட்டக்கலைகளில் இசைப்பு முறைக்கு ஏற்ற அடவுகள் மூலமும், கலைஞர்களின் உடல் அசைவுகள் மூலமாகவும், முக பாவனைகள் மூலமாகவும் பொருள் விளங்க வைக்கப்படுகின்றன.

துடும்பாட்டகக்கலையை அருந்ததிய இன மக்கள் தங்களின் குல ஆட்டமாக ஆடி வருகின்றனர். இதனால் துடும்பு, தப்பு, இசைக்கலைஞர்களே சில நேரங்களில் ஆட்டக்கலைஞர்களாக மாறி ஆட வேண்டிய சூழ்நிலையில் இசைக்கலைஞர்கள் ஆட்டக்கலைஞர்களாக மாறுகின்றனர். இதனால் இவர்கள் இருவகைக் கலைகளிலும் பயிற்சி மேற்கொண்டு ஆடியும், இசைத்தும் வருகின்றனர்.

நாட்டுப்பு கலைஞர்களிடேயே சாதிப்பாகுபாடு

நம் நாட்டின் வளர்ச்சியில் முன்னேற்றம் காணப்பட்டாலும், பண்பாட்டுச் சூழலில் மாற்றங்களும், முன்னேற்றங்களும் ஏற்பட்டு இருப்பினும், நாட்டின் முதுகெலும்பாக உள்ள கிராமப்புறங்களில் சாதிய வேறுபாடுகளும், ஏற்றத்தாழ்வுகளும் இன்னும் காணப்படுகின்றன. பல இன சமூக மக்களை ஒன்றிணைக்கும் நாட்டுப்புற வழிபாட்டில் சில குறைகள் காணப்படுகின்றன. அவை அடிநிலை தலித் மக்களை சமயத்தில் சமமாகக் கருதாமல் ஒதுக்கி வைக்கின்ற தீண்டத்தகாமை போன்றன நடைமுறையில் காணப்படுகின்றன. இருப்பினும் நாட்டுப்புறக் கலைஞர்களிடையே இத்தகைய சாதிய ஏற்றத்தாழ்வுகள் காணப்படுவதில்லை.

சில நாட்டுப்புற நிகழத்து கலைகள், ஒரு குறிப்பிட்ட சாதிகளுக்கே உரியன-வாகக் காணப்படுகின்றன. தேவராட்டம் கம்பளத்து நாயக்கர்களிடையே மட்டும் வழங்கிவரும் கலையாகவும், கணியான் கூத்து கணியான்களிடம் மட்டுமே வழங்கிவரும் கலையாகவும், தப்பாட்டம், துடும்பாட்டம், பறையர், சக்கிலியர் போன்ற சாதியினரிடையே மட்டுமே வழங்கி வரும் கலையாகவும், ஒயிலாட்டம் மலைவேடரிடையே மட்டும் வழங்கி வரும் கலையாகவும் காணப்படுகின்றது. சில கலைகள் சில குறிப்பிட்ட சாதியில் முதலில் தோன்றிப் பின்னர் பிற சாதியினருக்கும் படிப்படியாகப் பரவியிருக்கலாம் என்பது போன்றும் சில ஆய்வு முடிவுகள் உள்ளன. சில கலைகள் குறிப்பிட்ட சாதியினரிடையே மிகுந்த அளவில் காணப்படுகின்றது. இவ்வாறு நாட்டுப்புறக்கலைகள் குறிப்பிட்ட சாதிகளுக்கே உhயின-வாகவோ, குறிப்பிட்ட சாதிகளில் செல்வாக்கு பெற்றனவாகவா காணப்படுகின்றன. குறிப்பிட்ட சாதிகளுக்கேயுரிய வழிபாட்டுக் கலைகளைப் பிற சாதியினர் கற்றுக்கொள்ள முயன்றால் அவர்களுக்கு தீங்கு நேரும் என்பது போன்ற நம்பிக்கைகளும் நாட்டுப்புற மக்களிடையே காணப்படுகின்றன. இருப்பினும் சமீப காலங்களில் இத்தகைய வரையறைகளை மீறி ஒரு சாதியினரின் வழிபாட்டுக் கலைகளைப் பிற சாதியினர் கற்றுக் கொண்டு வழிபாட்டிலும், தொழில் முறையாகவும் ஆடி வருகின்றனர்.

பறை மேளம் அடிப்பது தாழ்வானது என்று அருந்ததியர்களும், பறையர்களும் கை விட, அதுவே தொழில் முறைக் கலை என்ற முறையில் அதனைப் பிற சாதியினரும் கற்றுக் கொள்ளும் போக்கு சமீப காலங்களில் காணப்படுகின்றது. இத்தகைய போக்கு தொடருமேயானால் நாட்டுப்புற நிகழ்த்துக்கலைகள் சாதி வட்டங்களை விட்டுப் பொதுநிலை அடையும் என்று கருதலாம். மேலும் கிராமியக் கலையில் ஈடுபட்டிருக்கும் கலைஞர்களிடையே சாதிப்பாகுபாடு பெரும்பாலும் காணப்படவில்லை என்பது குறிப்பிடத்தகுந்த செய்தியாகும். ஒரே கலைக்குழுவில் தாழ்த்தப்பட்ட, பிற்படுத்தப்பட்ட கலைஞர்கள் எவ்விதப்பாகுபாடுமின்றி ஒருங்கிணைந்து தெருக்கூத்து போன்ற கலைகளில் செயல்படுகின்றனர். கிராமங்களில் நிலவும் சாதி ஏற்றத்தாழ்வுகள் இத்தகைய கலைஞர்களை வேறு பிரித்து நடத்துவதையும் அந்த உண்மையை உணர்ந்து அக்கலைஞர்கள் தங்களிடையே வேறுபாடு தோன்றாமல் பார்த்துக் கொள்கின்றனர்.

தமிழகத்தைப் பொறுத்த அளவில் பார்க்கும் பொழுது பரவலாகத் தாழ்த்தப்பட்ட, மிகப்பிற்படுத்தப்பட்ட, பிற்படுத்தப்பட்ட சாதிகளின் கலையாகவே நாட்டுப்புறக் கலைகள் காணப்படுகின்றன. அவ்வப் பகுதிகளில் காணப்படும் கலைகளில் அவ்வப் பகுதிகளில் மிகுதியாக வாழும் மேற்குறித்த சாதிப் பிரிவினர் ஈடுபடுகின்றனர். மேல் சாதியைச் சேர்ந்த மிகக் குறைந்தளவிலான கலைஞர்கள் நாட்டுப்புற நிகழ்கலைகளில் ஆர்வம் காட்டி ஈடுபடுகின்றனர்.

சமூகப்படிநிலை

கரகாட்டம், காவடியாட்டம், தேவராட்டம், சேவையாட்டம் போன்ற ஆட்டக்கலைகள் வழிபாட்டில் நிகழ்த்தப்படும் பொழுது கோவில் அல்லது குறிப்பிட்ட வழிபாட்டுக்களம் வரை ஆட்டக்கலைஞர்களும், இசைக்கலைஞர்களும் செல்ல அனுமதிக்கப்படுகின்றனர். கம்பளத்து நாயக்கரின் சக்கம்மா வழிபாட்டில் கோவில் அல்லது சக்கம்மா சிலை வைக்கப்பட்டுள்ள இடத்தைச் சுற்றி அமைக்கப்பட்டுள்ள முள் வேலி வரை அனைவரும் செல்ல அனுமதியுண்டு. முள் வேலியில் இருந்து சக்கம்மா வைக்கப்பட்டுள்ள பீடம் வரைச் செல்ல பூசாரிக்கு மட்டுமே உரிமை வழங்கப்பட்டுள்ளது. கம்பளத்தாரின் இனத்தெய்வ வழிபாட்டில் மட்டுமல்லாமல் பிற தெய்வங்களின் வழிபாட்டிலும் ஆட்டக்கலைஞர்களும், இசைக்கலைஞர்களும் கோவிலின் உள்பகுதி வரை செல்ல அனுமதிக்கப்படுகின்றனர். ஆனால் ஒரு சில ஆட்டங்களுக்கும், ஆட்டக்கலைஞர்களுக்கும் இந்த உரிமை பல இடங்களில் மறுக்கப்படுகின்றது. உதாரணமாகத் துடும்பாட்டக் கலைஞர்களை எடுத்துக் கொண்டால் அவர்களின் இனத் தெய்வ வழிபாட்டில் கோவிலின் உள்பகுதிவரை சென்று வழிபடவும், கோவிலுக்கு அருகில் உள்ள அல்லது கோவிலுக்கு முன்னால் உள்ள இடப்பரப்பில் ஆடவும் உரிமையும் அதிகாரமும் இவர்களுக்கு உண்டு. ஆனால் பிற இன மக்களின் வழிபாட்டிற்கு சென்று ஆடும் பொழுது அவ்வின மக்களின் கோவிலுக்கு உள்ளே சென்று வழிபடவும், கோவிலுக்கு அருகில் அல்லது கோவிலுக்கு முன் பக்கம் சென்று ஆடவும் உரிமையும், அதிகாரமும் இல்லை. அவ் உயர் இன மக்கள் வகுத்துள்ள ஒரு குறிப்பிட்ட எல்லைக்கு அப்பால் நின்று கொண்டே துடும்பாட்டக் கலைஞர்கள் ஆடலாம், இறைவனை வழிபடலாம் என்ற நிலை இன்னும் கிராமப்புறங்களிலும் நகர்ப்புறங்களிலும் ஒரு சில இடங்களில் காணப்படுகின்றன.

கோவை மாவட்டம் பொள்ளாச்சிக்கு அருகில் உள்ள இராசக்காபாளையம் என்ற கிராமத்தில் கள ஆய்வு மேற்கொண்ட பொழுது இதை நேரடியாகக் காண முடிந்தது. அக்கிராம மக்களில் சிலர் கார்த்திகை மற்றும் தை மாதங்களில் விரதம் இருந்து காவடி எடுத்துப் பழநி முருகனைப் பாதயாத்திரையாகச் சென்று வழிபடுகின்றனர். அப்பொழுது காவடி எடுத்து புறப்படும் முன்பு அக்கிராமத்திலுள்ள மாரியம்மன் கோவிலில் காவடி கட்டும் நிகழ்ச்சியும், வழிபாடும் நடைபெறுகின்றது. இந்த அம்மன் கோவில் அவ்வு{ரில் வாழும் வெள்ளாளக் கவுண்டர், தேவர், முதலியார், செட்டியார் போன்ற நடுத்தர சாதியினரின் கோவிலாக உள்ளது. காவடி எடுப்பவர்களும் இவ்வினத்தைச் சேர்ந்த மக்களே. காவடி எடுத்துப் புறப்படும் பொழுது காவடி எடுத்திருப்பவருக்கு அருள் வரவழைப்பதற்காக துடும்பாட்டக் கலைஞர்களை அழைத்து வந்து, துடும்பை இசைக்க வைத்தனர். துடும்பாட்டம் கோவிலின் முன்பாக ஒரு முறை ஆடிய பிறகு காவடி கோவி-

லில் இருந்து புறப்படும். கோவிலுக்கு அருகில் கிராமத்தலைவர் அல்லது நிர்வாகக்குழு உறுப்பினர்கள் குறிப்பிட்டுக்காட்டிய இடத்தில் நின்றுதான் துடும்பாட்டக் கலைஞர்கள் ஆடினார்கள். அவர்கள் பிரகாரத்திற்கு உள் சென்று ஆடவும், அத்தெய்வத்தை கோவிலின் உள்சென்று வழிபடவும் அனுமதிக்கப்படவில்லை. காவடி எடுத்துச் செல்லும் பொழுது உடன் இவர்களும் துடும்பை இசைத்துக் கொண்டும், ஆடிக்கொண்டும் செல்கின்றனர். அரசு உடமை ஆக்கப்பட்டு அனைத்து மக்களும் உள்ளே செல்ல உரிமை உடைய பெருந்தெய்வ கோவிலான பழநி முருகன் கோவிலில் உள்பகுதிவரை சென்று வழிபடும் பொழுது அங்கு சாதிய படிநிலை ஏதுமின்றி துடும்பாட்டக்கலைஞர்கள் பிற மக்களுடன் இணைந்து சென்று வழிபடுகின்றனர். ஆனால் கிராமப்புறப்பகுதிகளில் உள்ள கோவில்களில் இது நடைமுறைச் சாத்தியமற்றதாக இருக்கிறது.

இத்தகைய சாதிய படிநிலைகள் ஆட்டக்கலைஞர்களின் வாழ்வியல் முன்னேற்றத்திற்கு ஒரு தடைக்கல்லாக உள்ளன எனலாம், கோவில்களில் சாதியக் கோயில், இனக்கோயில், குடும்பக்கோயில், மேல்சாதியினரின் தனிக்கோயில், ஊர்ப்பொதுக்கோயில் என்று பல பிரிவுகள் உள்ளன. சாதியக் கோயில் எனில் குறிப்பிட்ட சாதியினர் மட்டும் சென்று வழிபடும் கோயில், இதில் அச்சாதியினர் அனைவரும் சமமாக மதிக்கப்படுகின்றனர். இக்கோயில் அக்குறிப்பிட்ட இனமக்கள் மட்டும் வழிபடும் கோயில். உதாரணமாக, கம்பளத்தாரின் சக்கம்மா கோயில், அருந்ததியரின் மதுரைவீரன், பட்டத்தரசியம்மன் ஆகியவற்றைக் குறிப்பிடலாம். குறிப்பிட்ட இனத்தார் மட்டுமே கலந்து கொள்வதால் இங்கு சாதிய படிநிலைகள் ஏதும் இருப்பதில்லை. குடும்பக் கோயில் என்பது ஒரு குறிப்பிட்ட குடும்பத்தினர்கள் மட்டுமே தலைமுறை தலைமுறையாக வழிபட்;டு வரும் கோயில். இங்கு பிற சாதியினரை அனுமதிப்பதில்லை. அக்குறிப்பிட்ட குடும்பத்தார் மட்டுமே இக்கோயிலில் வழிபாட்டில் பங்கேற்கின்றனர். மேல் சாதியினரின் கோயிலில் அவ்வு{ரில் உள்ள மேல் சாதியினர் அனைவரும் பங்கேற்பாளராக இருந்து வழிபாட்டை நடத்துகின்றனர். இக்கோயிலில் கீழ் சாதியினர் சென்று வழிபட அனுமதியில்லை. வெளியில் நின்று வழிபட்டுக் கொள்ள மட்டுமே அனுமதியளிக்கப்படுகிறது. ஊர்ப் பொது கோவிலில் அவ்வு{ரில் உள்ள அனைவரும் சென்று வழிபடலாம். இங்கு சாதிய படிநிலைகள் எதுவும் இருப்பதில்லை. அரசுடைமை ஆக்கப்பட்ட பெருந்தெய்வ கோவில்களில் சாதிப்படிநிலைகள் இன்றி அனைவரும் சமமாக வழிபட அனுமதிக்கப்படுகின்றனர். இத்தகைய ஏற்றத்தாழ்வு அற்ற நிலை நாட்டுப்புற கோவில்களிலும் வந்தால்தான் நாட்டுப்புறக் கலைகள் இன்னும் நல்ல வளர்ச்சி நிலையை அடைய முடியும்.

(1) ஆடுகளம்

நாட்டுப்புற ஆட்டக்கலைகளின் ஆடுகளமும் செவ்வியல் கலைகளின் ஆடுகளமும், நிகழ்த்துச் சூழலில் மாறுபடுகின்றன. நாட்டார் சமய வழிபாட்டின் பொழுது நிகழும் ஆட்டக்கலைகளின் ஆடுகளம் கோவில் அல்லது தெய்வம் வைக்கப்பட்டுள்ள இடத்திற்கு முன்புள்ள மைதானமாக இருக்கும். தெய்வம் வைக்கப்பட்டுள்ள இடத்தில் இருந்து அவ்வு{ரின் நீர்நிலை உள்ள இடம் வரை இருக்கின்ற பகுதி நாட்டுப்புற ஆட்டக்கலையின் ஆடுகளமாக இருக்கின்றது. பெரும்பாலும் சமயவழிபாட்டு ஆட்டக்கலையின் ஆடுகளம் திறந்தவெளியாக, கல் மண் நிறைந்த இடமாக, கிராமத்தில் உள்ள தெருக்கள், வீதிகள் அனைத்துமே ஆடுகளமாக அமைகின்றது.

சமய வழிபாடு அல்லாத பிறபொது நிகழ்ச்சிகளிலும் சில சமயங்களில் நிகழ்ச்சி நடைபெறும் கிராமம், ஊர் அல்லது நகரத்தின் வீதிகள் அனைத்துமே ஆடுகளங்களாக அமைகின்றன. விளம்பரங்கள், அரசியல் ஊர்வலங்கள், பிரச்சாரங்கள் போன்றவற்றிற்கு நாட்டுப்புற ஆட்டக்கலைகளை ஏற்பாடு செய்கின்றனர். அப்பொழுது ஊர்வலம், பிரச்சாரம் நடைபெறும் வீதிகள் அனைத்துமே ஆட்டக்கலைஞர்களின் ஆடுகளங்களாகின்றன.

செவ்வியல் கலைகளில் இத்தகைய ஆடுகளங்கள் இருப்பதில்லை. நிகழ்ச்சி நடைபெறுகின்ற இடத்தில் அமைக்கப்பட்டுள்ள அல்லது அமைக்கப்படுகின்ற பொது மேடைகளே ஆடுகளங்களாகின்றன. தெய்வ வழிபாட்டின் பொழுது தற்காலிக மேடைகள் ஆடுகளங்களாகின்றன. தெய்வ வழிபாடு அல்லாத பிற வாழ்வியல் சடங்குகளிலும் தற்காலிக மேடைகளே ஆடுகளங்களாகின்றன. இவை தவிர பிற பொழுதுபோக்கு நிகழ்ச்சிகள், அரசியல் விழாக்கள் போன்றவற்றிற்கு ஏற்பாடு செய்யப்படும் ஆடுகளம் தற்காலிக மேடைகளாகவோ, நிரந்தர கலையரங்குகளின் மேடைகளாகவோ அமைகின்றன. இத்தகைய ஆடுகளங்கள் கல், மண் போன்ற குப்பைகள் இன்றி நன்கு சுத்தம் செய்யப்பட்டவைகளாக இருக்கும். இதனால் ஆட்டக்கலைஞரின் பாதங்கள் எந்த துன்பங்களையும் அனுபவிப்பதில்லை.

நாட்டுப்புற ஆட்டக்கலைஞர்களுக்கு ஒரு சில நிகழ்ச்சிகள் மட்டுமே மேடை நிகழ்ச்சிகளாக அமைகின்றன. செவ்வியல் ஆடற்கலைஞர்கள் ஏதேனும் ஒரு சில சமயங்களில் மட்டுமே கல் மண் நிறைந்த இடங்களில் ஆடுகின்றனர். நாட்டுப்புற ஆட்;டக்கலைகளின் ஆடுகளம் இயற்கைத் தன்மை நிறைந்தவையாக இருக்கின்றது.

(2) பார்வையாளர்களின் பங்களிப்பு

நாட்டுப்புற கலைகள் நாட்டுப்புற மக்களிடத்தில் பெருமளவில் நடைபெறுவதால், ஆட்டத்தைப் பார்க்கும் பார்வையாளர்கள் தங்களின் உள்ளத்து உணர்ச்சிகளை; ஆட்டத்தைப் பார்த்து அடைந்த அனுபவத்தை, மகிழ்ச்சியை எவ்விதக் கட்டுப்பாடும் இன்றி கைதட்டுதல், சீழ்க்கை ஒலி எழுப்புதல், பணமுடிப்பு அல்லது

ரூபாய் மாலை, முறுக்கு மாலை அணிவித்தல் ஆகியவற்றின் மூலம் வெளிப்படுத்துகின்றனர். செவ்வியல் கலைகளை பார்க்கும் பார்வையாளர்கள் தங்களின் உணர்வுகளை சில கட்டுப்பாடுகளுக்கு கட்டுப்பட்டும், சபை நாகரீகம் கருதியும் கைதட்டல் ஒன்றின் மூலமாக மட்டுமே வெளிப்படுத்துகின்றனர்.

சுடலைமாடன் வந்து பிடித்துச் சாப்பிட்டு விடுவதாக இவ்வின மக்கள் நம்புகின்றனர். இதனால் இவ்வின மக்கள் தங்கள் ஊரை விட்டு பிற ஊர்களில் சென்று தங்கியிருந்தாலும், சுடலைமாடன் கொடை விழா அன்று தவறாது வந்து ஆடு மற்றும் பன்றியைப் பலியிடுகின்றனர். அவ்வாறு பலியிடப்படவில்லை எனில் சுடலை தன் குடும்பத்தையே தண்டித்துவிடுவார் என்றும் நம்புகின்றனர்.

சாதிய தெய்வம் மற்றும் இனச்சார்பு வழிபாட்டில் சாமியாடிக்கு அருள் வரவழைப்பதற்கு என்று சில இசைக்கருவிகள் பயன்படுத்தப்படுகின்றன. இவ்விசைக்கருவிகள் ஆட்டக்கலைக்கும் பயன்படுத்தப்படுகின்றன. இனச்சார்பு ஆட்டத்திற்கு என்று குறிக்கப்பட்டுள்ள இசைக்கருவிகளைத்தவிர வேறு இசைக்கருவிகளைப் பயன்படுத்துவதில்லை. இவ்விசைக்கருவிளின் இசைப்பு முறைக்கு ஏற்பவே இனக்குழு ஆட்டக்கலைகளின் அடவுகள் வகுக்கப்பட்டுள்ளன. வேறு இசைக் கருவிகளைப் பயன்படுத்தி இவ்வடவுகளை ஆட அவர்கள் விரும்புவதில்லை. பெரும்பாலும் இனக்குழு ஆட்டக்கலைக்கு பயன்படுத்தப்படும் இசைக்கருவிகள் தோற்கருவிகளாகவே இருக்கின்றன.

இசைக்கருவிகள்

நாட்டுப்புற ஆட்டக்கலைகளில் பயன்படுத்தப்படக்கூடிய இசைக்கருவிகளைக் காணும்பொழுது பெரும்பாலும் அக்கருவிகள் அவ்வின மக்களாலேயே தயாரிக்கப்படக் கூடியவையாகவோ அல்லது குறைந்த பொருளாதாரத்தில் வாங்கி நீண்ட நாள் பயன்படுத்தக் கூடியதாகவோ இருக்கின்றன. நாட்டுப்புற ஆட்டக்கலைகளில் பயன்படுத்தப்படும் இசைக்கருவிகள் விலங்கின் தோல் கொண்டு தயாரிக்கப் படுபவையாக உள்ளன. தேவராட்டத்தில் பயன்படுத்தப்படும் தேவதுந்துமியும், கணியான் கூத்தில் பயன்படுத்தப்படும் மகுடம் மற்றும் நையாண்டி மேளம், துடும்பு, தப்பு, பலகை போன்ற இசைக்கருவிகள் அனைத்தும் தோல் கருவிகளே. இவ்விசைக்கருவிகளைத் தயாரிக்கும் முறைகளை இவ்விசைக்கலைஞர்களே நன்கு அறிந்து வைத்துள்ளனர். ஒரு சிலரே வெளியில் பணம் கொடுத்து இவ்விசைக்கருவிகளை வாங்கிப் பயன்படுத்துகின்றனர்.

அருந்ததிய இன மக்களின் குலத் தொழிலாக தோல் பதனிடுதல் மற்றும் தோல் பொருட்களைத் தயாரிக்கும் தொழில்கள் உள்ளன. இத் தோல்களைப் பதப்படுத்தி பக்குவப்படுத்தி செருப்பு, கைப்பைகள், இசைக்கருவிகள் ஆகியவற்றை தயாரிக்கும் முறைகளை இவர்கள் நன்கு அறிந்து வைத்துள்ளனர்;. தோல் சம்மந்தப்பட்ட பொருட்கள் யாவும் ஒரு குறிப்பிட்ட இனத்தாருக்குரியவை என்ற சமூக வரையறை

ஐம்பது, அறுபது ஆண்டுகளுக்கு முன்பு வரை இருந்தது. இயந்திர மாக்கப்பட்டுள்ள இந்நூற்றாண்டிலும், சென்ற நூற்றாண்டின் இடைப்பகுதியில் இருந்தும் இவ்வரையறை மாற்றமடைந்து அனைத்து வேலைகளையும் மனிதனுக்கு பதில் இயந்திரங்களே செய்யும் நிலை இன்று உருவாகிவிட்டது.

“தோல் வேலை செய்யும் கைவினைக் கலைஞர்களாக இருந்த அருந்ததியர்களின் சமூக வாழ்க்கையானது, கலாச்சார மாற்றத்தால் தோல் வேலை செய்வது மிகவும் இழிவான தொழிலாக கருதப்பபட்டதால், மிகவும் தாழ்வான நிலைக்கு தள்ளப்பட்டது. தோல் வேலையோடு தோல் சம்மந்தப்படாத மற்ற இழிவான வேலைகளையும் அருந்ததியர்கள் செய்ய வேண்டும் என்று ஆதிக்க சாதியினர் கட்டாயப்படுத்தினர்”.(மாற்கு, அருந்ததியர் வாழும் வரலாறு ப -270)

அருந்ததியர்களுக்கு என்று ஒதுக்கப்பட்ட இழிவான வேலைகளில் ஒன்று செத்தமாட்டைத் தூக்குவது. அருந்ததியர்களிடையே பங்காளி முறை என்ற முறை உள்ளது. அம்;முறைப்படி செத்தமாட்டைத் தூக்கிச் சென்று அதன் தோலை உரித்துவிட்டுக் கறியை சமைத்து அனைவரும் சமமாகப் பகிர்ந்து உண்கின்றனர். மாட்டின் தோலை சிலர் விற்று அப்பணத்தைப் பகிர்ந்து கொள்கின்றனர். தோல் வேலையில் விருப்பமும், அதனையே தொழிலாகவும் கொண்டு வாழ்ந்தவர்கள் அத்தோலைக் கொண்டு இசைக்கருவிகள், செருப்புகள் போன்ற தோல் பொருட்களைத் தயாரித்து விற்று வாழ்ந்து வந்துள்ளனர்.

மாட்டின் தோல் கொண்டு தயாரிக்கப்படும் இசைக்கருவிகள் துடும்பு, தப்பு, பலகை, உருட்டு என்பனவாகும். தேவதுந்துமி ஆட்டின் தோல் கொண்டு தயாரிக்கப்படுகின்றது. அருந்ததிய இனத்தைச் சேர்ந்த விளையாட்டுப் பருவ சிறுவர்கள் கூட மாட்டின் தோல் கொண்டு இசைக்கருவிகள் செய்ய அறிந்திருக்கின்றனர். “தவில், பம்பை, உருமி போன்றவை தோல் கருவிகளாகும். அருந்ததியர்கள் மாட்டு இறைச்சி உண்பவர்கள். ஊரில் மாடு இறந்தால் அந்த மாட்டைத் தூக்கிவந்து, அதன் தோலை உரித்து எடுக்கின்றனர். குடம், பானை போன்றவை உடைந்து,. அதன் வாய்ப்பகுதி மட்டும் உடையாமல் இருந்தால், அந்த வாய்ப்பகுதியை மாட்டின் தோலால் மூடி, அதை அடித்தனர். இன்றும் சிறுவர்கள் இதுபோலச் செய்து விளையாடுவதைக் கிராமங்களில் காணலாம். கீழே அமர்ந்து காலுக்கடியில் தோலால் மூடப்பட்ட உடைந்த பானையை வைத்து, மறு பக்கம் ஒரு டப்பாவை வைத்துக் கம்பால் அடித்து சிறுவர்கள் விளையாடுகின்றனர். இப்படியே அடித்து அடித்துத் தோல் கருவிகளை இசைக்கும் கலைஞர்களாக மாறிவிடுகின்றனர்”.(மேலது ப -257)

இவ்வாறு தோல் பொருள்களைத் தயாரிப்பதில் அருந்ததியர்கள் சிறந்தவர்களாக இருப்பது போன்று தோல் இசைக்கருவிகளை இசைப்பதிலும் அவர்கள் சிறந்தவர்களாகவே இருக்கின்றனர். அருந்ததியர்களிடம் இருந்து பறையர்களும்

துடும்பாட்டக் கலையைக் கற்று தற்பொழுது ஆடிவருகின்றனர். இழவு வீடுகளில் சென்று ஆடுவது இழிவான செயலாக இருப்பதால் அருந்ததியர்கள் அவ்வாறு சென்று ஆடுவதைத் தவிர்த்து வருகின்றனர். இதனால் பறையர் இன மக்கள் இவ்வாட்டக் கலையைக் கற்று ஆடுவதில் ஆர்வம் காட்டுகின்றனர். இவர்கள் இழவு வீடுகளுக்குச் சென்று ஆடுவது மட்டுமல்லாது பிற வெளி நிகழ்ச்சிகளுக்கும் சென்று ஆடிவருகின்றனர். தேவராட்டம் மற்றும் சேவையாட்டத்தில் கூட தேவ-துந்துமி இசைப்பவர்கள் 'மாலா' இனத்தைச் சார்ந்தவர்களாக உள்ளனர். ஆனால் துடும்பாட்டத்தில் ஆட்டக்கலைஞர்களாகவும் இசைக்கலைஞர்களாகவும், ஆடுபவ-ராகவும், ஆட்டுவிப்பவராகவும் அருந்ததியர்கள் என்று அழைக்கப்படும் சக்கிலி-யர்களே உள்ளனர்.

நாட்டார் கலைக்கும் அடிநிலை மக்களுக்குமான தொடர்புகள்

நாட்டார் கலைகளுடன் நெருங்கிய தொடர்புடையவர்களாக இருப்பவர்கள் அடிநிலை மக்களே. உயர் வகுப்பு மக்கள் செவ்வியல் கலைகளுடனே தங்களை இணைத்துக் கொள்கின்றனர். நாட்டார் கலைகளில் உயர்குடி மக்கள் ஆர்வம் காட்டினால் தங்களின் சமூக அந்த்;து பாதித்துவிடுமோ என்று அஞ்சியே அவர்-கள் இம்மாதிரியான கலைகளில் ஆர்வம் காட்டுவதில்லை. அடிநிலை மக்களின் பொருளாதார நிலையும், கல்வியறிவின்மையும், சாதிய நிலையும் அவர்களைச் செவ்வியல் கலைகளிடம் நெருங்க விடுவதில்லை. இதனால் அவர்கள் நாட்டுப்பு-றக் கலைகளை மட்டுமே நம்பி வாழ வேண்டியுள்ளது.

நம் சமூகத்தில் உயர்ந்த சாதி, தாழ்ந்த சாதி என்ற படிநிலை காணப்படு-கின்றது. பிராமணர்கள் தாங்கள் மட்டுமே உயர்ந்த சாதியாகவும், பிற சாதியினர் அனைவரும் தாழ்ந்தவர்களாகவும் கருதுகின்றனர். பிராமணரல்லாத பிள்ளை, முதலியார், நாடார், நாயுடு, தேவர், செட்டியார் போன்றோரை உயர்ந்த சாதியா-கவும், பள்ளர், பறையர், சக்கிலியர், குறவர் போன்றோரை தாழ்ந்த சாதியாகவும் பிரித்துக் கொள்கின்றனர். பிராமணர்களாகிய உயர் வகுப்பினர் தங்கள் வீட்டின் எந்த விழாவிற்கும் நாட்டுப்புற ஆட்டக்கலைகளை ஏற்பாடு செய்வதில்லை. பிரா-மணரல்லாத பிற சாதியினர் தங்கள் வீட்டில் நடைபெறும் சுப நிகழ்ச்சிகளுக்கும் துக்க நிகழ்ச்சிகளுக்கும் நாட்டுப்புற ஆட்டக்கலைகளை ஏற்பாடு செய்கின்றனர்.

நாட்டுப்புற கலைகளில் ஆட்டக்கலைஞர் வேறு, பார்வையாளர்கள் வேறு எனப்பிரித்தறிய இயலாதவாறு ஆட்டக்கலைஞர்களும் அடிநிலை மக்களாகிய பார்வையாளர்களும் இணைந்தே செயல்படுகின்றனர். சில நேரங்களில் பார்வை-யாளர்கள் ஆட்டக்கலைஞர்களோடு சேர்ந்து ஆடவும் தலைப்படுகின்றனர். நாட்-டுப்புறக் கலைஞர்களுடன் பார்வையாளர் செயலளவில் கலந்து ஆட இயலாவி-டினும் தாமும் அவர்களோடு சேர்ந்து ஒன்றி ஆட அவர்களின் அனுபவத்தைத் தாமும் பெறுவதாக எண்ணி மகிழ்கின்றனர். இங்கு மற்றவர்களின் அனுபவத்தில்

தாமும் கலந்து கொண்டு செயல்படுகின்ற மனநிறைவு இவர்களுக்குக் கிடைக்கின்றது. மற்றவரின் படைப்பை, ஆற்றலைப் பார்த்து தானும் அதுவாகப் பாவித்து அதனுடன் தன்னை மறந்த நிலையில் இணைதலே ஒன்றிப்போதல் எனப்படும். நாட்டுப்புறப் பார்வையாளர்கள் நாட்டாரின் கலையுடன் சில நேரங்களில் இணைந்து தன்னை மறந்து ஆட ஆரம்பித்துவிடுகின்றனர். இது அவர்களுடைய கலையுடன் ஒன்றிப்போகும் மனநிலையைக் காட்டுகிறது.

உயர் வகுப்பு மக்களின் தொழில் முறைகளும், பொருளாதார நிலையும் அடிநிலை மக்களைக் காட்டிலும் சற்று உயர்ந்ததாகவே உள்ளன. இதனாலும் அவர்கள் நாட்டுப்புறக் கலைகளை பயின்று ஆடுவதில் ஆர்வம் காட்டாமலும் இருக்கலாம். அடிநிலை மக்கள் அதிக அளவில் கூலி வேலைகளையும், உயர் வகுப்பு மக்களைச் சார்ந்து வாழும் வாழ்வையே நம்பி வாழ்கின்றனர். இதனால் இவர்கள் தங்களின் பொருளாதாரத் தேவைகளை நிறைவு செய்து கொள்ள நாட்டுப்புறக்கலைகளின்பால் ஆர்வம் காட்டுகின்றனர். சிலர் தங்களின் குலத்தொழிலாக, பரம்பரை பரம்பரையாக ஆட்டக்கலையைக் கொண்டு வாழ்ந்து வருகின்றனர். இனக்குழு கலைகளின் ஆட்டக்கலையின் பார்வையாளராகவும், பங்கேற்பாளராகவும் அவ்வினக்குழு மக்களே இருக்கின்றனர். இவர்களில் ஒரு சிலர் மட்டுமே பொருளாதார நிலையில் ஒரு நல்ல இடத்தில் இருக்கின்றனர். ஆனால் பெரும்பகுதியினர் அடிமட்ட நிலையில் இருந்து கொண்டு தங்களின் கலையையும், தங்கள் இனத்தின் பண்பாட்டையும் பாதுகாத்து வருகின்றனர்.

அடிநிலை மக்கள் உயர்வகுப்பு மக்களைக் காட்டிலும் அதிக அளவில் உடல் உழைப்பை நம்பி வாழ்பவர்கள். இதனால் அவர்கள் தங்களின் ஓய்வு நேரத்தை நாட்டுப்புறக் கலைகளைப் பயில்வதிலும், பார்ப்பதிலுமே செலவிடுகின்றனர். தங்கள் ஊர்களில் நடைபெறும் விழாக்களில் சிலநேரங்களில் இவ்வடிநிலை மக்களே நாட்டுப்புற கலைகளின் பங்கேற்பாளராக ஆகிவிடுகின்றனர். துடும்பாட்டம், தேவராட்டம், ஒயிலாட்டம் போன்ற ஆட்டங்கள் பிற இன மக்கள் வாழும் பகுதிகளில் அடிக்கடி நிகழும்போது பார்வையாளர்களாக இருந்து அடிக்கடி பார்த்துப் பார்த்துப் பழகிய இவர்கள், சில சமயங்களில் பங்கேற்பாளராக மாறிவிடுகின்றனர். இதனால் இவர்கள் பங்கேற்பாளராக ஆகும் பொழுது கலைஞரின் சிரமங்கள் இவர்களுக்குப் புரிகின்றது. இதனால் இவ்;வடிநிலை மக்கள் இக்கலைகளுக்கு மரியாதை கொடுத்துப் பார்க்கின்றனர்.

நாட்டுப்புறக்கலைகள் சமூக ஒற்றுமையையும், கூட்டுப்பண்பையும் வளர்க்கின்றன. நாட்டுப்புறங்களில் நடைபெறும் விழாக்கள் அனைத்துச் சாதிமக்களையும் ஒன்றிணைக்கும் செயலை செய்கின்றன. இம்மக்கள் தங்களுக்குள் சாதிய வேற்றுமை இருப்பினும் அதனை வெளிப்படுத்தாமல், ஆளுக்கொரு பொறுப்பை ஏற்றுக்கொண்டு தங்கள் ஊரில் நடைபெறும் விழா நல்ல முறையில் நடைபெற

வேண்டும் என்ற எண்ணத்துடன் பாடுபடுகின்றனர். இதனால் இங்கு சமூக ஒற்றுமையும், கூட்டுப் பண்பும் காணப்படுகின்றது. கலைஞர்களே பார்வையாளர்களாகவும் பங்கேற்பாளராகவும் இருப்பதால் தங்களுக்குள் உள்ள குறைநிறைகளையும், சாதிய வேற்றுமைகளையும் மறந்து நட்புணர்வுடன் பழகுகிறார்கள்.

நாட்டுப்புற மக்களின் பண்பாட்டை நாட்டுப்புற ஆட்டக்கலைகள் எடுத்துக்காட்டுகின்றன. நாட்டுப்புறங்களில் நடைபெறும் விழாக்கள் அம்மக்களின் இறை நம்பிக்கையையும், கூட்டுணர்வையும் வெளிப்படுத்துவது போன்றே ஆட்டக்கலைக்கும், கலைஞர்களுக்கும் அம்மக்கள் கொடுக்கும் மரியாதை அவர்களின் பண்பாட்டைக் காட்டுகின்றது.

மனித ஆட்டக்கலை வளர்ந்த சூழல்

ஆதிமனிதன் படைப்புக்களில் சமயங்களும் சடங்குமுறைகளும் முக்கியமானவைகள் ஆகும். சடங்கு முறையை நோக்க ஆட்டங்கள் இயற்கையோடு வாழ்க்கை நடத்திய தொடக்க கால மனிதர்களிடம் பலவித நம்பிக்கைகளைத் தோற்றுவித்தன. அந்நம்பிக்கைகளின் காரணமாகச் சில சடங்கு முறைகள் செய்து கொண்டனர். இயற்கையை வணங்கியவர்கள் பின்னர் தங்களைப் போன்றும் தங்களின் மனங்களில் படிந்த உருவங்களைப் போன்றும் சாமியாடிகளை வடித்தார்கள். இயற்கை வழிபாடுகள், தாய் தெய்வ வழிபாடுகள், முன்னோர்களைத் தெய்வங்களாக்கிய வழிபாடுகள் எனப் பல்வேறு உருவாக்கங்களுக்கேற்பச் சடங்கு முறைகளும் வளர்ந்தன. தங்கள் தொழிற்களங்களில் பாடிக் கொள்ளும் கலைக் கூறுகளையும் சாமி வழிபாடுகளில் கொண்டாட்டங்களுடன் இணைத்துக் கொண்டனர். தமிழ் மொழியின் ஐம்பெருங்காப்பியங்களில் ஒன்றான சிலப்பதிகாரத்தில் கூறப்படும் ஆய்ச்சியர் குரவை, குன்றக்குரவை என்பன இங்கு சிந்தித்துப் பார்க்கத்தக்கது. இவ்வாறு சமய வழிபாடுகளில் சடங்குமுறை ஆட்டங்கள் தோன்றி வளரலாயின. இத்தகைய சடங்கு முறை ஆட்டங்கள் இனச்சார்பு அல்லது சமயச்சார்பு உடையனவாகவே விளங்குகின்றன. மேலும் இவ்வாட்டங்கள் அதிகளவில் குழு நடனங்களாக இரவு வேளைகளிலேயே நடத்தப்படுகின்றன.

நாட்டுப்புற ஆட்டக்கலைகள் சடங்குத்தன்மையில் இருந்து தோன்றும் பொழுது அவைகளுக்கு முன்மாதிரியாக இருந்தவை பறவை, விலங்குகள் போன்றவற்றின் ஆட்டங்களே. கார்மேகம் கண்டு ஆண்மயில் தோகைவிரித்து ஆடியதையும், புறாக்கள் தம் இனத்துடன் சேர்ந்து ஆடியதையும் கண்டு மனிதன் ஆட்ட அசைவுகளை அமைத்துக் கொண்டான். மனிதன் இயற்கையிலேயே எதையும் போராடிப் பெற வேண்டும் என்ற போர்க்குணம் உடையவனாக இருந்தான்;. இதனால் அவன் தனக்குக் கிடைக்கும் ஓய்வு நேரங்களில் பறவைகளுடன் பறவைகளை மோதவிட்டும், விலங்குகளுடன் விலங்குகளை மோதவிட்டும் பார்த்து மகிழ்ந்தான். அவ்வாறு பார்க்கும் பொழுது அவற்றின் அசைவுகளையும், கால்வைப்பு முறைகளை-

யும் நன்கு கவனித்து தனது ஆட்டத்திற்கு அவற்றைப் பயன்படுத்திக் கொண்டான்.

நாட்டுப்புற நடனங்கள் கிராமப்புற மக்களின் வாழ்க்கையில் இசைப்பாங்கோடு தாமே ததும்பி வழியும் உணர்ச்சிகளின் வெளிப்பாடாகவே தோற்றம் பெற்று காலங்காலமாய் அவர்களின் வாழ்க்கையில், வழக்கத்தில் இருந்து வருகின்றன. நம்நாட்டின் பாரம்பரிய மரபு சார்ந்த இந்நாட்டுப்புற நடனங்கள் நாட்டுப்புற மக்களின் அன்றாட வாழ்க்கை நிகழ்ச்சிகளிலிருந்தும், பண்பாட்டிலிருந்தும், அவர்களின் வாழ்க்கை அனுபவங்களிலிருந்தும் தாமே தோற்றம் பெற்றவையாகும். இக்கலைகள் இம்மக்களின் வாழ்க்கையில் ஆழமாக வேரூன்றி உள்ளன. இந்த நாட்டுப்புறக்கலைகள் நம்நாட்டு மக்களைப்பற்றி பிற நாட்டினர் அறிந்து கொள்ளவும் அவர்களின் வரலாற்றைத் தெரிந்து கொள்ளவும் உதவுகின்றன. இக்கலைகளில் காணப்படும நெகிழ்ச்சித் தன்மையும் தனித்த இயக்கமும் யாராலும் எதையும் வற்புறுத்தித் திணிக்க முடியாத இயல்பான பேக்கும் இக்கலைகளை அழிவில் இருந்து காத்து வளர்த்து வருகின்றன. பிற மரபியல் கலைகளில் இருந்து நாட்டுப்புறக் கலைகளை இவற்றின் தனித்தன்மையே வேறுபடுத்திக் காட்டுகின்றன.

நாட்டுப்புற மக்களால் தோற்றுவிக்கப்பட்டு, வளர்க்கப்பட்டு, ஆடப்பட்டு வரும் நடனங்களே கிராமிய நடனங்கள் என்று அழைக்கப்படும் நாட்டுப்புற நடனங்கள் ஆகும். “இவை ஒரு தொழில்முறைக் கலைஞராலோ ஆசிரியராலோ முறையாகக் கற்றுக்கொடுத்து வழங்கி வரும் கலையல்ல் ஆடுகின்ற கலைஞர்களின் ஆட்டத்தை உடனிருந்து பார்த்துப் பார்த்து, இதில் ஆர்வம் உள்ள ஆட்டக்கலைஞரின் உறவினர் ஒருவரோ முற்றிலும் புதிதான வேறு ஒருவரோ தாமும் ஒருநாள் ஆடத்தலைப்பட்டு, ஆடி ஆடிக் கற்றுக்கொள்ளும் நிலையே இக்கலைகளின் வாழ்வுக்கும் வளர்ச்சிக்கும் காரணமாக அமைந்துள்ளனளன.

நாட்டுப்புறக் கலைகள் ஒவ்வொன்றும் தத்தமக்கெனச் சில பொது விதிகளின் அடிப்படையில் அமைந்துள்ளன. இப்போது விதிகளுக்குட்பட்டு நிகழும் மாற்றங்கள் கலைஞர்களின் தனிப்பட்ட கலையார்வத்திறனுக்கேற்பக் கூடவும் குறையவும் அவர்கள் அளிக்கும் இடத்தைப் பொறுத்தே இக்கலைகள் வாழ்ந்து கொண்டிருக்கின்றன. இக்கலைகளில் காணப்படும் நெகிழ்ச்சித்தன்மையின் காரணமாக ஒவ்வொரு நாளும் ஒரு புதுமைகள் இக்கலைக்குள் புகுந்து கொண்டிருக்கின்றன. இதனால் ஒரு புறம் இக்கலைகள் வளர்ந்தாலும் மறுபுறம் பழைய பழமையான மரபுவழித் தன்மை மறக்கப்பட்டு, புதுமைகளுக்கு அதிக அளவில் இடம் கொடுக்கும் சூழல் ஏற்பட்டு வருகின்றன. இதனால் மரபுத்தன்மைக் கலைகள் நலிந்து போகும் நிலை ஏற்படுகின்றன.

நாட்டுப்புற ஆட்டக்கலைகள் உடனடிப் பயன்பாட்டிற்கு உரியவையாக இருப்பதும் இக்கலையின் வளர்ச்சிக்கு ஒரு காரணமாகும். ஏனெனில் அவ்வூரில் நடைபெறும் எந்த விழாவானாலும் சரி, வாழ்வியல் சடங்குகளாக இருந்தாலும் சரி,

அவ்வூரில் வசித்து வரும் ஆட்டக்கலைஞர்களை அமைத்து ஆடச் செய்கின்றனர். ஆட்டக்கலைஞர்கள் யாரும் உள்ளூர்வாசிகளாக இல்லாதபோது, வெளியூரில் இருந்து அழைத்து வருகின்றனர். ஆட்டம் எந்த நோக்கத்திற்காக ஏற்பாடு செய்யப்படுகிறதோ அந்த நோக்கத்தை ஆட்டக்கலைஞர்கள் நிறைவேற்றுகின்றனர். மன மகிழ்ச்சி, பொழுது போக்கிற்காக ஏற்பாடு செய்யப்பட்டிருந்தால் கலைஞர்கள் பார்வையாளர்களுக்குள் தங்களின் ஆட்டத்தின் மூலம் மன மகிழ்ச்சியும் உற்சாகத்தையும் அளிக்கின்றனர்.

தொழில்முறை ஆட்டக்கலைகளை ஏற்பாடு செய்வதற்குக் குறைந்த பொருளாதாரமே தேவைப்படுவதால் இக்கலைகளை ஏற்பாடு செய்வது எளிதாகின்றது. இதனால் இக்கலைகள் நாட்டுப்புற மக்களின் வாழ்வியலோடு இணைந்து வளர்ந்து கொண்டே இருக்கின்றன. நாட்டுப்புற ஆட்டக்கலைகளை ஆடும் மக்களின் பண்பாட்டுப் பரப்பை நோக்கும் பொழுது அவர்கள் சாதியின் அடிப்படையில் தாழ்த்தப்பட்டவர்களாகவே காணப்படுகின்றனர். அவர்கள் வசிக்கும் ஊரின் ஒதுக்குப்புறமே இவர்களின் இருப்பிடமாக இருக்கின்றது. அங்கு இவர்கள் ஒரு இனமாக கூட்டம் கூட்டமாக வாழ்ந்து வருகின்றனர். இம்மக்களின் கல்வித்தகுதியும் மோசமானதாகவே உள்ளது. நூற்றுக்கு ஐந்து பேர் கூட உயர்கல்வி படித்தவர்களாக இருப்பதில்லை. காரணம் இவர்கள் வாழும் சூழலும் பொருளாதாரமுமே ஆகும்.

உதாரணமாக ஒரு குடும்பத்தில் தந்தை, தாய் இருவரும் ஆட்டக்கலைஞர்களாக இருந்து அவர்களுக்கு இரண்டு மூன்று பிள்ளைகள் இருந்தால், ஆட்டக்கலைகளின் மூலம் கிடைக்கும் பணம் அக்குடும்பத்தின் தேவையை முழுமையாக நிறைவு செய்வதில்லை. இதனால் குடும்பத்தின் பொருளாதாரத் தேவையை நிறைவு செய்ய, அக்குடும்பத்தில் உள்ள பிள்ளைகள் கல்வியை மறந்து ஆட்டக்கலைகளிலும், கூலி வேலைகளிலும் தங்களை ஈடுபடுத்திக் கொள்கின்றனர். இதனால் இவர்களுக்கு கல்வி அறிவு பெற வாய்ப்புகள் இல்லாமல் போய்விடுகின்றது.

ஆட்டக்கலைஞர்களைப் பொதுவாகப் பார்க்கும் பொழுது இவர்கள் பெரும்பாலும் வறுமைக்கோட்டிற்கு கீழ் வாழ்பவர்களாகவே உள்ளனர். ஆட்டக்கலைஞர்களின் ஆட்ட முறைகளை வைத்தே அவர்கள் எந்த வட்டாரத்தைச் சார்ந்தவர்கள் என்பதை அறிந்து கொள்ள முடிகின்றது. ஏனெனில் இக்கலைஞர்கள் தங்களின் ஆட்ட முறைகளில் வட்டார பழக்கத்தை வெளிப்படுத்துகின்றனர். வத்தலகுண்டிற்கு அருகில் உள்ள சின்ராயப்பெருமாள் கோயிலின் கொடைவிழாவில் திண்டுக்கல் வட்டாரத்தைச் சார்ந்த தேவராட்டக்கலைஞர்கள் தேவராட்டம் ஆடினர். அதே இடத்தில் அருப்புக்கோட்டை வட்டாரத்தைச் சார்ந்த கம்பளத்து நாயக்கர்களும் தேவராட்டத்தை ஆடினர். இரு வட்டாரக் கம்பளத்து நாயக்கர்களும் ஆடியது தேவராட்டம்தான் என்றாலும் ஒரு வட்டாரக் கலைஞரின் ஆட்ட அசை-

வுகளுக்கும் அடுத்த வட்டாரக் கலைஞரின் ஆட்ட அசைவுகளுக்கும் நிறைய வேறுபாடுகள் இருந்தன. இதேபோன்று கோவை மாவட்டத்தின் வடக்குப்பகுதியில் ஆடப்பட்டுவரும் துடும்பாட்ட அடவுகளுக்கும், தெற்குப்பகுதியில் ஆடப்பட்டுவ-ரும் துடும்பாட்ட அடவுகளுக்கும் ஆங்காங்கே சிற்சில வேறுபாடுகள் காணப்படு-கின்றன. நாட்டுப்புறக் கலைகளில் காணப்படும் எளிமைத்தன்மையும் இவ்வட்டார மாறுபாட்டிற்கு காரணமாக உள்ளது. சடங்கியல் கலைகளாகத் தோன்றிய நாட்டுப்-புற ஆட்டக்கலைகள் கலைஞர்களின் திறமை மற்றும் உணர்வுகளுக்கும் கட்டுப்-பட்டு பல்வேறு மாற்றங்களையும், புதுமைகளையும் தன்னுள் ஏற்டுத்திக்கொண்டு வளர்ந்து வந்திருக்கின்றது.

உடல் அசைவும் பொருள் வெளிப்பாடும்

ஆட்டக்கலைஞர்கள் தங்களின் உடல் அசைவுகள் மூலம் தாங்கள் ஆடும் சூழலை வெளிப்படுத்தும் திறன் உடையவர்கள். மகிழ்ச்சியான சூழலில் ஆடும் போது இசையும் வேகமாக இருக்கும். ஆட்டக்கலைஞர்களின் ஆட்ட முறையும் வேகமானதாக இருக்கும். இதே ஆட்டத்தை அவர்கள் இறப்பு வீடு போன்ற துக்-கச் சூழலில் ஆடும் பொழுது இசைப்பு முறை மெதுவானதாக இருப்பது போன்று ஆட்ட முறையும் மெதுவானதாக இருக்கும்.

மேலும் ஆட்டக்கலைஞர்கள் தாங்கள் ஆடும் அடவுகள் மூலம் தங்களின் வாழ்க்கைக்கு உரிய தொழில் முறைகளை வெளிப்படுத்துகின்றனர். தேவராட்டக்க-லைஞர்களின் வாழ்வியல் தொழில் வேட்டையாடுதல் ஆகும். இதனால், அவர்க-ளின் ஆட்ட அடவுகள் வேட்டையாடுதல் போன்ற பாவனைகளையும், வாழ்வியல் சடங்குகளையும் வெளிப்படுத்துகின்றன. துடும்பாட்டக் கலைஞர்களாகிய அருந்த-தியர்களின் வாழ்வியல் தொழில் விவசாயம் தொடர்புடைய கூலித்தொழில் ஆகும். இதனால் அவர்கள் தங்களின் ஆட்ட அசைவுகளின் ஒவ்வொரு அடவுகளிலும் வேளாண்மை தொடர்பான ஒரு கருத்தை வெளிப்படுத்துகின்றனர். கதிர் அறுத்-தல், அறுத்த கதிரை அடித்து நெல்லை உதிர்த்தல், நெல்லை காயவைத்தல், மண் மிதித்தல், கல் சுமத்தல் போன்ற செயல்களை தங்களின் உடல் அசைவுகளின் மூலம் வெளிப்படுத்துகின்றனர். ஒயிலாட்டத்தின் மூலம் வேட்டைக்குச் செல்கின்ற இனமக்களின் வேட்டைக்கான செயல்முறைகள் வெளிப்படுத்தப்படுகின்றது.

இவ்வாறு ஆட்டக்கலைஞர்களின் வாழ்க்கைக்கு உரிய தொழில் நுட்பங்களை அவர்களின் கலையியல் அசைவுகளில் மிக அழகாக வெளிப்படுத்துகின்றனர்.

கலை தவிர்த்த பிற தொழில்கள்

ஆட்டக்கலைஞர்கள் இன்றைய சூழலில் கலையை மட்டுமே நம்பித் தங்கள் வாழ்வை நடத்திச் செல்ல இயலாதவர்களாக இருக்கின்றனர். இதனால் அவர்கள் விவசாயம் தொடர்புடைய கூலி வேலைகளுக்கும், தோல் பொருள்கள் தயாரித்தல், கூடை முடைதல், பனை ஓலைகளைக் கொண்டு சிறுவர் விளையாட்டுப் பொருட்-

களைச் செய்தல், இட்லி சுட்டு விற்றல், காய்கறிகளை வாங்கி விற்கச் செல்லுதல் போன்ற பல தொழில்களில் ஈடுபட்டு ஆட்டம் நடைபெறாத நாட்களில் தங்களின் பொருளாதாரத் தேவைகளை நிறைவு செய்து கொள்கின்றனர்.

துடும்பாட்டக் கலைஞர்களை மட்டும் தனித்து நோக்கும் பொழுது, இவர்கள் ஆட்டம் நடைபெறாத நாட்களில் விவசாய நிலங்களுக்குக் கூலி வேலைக்குச் செல்கின்றனர். துப்புரவுப் பணியாளர் வேலைக்கும் சென்று பொருளாதாரத் தேவைகளை ஈடு செய்கின்றனர். கல் குவாரிகளுக்குச் சென்று கல் சுமக்கும் பணிக்கும், கல் உடைக்கும் பணிக்கும், மூட்டை தூக்குதல் போன்ற வேலைகளுக்கும் செல்கின்றனர்.

ஆட்டக்கலையில் உடல் அசைவுகளுக்கு ஏற்ற ஆடை அணிகள்

சடங்கு நிகழ்கலைகளுள் ஒன்றின் ஒப்பனை முறை மற்றொன்றின் ஒப்பனை முறையிலிருந்து வேறுபட்டபோதிலும் அவை அனைத்தும் சடங்கு முக்கியத்துவம் உடையவை. சடங்கு சார்பில்லாத சூழலில் நடைபெறும் நிகழ்கலைகளில் ஒப்பனை முறைகள் சடங்கு நிகழ்கலைகளில் இருந்து மாறுபடுகின்றது. தொழில் முறைக் கலைகளில் பார்வையாளர்களை மனநிறைவு பெறச் செய்ய வேண்டிய கட்டாயம் கலைஞர்களுக்கு இருப்பதால் அவர்கள் ஆட்ட அசைவுகளுக்கு இடையறு வராமலும் அதே வேளையில் பார்வையாளர்களைக் கவரும் வகையிலும் தங்களின் ஆட்ட உடைகளை அமைத்துக்கொள்கின்றனர். மேலும் ஒப்பனையில் ஒழுங்குமுறையும், சீர்மைத்தனத்தையும் பின்பற்றுகின்றனர்.

ஆட்டக்கலைஞர்கள் தங்களின் உடல் அசைவுகளுக்கு ஏற்ற ஆடை அணிகளைத்தெரிவு செய்து கொள்கின்றனர். தங்கள் குழுவிற்கு என்று ஒரு குறிப்பிட்ட நிறத்தில் ஆடைகளைத் தயாரித்து அணிந்து கொள்கிறார்கள். அவர்களின் ஆடையின் நிறத்தைக் கொண்டே பார்வையாளர்கள் இவர்கள் இந்த குழுவைச் சேர்ந்த கலைஞர்கள் என்று அடையாளம் கண்டு கொள்கின்றனர்.

துடும்பாட்டம், தேவராட்டக்கலைஞர்கள் அதிகமாக முக ஒப்பனைகளில் ஆர்வம் காட்டுவதில்லை. துடும்பாட்டக்கலைஞர்கள் பெரும்பாலும் முழுக்கால் சட்டையும், மேல் சட்டையும் அணிகின்றனர். சில நேரங்களில் மேல் சட்டை ஒரு நிறத்திலும், கால் சட்டை இன்னொரு நிறத்திலுமாக அணிந்து கொள்வதும் உண்டு. சில குழுக்கள் கால் சட்டைக்குப் பதில் வேட்டி அணிகின்றனர். கலைஞர்கள் சடங்குச் சார்பில்லாச் சூழலில் ஆடும்போது பயன்படுத்துகின்ற சீருடைகளையே சடங்குச் சூழலில் அணிந்து கொண்டு ஆடுவதை இக்காலத்தில் சில இடங்களில் காணமுடிகின்றது. இதனால் பல பிரச்சனைகள் எழுந்திருக்கின்றன. வயதில் மூத்த பெரியவர்கள் மரபான முறையில் உடைகளை அணிந்து ஆட வேண்டும் என விரும்புகின்றனர். இவர்களுடைய விருப்பத்திற்கு மாறாகச் சிலர் புதிய உடையலங்காரத்தில் ஆட முற்படும் பொழுது இரு பிரிவினருக்கும் இடையே முரண்பாடு

தோன்றுகிறது. சில ஆட்டக்குழுக்களில் உள்ள கலைஞர்கள் அனைவரும் தலையில் ஒரே நிறத்தில் துண்டையோ அல்லது ரிப்பனையோ கட்டிக்கொள்கின்றனர். ஆட்டக்கலைஞர்களின் ஆட்ட வேகத்திற்கும், உடல் அசைவிற்கும் இத்தகைய ஆடைகளே ஏற்புடையதாக இருக்கின்றன.

ஆட்டக்கலைஞர்களின் வாழ்க்கைக்கும் கலைக்கும் இடையிலான தொடர்பு என்ற இவ்வியலில் ஆட்டக்கலைகளின் தன்மை பற்றியும், ஆட்டக்கலைஞர்களின் பொருளாதார நிலை பற்றியும் சிந்திக்கப்பட்டுள்ளது. சாதி முறைகளில் கலைஞர்களின் வாழ்வியல் முறை, இசைக்கலைஞர்களுக்கும் ஆட்டக்கலைஞர்களுக்கும் உள்ள நட்புறவு குறித்து சுட்டப்பட்டுள்ளது. இன்றைய நிலையில் நாட்டுப்புற கலைகள் நலிந்து வருவது போன்று தோன்றினாலும் ஒரு புறம், அரசு நிறுவனங்கள், வானொலி, தொலைக்காட்சி போன்றன வாழ்வளித்து வருகின்றன. பொருளாதாரத் தேவைகளை நோக்கி ஓடிக்கொண்டு இருக்கும் இன்றைய மனிதர்கள் தங்களின் ஓய்வு நேரத்தில் கூட பணத்தை நோக்கியே செலவிடும் தன்மை பற்றி சிந்திக்கப்பட்டுள்ளது. செவ்வியல் கலைகளுக்கும் நாட்டுப்புற கலைகளுக்கும் உள்ள வேற்றுமைகள் குறித்து புலப்படுத்தப்பட்டுள்ளது.

ஆட்டக்கலைகளில் நிகழும் சூழல் மற்றும் வட்டார மாற்றங்கள் குறித்து சுட்டிக் காட்டப்பட்டுள்ளது. நாட்டார் சமயங்களில் நிகழும் இன மற்றும் சாதிய தெய்வங்களின் ஆளுமை குறித்தும், அத்தெய்வங்களைக் கண்டு மக்கள் கொண்டுள்ள அச்ச உணர்வுகள் குறித்தும் புலப்படுத்தப்பட்டுள்ளன. அடிநிலை மக்கள் தரும் ஆதரவினால் நாட்டார் கலை வாழும் விதம் குறித்துச் சிந்திக்கப்பட்டுள்ளது. ஆட்டக்கலைஞர்கள் தங்கள் வாழ்வை நடத்திச் செல்லக் கலையை மட்டும் நம்பியிராமல் பிற தொழில்களை நாடிச்செல்லும் முறை பற்றியும் குறிப்பிடப்பட்டுள்ளது.

5

ஆட்ட அடவுகளும் இசையும்

மனிதன் தன் கலை உணர்வையும் ரசிக்கும் மனோபாவத்தையும் வெளிப்படுத்தும் ஊடகமாக கலைகள் அமைகின்றன. கிராமிய மனத்துடன் இனம் சார்ந்த பண்பாட்டையும் கலைகள் வெளிப்படுத்தும் பொழுது தனி அழகு பெறுகின்றன. அதிலும் ஆட்டக்கலைகள் உடலும் மனமும் இணைந்து பார்ப்பவர்களை கவரக்கூடியன. இசைக்கு மயங்காத உயிர்கள் உலகத்தில் இல்லை. இசை காதுக்கு இனிமை சேர்க்கிறது. கிராமிய நடனம் கண்ணிற்கு இனிமை சேர்க்கிறது. மனிதன் தன் உள்ளத்து உணர்வுகளை உடல் அசைவுகளின் மூலம் பார்வையாளர்களுக்கு வெளிப்படுத்த கையில் எடுத்துக்கொண்ட ஆயுதமே நடனம். இனக்குழு மக்கள் தங்களின் இனம் சார்ந்த நம்பிக்கை கலாச்சாரம், சடங்குகளை ஆட்ட அசைவுகள் மூலம் எவ்வாறு வெளிப்படுத்துகின்றனர் என்றும் அதற்கு இசைக்கருவிகள் எவ்வொறு பக்க பலமாக விளங்குகின்றன என்பது குறித்தும் விரிவாகக் காணலாம்.

அடவு - விளக்கம்

ஆட்டம் செம்மையானதாக அமைவதற்கு மூலகாரணம் உறுப்புகள் அல்லது ஆட்டத்திற்கான ஆதாரப்பகுதிகள் இவ்வுறுப்புகள் 'அடவு' என குறிப்பிடப்படுகின்றன. "அடவு என்பது ஆட்டத்தின் ஆதாரப்பகுதி. இதனை ஆடத்தின் ஓர் அளவை எனக்கொள்ளலாம்."

(கு . முருகேசன் முன்னுரை ப - iv) என்று தமிழக நாட்டுப் புற ஆட்டக்கலைகள் என்ற நூலில் குறிப்பிட்டுள்ளார். மேலும் "இருக்கும் நிலையிலிருந்து அடுத்த நிலைக்கு அடியெடுத்து வைக்கும் காலடி வைப்பு முறையே அடவு, அடைதல், அடவு என்பதே அடவு என மாறிற்று "

(துளசி இராமசாமி சிலம்பம் ப.9) என்றும் கூறப்படுகின்றது.

மனித உடலில் அசையும் தன்மை கொண்ட அனைத்து உறுப்புகளும் தனித்-தனியாகவோ, இணைந்தோ செயல்பட்டால்தான் ஒரு ஆட்டத்தை அமைக்க முடி-யும். அடவிற்கு உருவம் கொடுப்பவை ஸ்தானம் சாரி, நிருத்த ஹ்தம் என்னும் மூன்று உறுப்புகளாகும்.உடலின் இருப்புநிலை தானம் என்றும் காலின் அசை-வைச் 'சாரி' என்றும் கைகளின் அசைவை நிருத்த ஹ்தம் என்றும் பரதர் குறிப்-பிட்டு விளக்கியுள்ளார் ஜகு . முருகேசன் 1990, ப. 101; இதனை செவ்வியல் கலைஞரான பத்மா சுப்பிரமணியம் 'அடவு'என்னும் தமிழ்ச் சொல்லுக்குப் பண்யை வடமொழிச் சொல் 'கரணம்' என்பதாகும் ஸ்தானம் சாரி நிருத்த ஹ்தம் ஆகிய மூன்றும் சேர்ந்த ஒர் ஆதார நடன உறுப்பாகச் செயல்படுவது காரணமாகும் என்று குறிப்பிடுகிறார்''

(பரதக்கலைக் கோட்பாடு 1985. ப.81).

தேவராட்ட அடவு முறைகள்

தேவராட்டத்தில் மொத்தம் ஒன்பது அடவு முறைகள் உள்ளன. ஆனால் வி.சடகோபன் என்பவர் தேவராட்ட அடவுகள் குறித்து மக்களிடையே உள்ள பல்வேறு கருத்துக் களை தனது நூலில் குறிப்பிட்டுள்ளார். அறுபத்து நான்கு, எழுபத்து இரண்டு, பதினெட்டு, பதினெட்டு அடவுகள் தம்முள் இணைந்து எழுபத்திரண்டு அடவுகளாகின்றன என்று தகவலாளர்களின் கருத்துக்களை குறிப்-பிட்டுள்ளார். ஒ. முத்தையா தேவராட்டம் என்ற நூலில் ஒன்பது அடவுகளே உள்ளன. அவையே திரும்பத் திரும்ப பயன்படுத்தப்பட்டு நேரம் சூழல், நிகழ்வுக்கு ஏற்ப விரிவடைகின்றன என்று குறிப்பிடுகின்றார். ஒ.முத்தையா குறிப்பிடும் ஒன்பது அடவுகள்.

1. நிலை
2. அடி
3. ஏற்ற இறக்கம்
4. குத்து
5. புரளுதல்
6. சுற்றுதல்
7. அமர்தல்
8. சொட்டுதல்

9. எட்டுபோடுதல் என்பனவாகும். இவ்வொண்பது அடவுகளின் செயல்பாடுகள் குறித்து இங்கு விளக்கப்பட வேண்டியது மிக அவசியமாகிறது.

1. நிலை

ஆட்டம் தொடங்கும் முன் ஆட்டக்காரர்கள் நிற்கின்ற ஒழுங்கு முறையே நிலை எனப்படுகின்றது. தேவராட்டத்தில் கால்களை நேராக வைத்துக் கைகளைத்-தொங்கவிட்ட படி ஆட்டகாரர்கள் வரிசையாக நிற்கின்றனர். இது தேவராட்டத்-

தின் நிலையாக அமைகிறது.

2. அடி

உடலின் எடையைச் சுமப்பதற்கு ஏற்றவாறு பாதத்தைத் தரையில் படுமாறு வைத்தல் அடி எனப்படும். தேவராட்டத்தில்முன்னோக்கியும் இருபக்கங்களிலும் பின்நோக்கியும் அடிகள் போடப்படுகின்றன. தேவராட்டத்தில் இடம்பெறும் ஒரு-வகை ஆட்டங்களில் ஆட்டத்தின் தொடக்கக் கூறாக ஒரு கையும் காலும் ஒரு சேரத் தரையை நோக்கி அடிப்பதைப் போலச் செய்யும் அடவுமுறை மிகுதியாகக் காணப்படுகிறது.

3. ஏற்ற இறக்கம்:

தேவராட்டத்தில் நின்ற இடத்திலேயே ஆடும் சிலவகை ஆட்டங்களில் ஏற்ற இறக்கம் இடம்பெறுகிறது. அதாவது வலது காலால் முன்நோக்கி ஏறிச்சென்று இடதுகாலால் இறங்குவது ஏற்ற இறக்கம் எனப்படும். வலது காலை எடுத்து இடது கால் இருந்த இடத்தில் வைத்தப்பின் இடது காலை எடுத்து உடலைத் திருப்பி வலது கால் இருக்கும் இடத்தில் வைத்தப்பின் வலது காலைத் தூக்கிப் புரளுவதும் பின்னர் இறங்கி வருவதற்காக இதேபோல் இடது காலால் தொடங்கி அடி வைத்-துப் பழைய நிலைக்கு வருவதும் தேவராட்டத்தின் ஏற்ற இறக்கமாக அமைகிறது.

4. குத்து:

கால் பாதத்தின் ஒரு பகுதியால் தரையில் முன் அல்லது பின் குத்துவது குத்து எனப்படும். பாதத்தின் முன்பகுதியால் குத்துவது முன்குத்து என்றும் காலின் பின்-பகுதியால் குத்துவது பின்குத்து என்றும் குறிப்பிடப்படுகிறது. முன்குத்துக் குத்தும் போது குதித்து திரும்புதலும் இடம் பெறுகின்றன. உடலின் நிலை பின்நோக்கிச் சாயும்போது பின் குத்துப் போடப்படுகிறது.

5. புரளுதல்:

படுத்துப் புரளுவதைப்போல் நின்றுகொண்டே புரண்டு ஆடுவது புரளுதல் எனப்படும். இதனைப் பிரட்டிஆடேதி ஜபுரண்டு ஆடுதல்; என்று குறிப்பிடப்படும். தேவராட்டத்தில் புரண்டு ஆடுதல் வலப்பக்கமாக அமையும் போது மேலேறுதலும் இடப்பக்கமாக அமையும் போது கீழிறங்குதலும் இடப் பெறுகிறது.

6. சுற்றுதல்;:

இடது காலை ஒரே இடத்தில் வைத்து வலது காலின் இயக்கத்திற்கேற்பச் சிறிது சிறிதாக திருப்பி மிதித்துக் கொண்டு வலது காலை நன்றாக முன்னோக்கி அமைத்துக் கொண்டு வலது காலின் அசைவகளுக்கேற்ப இடுப்பை அசைத்துச் செல்லுவதும் சுற்றுதலின் இடம் பெறும் அசைவு முறைகளாகும்.

7. அமர்தல்:

ஆட்டத்தின் போது இது குத்தவைத்து அமர்வதை குறிப்பிடுகிறது. அரை மண்டியில் அமர்தல் குத்த வைத்து உட்காருதல் கைகளை ஊன்றிக் கால் நீட்டி

அமர்தல் போன்ற அசைவுகள் தேவராட்டத்தில் இடம் பெறுகின்றன. ஆட்டத்தின் இடையிலும் தனி ஆட்டமாகவும் இவ்வமர்தல் இடப் பெறுவதுண்டு.

8. சொட்டுதல்:

இரு கைகளாலும் தட்டப்படுவதே சொட்டு எனக் குறிப்பிடப்படுகிறது. தேவராட்டத்தில் சொட்டு ஆட்டம் என்ற பெயரில் பலவகை ஆட்டங்கள் இடம் பெறுகின்றன. குனிந்த நிலை அரை மண்டி நிலை நிமிர்ந்த நிலை ஆகிய நிலைகளின் பொழுது கைகொட்டுதல் அமைகிறது.

9. எட்டுப்போடுதல்:

ஆட்டத்தில் முன்னோக்கியோ பின்நோக்கியோ செல்வதற்குப் பயன்படும் அடவாக எட்டுப்போடுதல் அமைகிறது. கால்களை மாற்றி மாற்றிப்போட்டு நடந்து செல்லுதல், வலது காலை முன்னால் ஓரடி எடுத்து வைத்து இடது காலை முன்னால் ஓரடி எடுத்து வைத்து இடது காலை அதன் பக்கத்தில் முன் குத்தாகக் குத்தி மறுபடியும் இடதுகாலை முன்னால் ஓரடி எடுத்து வைத்து வலது காலால் முன்குத்துக் குத்தி நடந்து செல்லுதல் ஆகிய அசைவுக் கூறுகள் தேவராட்டத்தில் முக்கிய ஆட்டக்கூறுகளாக அமைகின்றன. மேற்கூறிய அடவு முறைகள் ஒரு குறிப்பிட்ட வகையில் ஒன்றிணைந்து தேவராட்டத்தில் பலவகையான ஆட்ட முறைகளைத் தோற்றுவிக்கின்றன.

தேவராட்ட பெயர்கள்:

ஒவ்வொரு நாட்டுப்புற ஆட்டக்கலையும் தனித் தனிப் பெயரை கொண்டு விளங்குகின்றன. அத்தனித்தனி கலைகளும் அதற்குள் ஒரு உட்பிரிவைக் கொண்டு விளங்குகின்றன.அவ்வகையில் தேவராட்ட ஆட்டமுறைகள் ஒவ்வொன்றும் தனித்தனிப் பெயர்களால் சுட்டப்படுகின்றன. இப்பெயர்களின் அடிப்படையிலேயே தேவதுந்துமியின்

இசைப்புமுறையும் அதற்கான ஆட்டமுறைகளும் நினைவு படுத்தப்படுகின்றன. பல்வேறு களப்பகுதிகளில் சேகரித்த தேவராட்ட ஆட்டப் பெயர்கள் ஆய்வாளரால் ஒப்பிடப்பட்டு அவற்றில் இறுதி வடிவமாகப்பட்ட ஆட்டப் பெயர்கள் மட்டும் இங்கு நிரல் படுத்திக் கொடுக்கப்பட்டுள்ளன. அவை.

“1. தேவமொக்கு ஆட்டம்

2. ஜம்ப ஆட்டம்

3. நிலுவு ஜம்பம்

4. சிக்கு ஜம்பம்

5. பொதி நாட்டேதி

6. ரங்கம் அலிக்கேதி

7. போட்லு போசேதி

8. நிம்ம பொண்டுலு கோர்சேதி

9. பசும்பொடி தஞ்சேதி
10. ஒட்லு தஞ்சேதி
11. பிய்யாலு செர்ரேதி
12. கலசாலு பெட்டேதி
13. நிம்ம பொண்டுலு சுகர வேசேதி
14. செருக்குலு வாலப்போசேதி
15. பஜகெத்து ஆட்டம்
16.நொஜ கெத்து ஆட்டம்
17. ஊப்பேதி ஆட்டம்
18. பூசாரி நாயினி ஆட்டம்
19. ஞெமிலி ஆட்டம்
20. பேடஞெமிலி ஆட்டம்
21. சிலம்பாட்டம்
22. காவடி ஆட்டம்
23. ஒட்டவாரி ஆட்டம்
24.சொட்டு ஆட்டம்
25. வெடி ஆட்டம்
26. தப்பேதி ஆட்டம்
27. சேலம் அடி ஆட்டம்" (ஒ.முத்தையா ப.79,80) என்பனவாகும்.
என்பனவாகும்.

1. தேவமொக்கு ஆட்டம்:

தேவமொக்கு என்றால் தெய்வத்தை வணங்குதல் என்று பொருள். தேவமொக்கு ஆட்டமே தேவராட்டத்தின் தொடக்க நிலை ஆட்டமாக அமைகிறது.வாழ்க்கை வழிபாட்டுச் சடங்குகள் பொழுதுபோக்கு போன்ற பிற சூழல்களில் தேவராட்டம் ஆடப்பட்டாலும் தேவமொக்கு ஆட்டம் ஆடியே தொடங்கப்படுகிறது.

2. ஜம்ப ஆட்டம்:

தேவராட்டத்தில் இரண்டாவதாக ஆடப்படுவது ஜம்ப ஆட்டமாகும். ஜம்பம் என்றால் குதித்து ஆடுதல் என்று பொருள். இது தேவராட்டத்தின் ஒரு அசைவு முறையைக் குறிப்பதாகும். இந்த அசைவு முறையே ஆட்டத்தின் பெயரால் அமைந்திருப்பது அந்த அசைவின் முக்கியத்துவத்தை உணர்த்துவதாக உள்ளது. இதனோடு நிலுவு ஜம்பம், சிக்கு ஜம்பம், தொடுபு ஜம்பம் என்ற துணை ஆட்டங்களும் ஆடப்படுகின்றன. உடலசைவு முறையிலும் இசைப்பு முறையிலும் ஏற்படும் சிறிய சிறிய மாற்றங்களே தனித்தனி ஆட்டவகைகளுக்கு வழி வகுத்துள்ளன. ஜம்ப ஆட்டங்கள் எல்லாச் சூழல்களிலும் ஆடப்படுகின்றன.

3. நிலுவு ஜம்பம்:

நிலுவு ஜம்பம் என்றால் நின்று ஆடுதல் என்று பொருள். நின்று ஆடுதல் என்பது முன்னர் கூறப்பட்ட ஜம்ப ஆட்டத்தில் ஒரு குறிப்பிட்ட இடத்தில் நிறுத்தி ஒரு கால அளவு இடைவெளி கொடுத்து ஆட்டத்தைத் தொடர்வதாகும்.

4. சிக்கு ஜம்பம்:

சிக்கு ஜம்பம் என்றால் கூந்தலை சிக்கெடுப்பதைப் போன்று ஆடுவது என்று பொருள். இருகைகளையும் தலைக்குப் பக்கவாட்டில் உயர்த்திக் கூந்தலைச் சிக்கொடுப்பதுப் போன்ற பாவனையை வெளிப்படுத்தும் வகை இவ்வாட்டம் அமையும்.

5.பொதி நட்டேதி:

பொதி நட்டேதி என்பதற்குத் தெய்வக் குடிசை அமைத்தல் என்று பொருள். இதுப் பொதி நடுதல் சடங்கு என்றும் கூறப்படும். வட்டக் குடில் அமைப்பதற்காக இலந்தை முட்களைக் கொண்டு வந்து வட்டமாக உன்றி வைக்கும் சடங்கினை இது குறிக்கும். ஜக்கம்மா வழிபாடு, தம்பிரான் வழிபாடு இவற்றில் பொதி நடுதல் சடங்கு நடைபெருகிறது. இச்சடங்கின் போது பொதி எனப்படும் தெய்வக் குடிசையின் முன்னால் இவ்வாட்டம் ஆடப்படுகிறது.

6. ரங்கம் அலிக்கேதி:

ரங்கம் அலிக்கேதி என்பதற்குச் சாணம் மொழுகுதல் என்பது பொருள்.ரங்கம் என்றால் கடவுள் இருக்கும் புனிதமான இடம் என்பது பொருள். அந்தப் புனிதமான இடத்தை பசுமாட்டுச் சாணத்தைக் கொண்டு மொழுகுகின்ற சடங்கையே இது குறிக்கிறது. வழிபாடு மற்றும் திருமணச் நிகழ்வுகளில் நடத்தப்படும் இச்சடங்கின் போது ஆடப்படுகின்ற ஆட்டமே ''ரங்கம் அலிக்கேதி'' என்ற ஆட்டமாகும்.

7. போட்லு போசேதி:

சாணம் மொழுகப்பட்ட ரங்கத்தி, இடத்தில் மஞ்சள் பொடியால் கோலமிடுவதைக் குறிக்கும் சந்திரன், சூரியன், வில், அம்பு ஆகிவை ரங்கத்தில் மஞ்சள் பொடியால் வரையப்படும். அவ்வாறு ரங்கத்தில் கோலமிடும் சூழ்நிலையில் ஆடப்படுகின்ற ஆட்டமாக இது அமைகிறது.

8. நிம்ம பொண்டுலு கோர்சேதி:

பொண்டுலு எலுமிச்சம் பழத்தைக் குறிக்கும். எலுமிச்சம் பழங்களை நுpலில் கோர்ப்பது பொண்டுலு கோர்சேதி என்று கூறப்படும்.தம்பிரான் வழிபாட்டின் போது தம்பிரான் மாடுகளைக் கொத்துக் கொம்பிலிருந்து மாட்டோட்டம் மாடுகளை ஒட்டிவிடுவது; விடும் பொழுது பொதி விடுப்பு என்ற இடத்தில் வெள்ளைச் சேலை அணிந்த பெண்கள் மஞ்சள் பொடியும் எலுமிச்சம் பழங்களும் உள்ள வெண்கல வட்டியினைக் கையில் வைத்திருப்பர். அவர்கள் நிற்கும் இடத்தில் எலுமிச்சம் பழங்கள் கோக்கப்பட்ட தோரணங்கள் கட்டப்பட்டருக்கும் அது பொதி விடுப்பு எனப்படும். இந்த இடத்தில் ஆடப்படும ; ஆட்டமே நிம்ம பொண்டுலு கோர்சேதி.

9. பசும்பொடி தஞ்சேதி :

பசும்பொடி தஞ்சேதி என்பதற்கு மஞ்சள் பொடி இடித்தல் என்பது பொருளாகும். இது ரங்கத்தில் கோலம் போடுவதற்காக மஞ்சள் பொடி இடிப்பதற்குச் செய்யப்படும் சடங்கின் போது ஆடப்படும் ஆட்டமாகும். திருமணம் வழிபாட்டில் மஞ்சள் பொடி இடிக்கும் சடங்கு தவறாமல் இடம் பெறுகிறது. கையில் உலக்கை கொண்டு உரலை இடிப்பது போலும் கால்களால் தள்ளிவிடுவது போன்றும் ஆட்டத்தின் பாவனைகள் வெளிப்படுத்தப்படும்.

10. ஒட்லு தஞ்சேதி :

ஒட்லு தஞ்சேதி என்பது நெல்குத்துதல் என்று பொருள்படும். நெல் குத்துதல் போன்ற பாவணையில் இவ்வாட்டம் அமையும். திருமணச் சடங்கில் ஒன்றாக ஒட்லு தஞ்சேதி என்ற சடங்கு நடைபெறுகிறது. இச்சடங்கின் போது இவ்வாட்டம் ஆடப்படுகிறது.

11. பிய்யாலு செர்ரேதி:

பிய்யாலு செர்ரேதி என்பதற்கு அரிசியைப் புடைத்து எடுத்தல் என்பது பொருள். உரலில் குத்திய அரிசியைப் புடைத்தெடுப்பது போன்ற பாவனையில் ஆடப்படும ;இவ் ஆட்டம் திரும்மணத்தின் போது நடைபெறும் சடங்குச் செயலாகும். இச்சடங்கின்போது நடைபெறும சடங்குச் செயலாகும். இச்சடங்கின் போது பியாலு செர்ரேதி ஆட்டம் இடம்பெறும்.

12. கலசாலு பெட்டேதி:

கலசாலு பெட்டேதி என்பதற்கு மண் கலயங்கள் வாங்குதல் என்று பொருள். திருமணத்தின் போது இச்சடங்கு நடைபெறுகிறது. இன்று வரை கம்பளத்தார் திருமணத்திற்குத் தேவையான மங்களப் பொருட்களை மண் கலயங்களில் வைத்தே எடுத்துச் செல்கின்றனர். இந்த மண் கலயங்கள் அரசாணிப்பானை தாய்ப்பானை என்று கூறப்படுகின்றன. குயவர்கள் சிறியதும் பெரியதுமான மண் கலயங்களைச் செய்து கொடுத்து அதற்குரிய மறியாதையைப் பெற்றுச் செல்கின்றன, அருந்ததியர்களும் வழிபாட்டின் போது புதிய உருவாரங்களை குயவர்களிடம் பெற்று அவர்களுக்கு மரியாதை செலுத்துகின்றனர். கம்பளத்தாரின் பூசை அறைகளில் அரசாணிப் பானைகள் அடுக்கி வைக்கப்படும். இப்பானைகளில் முன்னோர்களின் ஆவி வந்து தங்குவதாக நம்பப்படுகிறது. வழிபாட்டின்போதும் மண் கலயங்களே பயன்படுத்தப்படுகின்றன. இந்த சடங்கின் போது கலசாலு பெட்டேதி ஆட்டம் ஆடப்படுகிறது.

13. நிம்ம பொண்டுலு சுரவேசேதி:

எலுமிச்சம் பழங்களை எறிதல் என்பதே இவ்வாறு அழைப்படுகிறது. ஜக்கம்மா வழிபாட்டிலும் தம்பிரான் வாழ்பாட்டிலும் இச்சடங்கு பொருள் கூறினார். நடைபெறுகிது. தம்பிரான் மாடுகளை சாமிமாடு; ஜக்கம்மா கோயிலுக்குத் சில பகுதிகளில்

(தம்பிரான் கோயிலுக்கு) தேவதுந்துமி. புல்லாங்குழல் இசைக்க (சிலபகுதிகளில் கொம்பும் ஊதப்படுகிறது). அழைத்து வருகின்றன. சாமி மாட்டிற்கு மஞ்சள் குங்குமம் வைத்து மாலை அணிவித்து மரியாதை செய்கின்றனர். பின் சாமி மாட்டைக் கொத்துக் கொம்மிற்குக் கொண்டு கொண்டு சென்று அங்கிருந்து கோயிலை நோக்கி ஒட்டி வருகின்றனர். கோயிலின் முன் சாமிமாடு மண்டியிட்டவுடன் கூடியிருப்பவர்கள் தகோ தகோ (மங்களாச் சொல்) என்று கூறி ஆரவாரம் செய்கின்றனர். இந்நிலையில் கோயிலின் முன்பு மஞ்சள் பொடியும் எலுமிச்சம் பழங்களும் உள்ள வெங்கல வட்டியை வைத்திருக்கும் பெண்கள் சாமிமாடு மண்டியிட்டவுடன் அதன்மீது மஞ்சள் பொடியினைத் தூவி எலுமிச்சம் பழங்களைச் எறிகின்றனர். எறிப்படும் எலுமிச்சம் பழங்களைச் கூடியிருப்பவர்கள் போட்டிபோட்டு எடுக்க முயலுகின்றனர் அதாவது (ஜமீன் கோடங்கிபட்டி குமாரராமன் இதற்கு வேறு விதமாக பொருள் கூறினார். அதாவது எலுமிச்சம் பழத்தை முதலில் எடுப்பவர் அடுத்த ஜக்கம்மா வழிபாடுவரை ஊர்த் தலைவராக இருப்பார் என்றார்). அந்த எலுமிச்சம் பழத்தை எடுத்து சென்று மாட்டுத் தொழுவத்தில் கட்டினால் கால் நடைவளம் பெருகும் என்று நம்புகின்றனர். இத்தகைய நம்பிக்கையும் இச்சூழலில் ஆடப்படும் ஆட்டம் நிம்ம பொண்டுலு சுகர வேசேதி என்னும் ஆட்டமாகும்.

14. செருக்குலு வால போசேதி:

இதற்குக் கரும்புக் கட்டுகளைப் பொதியில் கொண்டு வந்து வைத்தல் என்பது பொருளாகும் தம்பிரான் வழிபாட்டில் இச்சடங்கு நடைபெறுகிறது. இச்சடங்கின் போது கரும்புக் கட்டடுக்களை சுமந்து வருவதைப் போல் பாவனையாக இவ்வாட்டம் ஆடப்படுகிறது.

15. பஜகெத்து ஆட்டம்:

வெற்றி பெற்ற சாமிமாடு என்பது இதன் பொருள். தம்பிரான் வழிபாட்டில் வெற்றி பெற்ற மாட்டை வரவேற்று ஆடுகின்ற ஆட்டம் பஜகெத்து ஆட்டம் எனப்படுகிறது. சடங்கில் இவ்வாட்டம் ஆடப்படும் பொழுது ஆட்டக்காரர்கள் அனைவரும் கையில் பிரம்பு வைத்து ஆடுகின்றனர். தொழிலைக் காட்டும் குறியீடாக கையில் பிரம்பு பிடித்து ஆடுகின்றனர் எனக்கருதலாம்.

16. நொஜகெத்து ஆட்டம்:

நொஜகெத்து என்றால் வெற்றிபெறாத மாடு என்று பொருள். தம்பிரான் வழிபாட்டில் வெற்றி பெறாத மாடுகளைக் கேலி செய்யும் வகையில் இவ்வாட்டம் ஆடப்படுகிறது.

17. ஊப்பேதி ஆட்டம்:

ஊப்பேதி என்றால் தாலாட்டுதல் என்று பொருள். தொட்டிலைப் பிடித்து தாலாட்டுதல் வதைப் போல் இவ்வாட்டம் ஆடப்படும். திருமணத்தில் தாலிகட்டி முடித்தவுடன் ரேவு பெட்டேதி (துறை மிதித்தல்) என்ற சடங்கு நடைபெறும்.

மணமக்கள் கிணற்றடிக்குச் செல்கின்றனர். அங்குகிணற்றுப் பக்கத்தில் மணமகன் ஒரு மூங்கில் கழியால் உருவதைப் போன்று நிலத்தைக் கீறுவான். மணப்பெண் தான் கொண்டு வந்திருக்கும் நவதானியங்களைத் தூவ மணமகன் நீர் தெளிப்பார். பின்னர் ஆவாரங் குச்சியால் தோரணம் அமைத்து அதில் மஞ்சள் துணியால் செய்த தொட்டிலில் போட்டு மணப்பெண் ஆட்டிவிடுவார். மணப் பெண் அவ்வாறு தொட்டில் ஆட.;டுவதையே ஊப்பேதி என்று குறிப்பிடுகின்றன. இவ்வாறு தொட்டில் ஆட்டுவது போன்று கையை வீசி ஆடப்படும் ஆட்டம் ஊப்பேதி என்னடுகிறது

18. பூஜாரி நாயினி ஆட்டம்:

பூசாரி அய்யா ஆட்டம் என்று இதற்குப் பொருளாகும். ஜக்கம்மா கோயில் பூசாரி அருள் வந்து ஆடும் ஆட்டம் மேலும் வழிபாட்டிற்குத் தேவையான தேங்காய் பழம் பூ சந்தனம் எலுமிச்சம் பழம் ஆகியவற்றைக் கூடையில் வைத்தப் பெண்கள் நடந்துவர அவர்கள் முன்னால் பூசாரி ஆடிவரக் கூடிய ஆட்டம் என்று பூஜாரி நாயினி ஆட்டம். கூறப்படுகிறது.

19. ஞெமிலி ஆட்டம்:

ஞெமிலி என்றால் மயில் என்று பொருள். மயிலைப் போல அசைந்து ஆடுவது மயிலைப்பிடித்து ஆடுவது என்று இதற்கு விளக்கம் கூறப்படுகிறது. இவ்வாட்டம் வாழ்வியல் சடங்கு வழிபாடு பொழுது போக்கு ஆகிய அனைத்து சூழலிலும் ஆடப்படுகின்றது.

20. பேடஞெமிலி ஆட்டம்:

பேட ஞெமிலி என்பது பெண் மயிலை குறிக்கும். பெண் மயிலைப் போல ஆடுவது அல்லது பெண் மயிலைப் பிடித்து ஆடுவது பேட ஞெமிலி ஆட்டம். ஞெமிலி ஆட்டம் போன்று இவ்வாட்டமாகும் அனைத்துச் சூழலிலும் ஆடப்படுகின்றது.

21. சிலம்பாட்டம்:

சிலம்பத்தை கையில் வைத்து ஆடுவதைப் போல் இவ்வாட்டமுறை அமைந்திருக்கும். இதனை சிலம்ப வரிசை ஆட்டம் என்றும் கூறுவதுண்டு. தேவராட்டம் ஆடப்படக்கூடிய அனைத்து சூழலிலும் பொதுவாக இவ்வாட்டம் ஆடப்படுகிறது.

22. காவடியாட்டம்:

மாரியம்மன் முத்தாலம்மான் ஆகிய தெய்வ வழிபாடுகளினட போது வேண்டுதலை நிறைவேற்றும் பொருட்டு கம்பளத்தார் காவடி எடுத்துச் செல்கின்றனர் அத்தகைய சூழலில் ஆடப்படுகின்ற இவ்வாட்டத்தை தேவராட்டத்தில் ஒரு ஆட்டவகையாக இணைத்துக் கொண்டுள்ளனர்.ஆனால் ஜக்கம்மா வழிபாட்டில் காவடி எடுத்தல் இல்லை. வீரபாண்டி மாரியம்மனுக்கு காவடி எடுக்கின்றனர்.

23. ஒட்டவாரி ஆட்டம்:

ஒட்டானாட்டம் என்பது இதன் பொருள். திருமணம் முடிந்த பின்பு மணமக்கள் துறை மிதித்தல் சடங்கு செய்யக் கிணற்றுக்குச் செல்கின்றனர். அந்நிலையில் மணமக்களுக்கு முன்னால் கிணறு வெட்டச் செல்லும் ஒட்டர்களைப் போன்று மண் வெட்டி கூடைகளைச் சுமந்து கொண்டு ஆண் பெண் போல வேடமிட்டுக் கொண்டு நையாண்டியாக ஆடிவருவதை ஒட்டவாரி ஆட்டம்.

24. சொட்டு ஆட்டம் :

சொட்டு என்றால் கை தட்டுதல் எனப்பொருள்படும். கை தட்டி ஆடுவதைக் கும்மியாட்டம் என்று கூறாமல் சொட்டு ஆட்டம் என்றே கூறுகின்றனர். சொட்டு ஆட்டத்தில் மூன்று வகையான ஆட்டங்கள் ஆடப்படுகின்றன இவை அனைத்துச் சூழலிலும் ஆடப்படுகின்றன.

25. வெடி ஆட்டம் :

துப்பாக்கி ஆட்டம் என்றும் இது கூறப்படுகிறது. கம்பளத்தார் வேட்டையில் மிகுந்த விருப்பமுள்ளவர்கள் ஆதலால். துப்பாக்கியைப் பயன்படுத்தி வேட்டையில் ஈடுபடுகின்றனர். வேட்டையில் பொருள்களைக் குறிவைத்துச் சுடுவதைப் போல பாவனை செய்து ஆட்டம் ஆடுவது வெடி ஆட்டம் எனப்படும். திருமணச் சடங்குகள் முடிந்து துறை மித்தல் முடிந்த பிறகு வேட்டைக்குச் செல்லும் சடங்கு நடைபெறுகிறது. அந்நிலையில் வேட்டைக்குச் செல்லும் போதும் வேட்டைமுடிந்து திரும்பும் போதும் இவ்வாட்டம் ஆடப்படுகிறது. சடங்குச் சார்பாக மட்டுமல்லாது அனைத்துச் சூழலிலும் வெடி ஆட்டம் ஆடப்படுகிறது. வெடி ஆட்டம் இரண்டு வகையான உடலசைவு முறையில் ஆடப்படுகிறது.

26. தப்பேதி :

துணி தவைக்கும் ஆட்டம் என்பது இதன் பொருளாகும் துணிகளை அடித்துத் துவைப்பதைப் போன்ற பாவனை இவ் ஆட்டத்தில் இடம் பெறும்.

27. சேலம் அடி ஆட்டம் :

பழைய ஆட்டம் என்ற பொருளில் பெத்த கால ஆட்டம் என்று இவ்வாட்டம் அழைக்கப்படுகிறது. சேலம் மாவட்டம் பகுதிகளில் ஆடப்படும் ஆட்டம் என்பதால் இதனை சேலம் அடி ஆட்டம் என்ற பொதுவாக கூறுகின்றனர். இச் சேலம் அடி ஆட்டத்தில் ஐந்து வகையான உடல் அசைவுகளை பயன்படுத்தி அடவுகளை வேறுபடத்திக் காட்டுகின்றனர்.

சேவையாட்ட அடவு முறைகள்:

தேவராட்டத்தை ஆடக்கூடிய கப்பளத்து நாயக்கர் இன மக்களே சேவையாட்டத்தையும் ஆடுவதால் சேவையாட்டத்தின் அடவுகளில் பெரும்பாலானவை தேவராட்டத்தின் அடவுகளாகவே அமைந்துள்ளன. சேவையாட்டத்திற்கென்று தனியே அடவுகள் மிகக் குறைந்த அளவிலேயே உள்ளன. இவ்வாட்டத்தில் காலடி வைப்புகளும் இடுப்பசைவுகளும் மிகுந்து காணப்படுகின்றன. காலடி வைப்பின் அடிப்ப-

டையிலேயே ஆட்டப் பெயர்களும் அமைகின்றன.

1. அடி வைப்பு:

இதனை மெட்டுலு என்று தெலுங்கில் குறிப்பிடுகின்றனர். ஆட்டத்தின் போது வலது காலில் தொடர்ந்து அடிகள் எடுத்து வைக்கப்படுகின்றன. முன் பக்கம் வலது பக்கம் பின் பக்கம் என்று வலது காலின் இயக்கங்கள் அமைகின்றன.வலது காலின் இயக்கத்திற்கேற்ப இடது கால் அடுத்தடுத்து எடுத்து வைக்கப்படுகின்றது. இந்த அடிவைப்பு முறை ஆட்டத்தின் நகர்விற்கு அடிப்படையாய் அமைகின்றன.

2. நிலை:

ஆட்டத்தின் தொடக்கத்தில் ஆட்டக்காரர்கள ;நிற்கும் ஒழுங்குமுறை நிலை எனப்படுகின்றது. சேவையாட்டத்தில் கால்களை நேராக வைத்துக் கையில் இசைக் கருவிகளைப் பிடித்த நிலையில் ஆட்டக்காரர்கள் வரிசையாக நிற்கின்றனர். இது சேவையாட்டத்தின் முதல் நிலையாக அமைகின்றது.

3. புரளுதல்:

பெரட்டி ஆடேதி (புரண்டு ஆடுதல்) என்று இது குறிப்படுகின்றது. சேவையாட்டத்தில் கைகளில் தாளம் இசைத்துக் கொண்டே கால்களை மாற்றி மாற்றிப் போட்டு முன்னோக்கியும் பின்னோக்கியும் புரண்டு செல்வது புரளுதல் எனப்படுகின்றது. இப்புரளுதல் வலப்பக்கமாக அமையும் போது மேலேறுதலும் இடப்பக்கமாக அமையும் போது கீழறங்குதலும் ஏற்படுகின்றன. ஆட்டக்காரர்கள் புரண்டு புரண்டு ஆடும்பொழுது அவர்கள் இடுப்பில் கட்டியிருக்கும் பாவாடை பறந்து பறந்து குடை போன்று விரிந்து தோற்றமளிக்கிறது.

4.சுற்று:

சேவைப்பலகையை இசைத்துக் கொண்டே வலது காலில் அடி எடுத்து வைத்து அதற்கேற்ப இடுப்பை ஆட்டியாட்டி நின்ற இடத்திலேயே சுற்றிச்சுற்றி வருவது சுற்று எனப்படுகிறது. சில நேரங்களில் ஒரு அடவில் இருந்து அடுத்த அடவிற்கு மாறும் பொழுது அவர்களை தயார் செய்யும் நிலையிலும் இவ்வடவு ஆடப்படுகிறது.

5. செண்டுதல்:

கால்களை பக்கவாட்டில் மாறிமாறி எடுத்து வைத்துச் செல்வது செண்டுதல் ஆகும். சேவைப்பலகையை இசைத்துக் கொண்டே முதலில் வலது காலில் நான்கு அடி எடுத்து வைத்து வலப்பக்க மாகச் செல்வதும் பின்னர் இடது காலில் நான்கு அடி எடுத்து வைத்து இடப்பக்கமாகச் செல்வதும் முன் பின் என்று நான்கு பக்கமாகச் செல்வதும் இவ்வடவின் தன்மையாகும்.

6. குதித்தல் :

முன்னோக்கி குதிப்பதை இது குறிக்கிறது. வலது காலால் முன்புறமும் பக்கவாட்டிலும் பின்புறமும் மூன்று அடிகள் போட்டு வலது காலில் முன்குத்துக் குத்தி

முன்னோக்கிப் பாய்வதே இங்குக் 'குதித்தல் அடவு' எனப்படுகிறது.

சேவையாட்டப் பெயர்கள்:

பத்திலிருந்து பதினைந்து ஆட்டங்களே சேவையாட்டத்தில் உள்ளன. அதற்கு மேல் ஆடப்படும் பொழுது தேவராட்ட அசைவுகள் இதில் தோன்ற ஆரம்பித்து விடுகின்றன.தேவராட்டக் முழுக்க முழுக்க தேவதுந்துபியை அடிப்படையாக வைத்தே ஆடப்படுகின்றது. சேவையாட்டத்தில் இசைக்கருவிளுடன் பாடலும் இணைந்து காணப்படுகின்றன. பாடல்பாடப்படும் பொழுது இசைக்கருவிகள் இசைக்கப்படுவதில்லை. இசைக்கருவியின் இசைக்கேற்பவே ஆட்ட அசைவுகள் அமைகின்றன.

1. ஏகுநீலு போசேதி

சேவையாட்டத்திற்கான ஒப்பனை முடிந்தவுடன் கோமாளி மற்றும் ஆட்டக்காரர்கள் பெருமாள் கோவின் முன்பு வரிசையாக நிற்கின்றனர்.கம்பளத்தார் இனத்தைச் சார்ந்த நாட்டாண்மை தெய்வக்திற்கும் ஆட்டக்காரர்களுக்கும் தீபதூபம் காட்டி காலில் விழுந்து வணங்குகின்றார். ஏனெனில் ஒப்பனை முடிந்தவுடன் ஆட்டக்காரர்கள் தேவர்களாகவே கருதப்படுகின்றனர். பின்னர் நான்கு திசைகளிலும் புனித நீர் தெளிக்கப்படுகின்றது. இவ்வாறு செய்யப்படும் சடங்கே ஏகுநீல போசேதிங ஜபுனித நீர் தெளித்தல் எனப்படுகின்றது.

2. மூன்றாம் அடி ஆட்டம் :

இரண்டாம் அடி ஆட்டத்திற்குரிய இசைப்பு முறையே இவ்வாட்டத்திலும் அமைந்திருந்தாலும் உடலசைவு முறையில் வேறுபாடு காணப்படுகின்றது. இதனையும் நாலு மெட்டுலு ஆட்டம் என்று குறிப்பிடுகின்றனர். இவ் ஆட்டத்திலும் ஒவ்வொரு காலிலும் நான்கு நான்கு காலடி வைப்புகள் இடம் பெறுகின்றன.

3. நான்காம் அடி ஆட்டம் :

நேரான நிலையில் வலது பக்கமும் இடது பக்கமும் மாறி மாறிச் செல்வது இவ் ஆட்டத்தின் அசைவு முறையாகும்.

4. தாள வரிசை ஆட்டம் :

சேவையாட்டம் அடிவைப்புகளுக்கு முன் மாதிரியான ஆட்டமாகத் தாள வரிசை ஆட்டம் அமைகின்றது. சேவையாட்டத்திற்குப் பிள்ளையார் சுழி போடும் ஆட்டமாகவும் இது அமைகின்றது. குறிப்பிட்ட தாளத்திற்கேற்ப ஆட்டக்காரர்கள் அனைவரும் ஒத்திசைந்து தாளம் இசைத்து ஆட்டத்தை தொடங்க வேண்டும் என்பதை உணர்த்து வதற்காக இவ்வாட்டம் ஆடப்பெறுகின்றது.

5. தூளிச் சேவையாட்டம் :

தூளி என்பதற்குக் கடமான் சிறியமான் என்று விளக்க மளிக்கப்படுகின்றது. கடமானைப் போன்று குதித்து ஆடுவது என்ற பொருளை இவ் ஆட்டம் உணர்த்துகின்றது. தூளிச் சேவையாட்டத்திற்கென்று தேவதுந்துமியில் தனித்த இசைப்பு

முறை வாசிக்கப்படுகின்றது.

6. முதலாம் அடி ஆட்டம் :

சேவையாட்டக்காரர்கள் கோமாளியைப் பின்பற்றி வட்டமாகியவுடன் முதலாமடி வாசிக்கப்படுகின்றது. இதனை கும்மியடி என்று குறிப்பிடுகின்றது. கும்மியாட்டம் என்றால் கைகொட்டி ஆடுவது ஆனால் இங்கு கும்மி ஆட்டத்திற்குரிய காலடி வைப்புகள் மட்டுமே முதலாம் அடி ஆட்டத்தில் இடம் பெறுகின்றன.

7. இரண்டாம் அடி ஆட்டம் :

குதித்துக் குதித்துச் செல்வதைப் போல் இரண்டாமடி ஆட்டத்தின் காலடி வைப்புகள் அமைகின்றன. இவ்வாட்டத்தில் ஒரு குறிப்பிட்ட இசைப்பு முறையின் போது துள்ளிக் குதித்து முன்னே செல்லும் அடவுமுறை காணப்படுகின்றது. இதனை நாலுகு லமட்டலு (நாலு அடி ஆட்டம்) என்று கூறுகின்றனர். ஒவ்வொரு காலிலும் நான்கு அடி வைப்புகள் இடம் பெறுவதால் இப்பெயர் பெற்றதாகக் கூறப்படுகின்றது.

8. சேலம் அடி ஆட்டம் :

சேலம் ஆட்டம் என்பதே சேலம் அடி ஆட்டம் எனப்படுகின்றது. அதாவது சேலம் மாவட்டப் பகுதிகளில் ஆடப்படும் ஆட்டம் என்றும் பழைய ஆட்டம் என்றும் இதனைக் குறிப்பிடுகின்றனர். இவை தனித்தனி பெயர்களால் குறிப்பிடப்படாமல் சேலம் அடி ஆட்டம் ஒன்று சேலம் அடி ஆட்டம் இரண்டு என்று பொதுவாக வழங்கப்படுகின்றன.

9. சேலம் அடி ஆட்டம் :

இந்த ஆட்டத்தில் இடுப்பசைவு சிறப்புக் கூறாக உள்ளது.

10. சேலம் அடி ஆட்டம் :

வலது இடது கால்களால் அடிவைத்து உடலை வலப்புறமாகவும் இடப்புறமாகவும் சாய்த்துச் சாய்த்து ஆடுவது இவ் ஆட்டத்தின் சிறப்புக் கூறாகும்.

11. சேலம் அடி ஆட்டம் :

தாளமிசைத்துக் கொண்டு பின்னோக்கிப் புரளுவதும் முன்னோக்கிப் புரளுவதும் இவ் ஆட்டத்தின் சிறப்புக் கூறாகும்.

12. சேலம் அடி ஆட்டம் :

வலது காலை எடுத்து வைத்து இடுப்பை மட்டும் அசைத்தசைத்து நின்ற இடத்திலேயே சுற்றி சுற்றி வட்டமாக ஆடும் வகையில் இவ் ஆட்டம் ஆடப்படுகின்றது.

துடும்பாட்டம்

ஞஇந்திய நடனங்களைப் பொதுவாக அ; தாண்டவா ஆ; லர்;யா என இரு பிரிவாகப் பிரிப்பது இங்கு நினைவு கூறத்தக்கது. இதில் தாண்டவம் என்பது அதிக வன்மையான வீரியம்மிக்க நகர்வுகளைக் கொண்டது. முக்கியமாக ஆண்மைத்-

தன்மையுடையது. ஆண்கள் ஆடுவதற்கே இது அதிக பொருத்தமாகக் காண்பப்படுகிறது. ஒயிலாட்டமும் ஆண்களால் மட்டுமே ஆடப்படுகின்றதுஞ.

இவ்வாறு ஆண்களால் மட்டுமே ஆடப்படுகின்ற வன்மைமிக்க ஆட்டம் துடும்பாட்டமாகும். துடும்பு என்ற தோல் இசைக்கருவிகயை இசைக்க அதிக வலிமை தோள் பட்டைகளுக்குத் தேவைப்படுகின்றது.எவ்வளவு வலிமையுடன் குச்சியால் துடும்பில் அடிக்கின்றார்களோ அந்த அளவுக்கு அதில் இருந்து அதிர்வுடன் கூடிய ஓசைகள் வெளிவரும். மிக்கேல் சகாய லூசி சாந்தி என்ற ஆய்வாளர் குறிப்பிடும் ஙதாண்டவாங என்ற ஆட்டக்கலைக்கான கூறுகளுடன் தமிழகத்தின் நாட்டுப்புற ஆட்டக்கலையான துடும்பாட்டக்கலை நன்கு பொருந்துகின்றது.

துடும்பாட்டக்கலை என்பது அருந்ததிய இனமக்களின் இனக்குழு ஆட்டக் கலையாக உள்ளது. இந்துடும்பாட்டத்தில் மொத்தம் பத்து அடவுகள் உள்ளன. அவை,

1. சேவை அடி
2. மூமேன்டு உருட்டு
3. ஒத்தை அடி உருட்டு
4. மூன்று அடி உருட்டு
5. ஐந்தடி உருட்டு
6. எதிர் எதிர் அடி உருட்டு
7. அடதலம் உருட்டு அல்லது ஒத்த உருட்டு
8. சவாரி அடி
9. குச்சி அடி உருட்டு
10. ஒதே மூமேன்டு உருட்டு என்பனவாகும்.

துடும்பாட்டத்தின் மூல ஆட்டம் கும்மியே ஆகும். கும்மி அடிக்கும் பொழுது இரண்டு கைகளையும் தட்டி ஓசை எழுப்புவர். வெறும் கைகளைத் தட்டுவதற்குப் பதிலாக பல வருடங்களுக்கு முன்பு கையில் தப்பு வைத்து ஆடிப்பழகியிருக்கின்றனர். பின்னர் ஆட்டத்திற்கு அழகு மற்றும் எழுச்சியூட்ட முரசை அதாவது துடும்பை உடன்மை வத்து அடித்து ஆடிவந்துள்ளனர். இவ்வாறு துடும்பாட்டக்கலை மெல்ல மெல்ல கும்மியிலிருந்து தனிக் கலையாக வளர்ந்துள்ளது.

தப்பாட்டக்கலையில் இருந்து அண்மையில் பிரிந்ததே துடும்பாட்டக்கலை. இவ்விரண்டு ஆட்டங்களிலும் சில அடவுகள் ஒத்துள்ளன. அதனால் சிலர் துடும்பாட்டமே தப்பாட்டம்இ தப்பாட்டமே துடும்பாட்டம் என்று நினைக்கின்றனர். ஆனால் இவை இரண்டும் வேறுவேறான ஆட்டங்கள் இரண்டும் ஒன்றல்ல என்றும் சிலர் கருதுகின்றனர். எது எப்படியிருந்தாலும் இரண்டு ஆட்டங்களுக்குமான மூல ஆட்டம் கும்மியே, இரண்டு ஆட்டங்களிலும் தப்பு பயன்படுத்தப்படுகின்றது. துடும்பை அடிக்கும் பொழுது அதில் இருந்து எழுகின்ற துடும் என்ற அதிர்வு

ஓசையை வைத்தே அதற்கு துடும்பு என்ற பெயர் வந்துள்ளது. துடும்பாட்டத்தில் ஆடும் கலைஞர்களுக்கோ, துடும்பை இசைக்கும் இசைக்கலைஞர்களுக்கோ எண்ணிக்கை வரையறை இல்லை. ஆடும் சூழலைப் பொறுத்து ஆட்டங்களின் எண்ணிக்கை அமைகின்றது.

1. சேவை அடி

துடும்பாட்டத்தில் சேவை அடி என்பது ஆட்டம் ஆடப்படுவதற்கு முன் தமது வழிபடு தெய்வத்தை நினைத்து வணங்கி அடிக்கப்படும் அடி ஆகும். சேவை அடி அடிக்கப்படும் பொழுது ஆட்டம் எதுவும் ஆடப்படுவதில்லை. வெறும் இசை மட்டும் தெய்வத்திற்கு சூடம் ஏற்றி இறக்கும் வரை இசைக்கப்படுகின்றது. இசையானது டன்டடன் டனட டன என்ற இசைப்பு முறையில் இசைக்கப்பட்டு ஆட்டகலைஞர்களுக்கு ஆர்வம் ஊட்டப்படுகிறது. இந்த இசை துடும்பிலிருந்தும் தப்பிலிருந்தும் ஒன்றாக இசைக்கப்படுகின்றது. இருப்பினும் துடும்பிலிருந்து எழும் ஓசையே அதிக அதிர்வுடையதாக இருக்கும். தப்பிசையைக் காட்டிலும் துடும்பிசையே இங்கு முதன்மை பெறுவதாக அமையும்.

கம்பளத்து நாயக்கர், மலைவேடர் இவலையர் போன்ற இனமக்கள் வேட்டைக்குச் செல்லும் முன்பு பாவனைச் சடங்காக ஒயிலாட்ம் மற்றும் தேவராட்டத்தை ஆடிச் செல் வதைப்போலவே துடும்பின் ஓசையை அடிப்படையாக வைத்து ஆடப்படும் துடும்பாட்டத்தில் ஆட்டம் ஆடுவதற்கு முன்பு துடும்பை இசைத்து பாவனைச் சடங்காக இறைவனை வழிபடுகின்றனர். எனவே இது இறைவனை வணங்குதல் அல்லது சேவித்தல் என்ற பொருளில் அடிக்கப்படுவதால் சேவை அடி எனப்படுகின்றது.

2. மூமேன்டு ஆட்டம்

சேவை அடியை ஐந்து முறை அடித்து இறைவனை வணங்கி முடித்தவுடன் ஆடும் இடத்தை முதலில் சரிசெய்து கொள்கின்றனர். தாங்கள் முன்னும் பின்னும் பக்கவாட்டிலும் நகர்ந்து ஆடப் போதிய இடம் உள்ளதா எனப்பார்த்துக் கொள்கின்றனர். அடுத்துத் துடும்பில் அடிக்கப்பட்டு சுதி சேர்க்கப்படுகின்றது. இசைப்பு முறை 'ஜிகு ஜிகு ஜிகு ஜிக்கட்' எனற முறையில் இருக்கின்றது. இது ஆட்டக் கலைஞர்களை ஆயத்தப்படுத்தவும் ஆடும் ஆர்வத்தை தூண்டிவிடவும் இசைக்கும் கலைஞர்கள் சுதி மாறாமல் ஒன்று போல் இசைக்கவும் துணை செய்கிறது. இந்த இசைக்கும் ஆட்டம் எதுவும் இருக்காது. ஆட்டக்கலைஞர்கள் தப்பை கையில் வைத்து கொண்டு இருக்கின்றனர். தப்பில் இருந்து அதிக ஒசை வராத அளவுக்கு லேசாக அடித்து, துடும்பின் ஓசையை நன்கு உள்வாங்கிக் கொண்டு அடுத்து அடிக்கப்படவிருக்கும் ஓசைக்குத் தகுந்தாற்போலத் தங்களை ஆடத் தயார்ப்படுத்திக் கொள்கின்றனர். கோவில் திருவிழாக்கள் அரசியல் மாநாடுகள் மற்றும் வாழ்வியல் சடங்குகளில் ஒலிப்பெருக்களில் வேறு ஏதேனும் பாடலோ விளம்ப-

ரங்களோ அறிவிப்புகளோ இவர்கள் ஆட தேர்வு செய்த இடத்திற்கு அருகாமையில் இரைச்சலை ஏற்படுத்திக் கொண்டிருக்கும். அந்த இரைச்சலுக்கு நடுவில் இவர்கள் ஆடும் பொழுது ஆட்டக்கலைஞர்களிடையே கவனச்சிதறல் ஏற்பட்டால் அவர்களால் துடும்பின் இசைக்கு ஏற்ப ஆடமுடியாது மேலும் பல கலைஞர்கள் ஆடும் பொழுது அனைவரும் ஒன்றுபோல் இசையை உள்வாங்கினால்தான் ஒன்று போல் ஆட முடியும். எனவே ஆட்டக்கலைஞர்களின் கவனத்தை இசையின் பால் திருப்பி அவர்களை ஆட்டத்திற்கு தயார்படுத்துவதற்காகவும் 'மூமேன்டு உருட்டல்' துடும்பை அடித்து அதிக அளவில் அதிர்வு ஓசை ஏற்படுத்தப்படுகின்றது. துடும்பின் ஓசை இவர்களின் கவனம் வேறு எங்கும் சிதறவிடமால் இவர்களை ஆட்டத்தின் பக்கம் இழுத்துச் செல்கின்றது.

3. ஒத்தை அடி உருட்டு

இதில் மொத்தம் 12 அசைவுகள் உள்ளன. ஆட ஒதுக்கப்படும் நேரத்தைப் பொறுத்து இந்த பன்னிரண்டு அசைவுகள் மீண்டும் ஒருமுறை ஆடப்பட்டு 24 அசைவுகளாக மாற்றப்படுகின்றன. வலது கால் வலது கை அசைவுகள் ஆறு இடதுகால் இடது கை அசைவுகள் ஆறு னே மொத்தம் 12 அசைவுகள் இதில் இடம்பெறுகின்றன.

வலதுகாலை முன்னால் நேராக எடுத்து வைக்கின்றனர். இடுப்பிற்கு மேல் உள்ளடம்பை லேசாக முன்னோக்கி குனிந்தாற்போல் வளைக்கும் பொழுது தலையை மட்டும் நன்கு கீழ்நோக்கி குனிந்தது போல் வளைத்துக்கொள்ளுதல். வலது கையை இடுப்பு

அளவுக்கு உள்ளங்கையை முகத்தைப் பார்த்தாற்போல் கையை முன்னோக்கி நேராக நீட்டுகின்றன. பிறகு முழங்கையை லேசாக மடக்கிய நிலையில் மேலே நெற்றிக்கு நேராக கொண்டு செல்லும் பொழுது உள்ளங்கையை புறங்கையாக திருப்பிக் கொள்கின்றனர். அவ்வாறு கையை மேலே தூக்கும் பொழுது வலது காரல பின்னால் எடுத்து தலையை நேராக வைத்து வருகின்றனர். வலதுகால் அசைவு முடிந்தவுடன் வலதுகாலை முன்னால் எடுத்து வைத்ததைப் போலவே இடக்காலை முன்னால் எடுத்து வைக்கின்றனர். தலையையும் உடம்பையும் முன்னோக்கி தாழ்த்தி இடது கையில் தப்பைப் பிடித்துக் கொள்கின்றனர். வலது கையைச் செய்தது போல் இடது கையை உடம்பிற்கு முன்னால் நேராக நீட்டுகின்றனர். அப்பொழுது இடது தோளில் தப்பு தொங்கிக் கொண்டிருக்கின்றது. இடது கையை சற்று மடக்கி மேலே எடுக்கும் பொழுது இடது காலை பழைய நிலைக்குக் கொண்டு வருகின்றனர். இவ்வாறு இடது புறமாக ஒரு சுற்றுச் சுற்றி வருகின்றனர்.

ஒரு சுற்று சுற்றி முடித்தவுடன் வலது காலை குதிகால் நிலத்தில் படும்பாடி எடுத்து வைக்கின்றனர். பின்னர் மேல் உடம்பை முன் பக்கமாக சாய்க்கு; பொழுது வலது கையை குச்சியுடன் நேராக நிலத்தை நோக்கி எடுத்துச் செல்கின்றனர்.

பின்னர் வலது காலை பழைய இடத்திற்கே எடுத்து வைக்கும் பொழுது வலது கையை மடக்கி தப்பில் ஒரு அடி அடிக்கின்றனர். இவ்வாறு அடித்து நிலைக்கு வந்த பிறகு அடுத்த அடவிற்குச் செல்கின்றனர். தப்பிசைச்சகருவியை ஆட்டக்கலைஞர்கள் கையில் வைத்துக் கொண்டிருக்கின்றனர். சில அடவுகளில் மட்டுமே அதனை அடிப்பது போன்று பாவனை செய்கின்றனர்.பாவனையாக அடிப்பதால் தப்பில் இருந்து ஓசை எதுவும் வருவதில்லை. இங்கு தப்பு ஒரு காட்சிப் பொருளாக மட்டுமே செயல்படுகின்றது. பின்னணி இசைக்கு இந்த அடவில் மடடுமல்லாது மற்ற எல்லா அடவுகளிலும் தப்பு எவ்வகையிலும் பயன்படுவது கிடையாது. ஒத்தையாடி எனப்படும் பிற அடவுகளின் பெயரில் பின் ஒட்டாக வரும் அடி என்ற பெயர்கள் துடும்பில் அடிக்கப்படும் ஓசை குறித்து எழுந்த பெயராகும். இதற்கேற்ப துடும்பிசை மட்டுமே நிகழுவின்றது.

4. மூன்றடி உருட்டு

வலது காலை வலது புறமாக மூன்று முறை எடுத்து வைத்து வலது பக்கவாட்டில் நகர்ந்து செல்கின்றனர். வலது காலை பக்கவாட்டில் ஒரு முறை எடுத்து வைக்கும் பொழுது வலது கையை சற்று மேலே தூக்கி முகத்திற்கு நேராகக் கொண்டு செல்கின்றனர். பின்னர் முழங்கையை சிறிது மடக்கி உடம்பை நோக்கி கீழ் புறமாகச் சாய்க்கின்றனர். பின்னர் இடது காலைச் சற்று மடக்கிய நிலையில் வலது காலுக்கு அருகில் கொண்டு வந்து சேர்க்கின்றனர். அப்பொழுது வலது கையை கீழிருந்து மேற்புறமாக முகத்திற்கு நேராக எடுத்துச் சென்று பழைய நிலைக்கு கொண்டு வருகின்றனர். வலது காலை மூன்றுமுறை எடுத்து வைக்கும் பொழுதும் உடல் அசைவுகள் இவ்வாறு நிகழ்கின்றன. வலது கால் அசைவு முடிந்தவுடன் இடது கால் அசைவு நிகழ்கின்றது. வலது காலை வலது புறமாக மூன்றுமுறை எடுத்து வைத்து பக்கவாட்டில் நகர்ந்து சென்றதைப் போலவே இடது காலை மூன்று முறை எடுத்து வைத்து இடது பக்கமாக நகர்ந்து செல்கின்றனர்.

இடது காலை இடப்பக்க பக்கவாட்டில் ஒவ்வொருமுறை எடுத்து வைக்கும் பொழுதும் இடது கையைச் சற்று மேலே தூக்கி முகத்திற்கு நேராக கொண்டு செல்கின்றனர். பின்னர் முழங்கையைச் சிறிது மடக்கி உடம்பை நோக்கி கீழ்புறமாகச் சாய்க்கின்றனர். பின்னர் வலது காலைச் சற்று மடக்கிய நிலையில் இடது காலுக்கு அருகில் கொண்டு வந்து சேர்க்கின்றனர். அப்பொழுது இடது கையை கீழிருந்து மேற்புறமாக முகத்திற்கு நேராக எடுத்துச் சென்று பழைய நிலைக்கு கொண்டு வருகின்றனர். வலது கால் கை அசைவு நிகழும் பொழுது இடது கையில் தப்பைப் பிடித்து உடலை தொட்டாற்போல் வைத்து இடது கையால் அணைத்து பிடித்திருத்கின்றனர்.

இவ்வாறு வலது இடது என இவ்வடவிற்கு ஆறு அசைவுகள் நிகழும். அவர்கள் ஆட ஒதுக்கப்பட்ட நேரம் அதிக அளவில் இருந்தால் இதே அடவு இரண்டு

முறை நிகழ்த்தப்பட்டு 12 அசைவுகள் நிகழ்கின்றன.

ஆட ஒதுக்கப்பட்ட நேரம் அதிக அளவில் இருந்தால் வலது கால் முழங்காலை மடக்கி முன்னோக்கி சற்று மேலே தூக்கிக் கொள்கின்றனர். அப்பொழுது வலது கை இடது கையில் குச்சியுடன் இடது கையில் தப்பு இன்றி இரண்டு கைகளையும் தலைக்கு மேலே நேராக தூக்கி வலது புறமாக ஒரு சுற்றுச் சுற்றி முன் இருந்த இடத்திற்கு வருகின்றனர். இவ்வாறு சுற்றும் பொழுது இடது காலை வலப்புறமாகத் திருப்பி சுற்றி வருகின்றனர்.

அடுத்த இடது கால் முழங்காலை மடக்கி முன்னோக்கி சற்று மேலே தூக்கிக் கொள்கின்றனர். அப்பொழுது இடது கையை கையில் குச்சியுடன் தலைக்கு மேலே நேராகத் தூக்கி இடதுபுறமாக ஒரு சுற்று சுற்றி முன் இருந்த நிலைக்கு வருகின்றனர். அப்பொழுது வலது கையில் தப்பை வைத்திருக்கின்றனர். வலது காலை நிலத்தில் ஊன்றிய நிலையில் இடது புறமாக நகர்த்தித் திருப்பிச்சுற்றி வருகின்றனர். இவ்வாறு வலது காலையும் இடது காலையும் மாற்றி தூக்கி ஒரு காலுக்கு மூன்று சுற்று வீதம் ஆறு சுற்றுகள் சுற்றி வருகின்றனர்.

5. ஐந்தடி உருட்டு

முன்னால் வலது காலை முழங்கால் சற்று மடங்கிய நிலையில் எடுத்து வைத்து முன்னோக்கி நகர்ந்து செல்கின்றனர். வலது கையை சற்று மடக்கிய நிலையில் தலையை ஒரு சுற்று சுற்றினாற்போல் தலைக்கு மேலே இருந்து நெற்றிக்கு நேராக குச்சி வரும்படி கீழ் நோக்கி கொண்டு வருகின்றனர். அவ்வாறு வரும்பொழுது வலது கால் பின்னால் சென்று இடது காலை சற்று மடக்கிய நிலையில் தூக்குகின்றனர். அடுத்து கையை நன்கு தோள்பட்டையில் இருந்து மேலே தூக்குகின்றனர். முழங்கையை முன்னோக்கி மடக்கி குச்சியை நெஞ்சுக்கு நேராக கொண்டு வரும் பொழுது தலையையும் உடம்பையும் இடது புறமாக சரிவாக சாய்த்துக் கொள்கின்றனர். இவ்வாறு வலது காலை முன்னால் வைத்து முன்னோக்கி ஐந்தடி நகர்ந்து செல்லுகின்றனர். வலது காலை முன்னால் எடுத்து வைக்கும் பொழுது இடது கால் முழங்கால் லேசாக வளைந்தாற் போல் பின்னால் இருக்க வேண்டும்.

அடுத்து பின்னால் வரும்பொழுது இடது காலை பின்னால் எடுத்து வைக்கின்றனர். பின்னர் இடது கையை பின்புறம் இருந்து தலைக்கு நேராக முன்புறமாகக் கொண்டு வருகின்றனர். பின்னர் உடம்பை வலப்புறமாகச் சாய்த்து இடது கையை நெஞ்சுக்கு நேராக கொண்டு வந்து ஐந்தடி எடுத்து வைத்து பழைய இடத்திற்கே வந்து சேர்க்கின்றனர். பழைய நிலைக்கு வந்த பிறகு துடும்பில் முதல் அடி அடிக்கப்படுகின்றது. அப்பொழுது முன்பக்கமாக உடம்பை சாய்த்து வலது காலை முன்னால் எடுத்து வைத்துப் பெண்கள் குனிந்து கும்மி அடிப்பது போன்று இடது கையில் உள்ள தப்பில் வலது கையில் உள்ள குச்சியைக் கொண்டு ஒரு அடி அடிக்கின்றனர். அடுத்த ஒரு விநாடி துடும்பிசை இசைக்கப்படமால் அமை-

தியாக இருக்கின்றது. ஆட்டக்கலைஞர்களும் அசைவு ஏதும் இன்றி அமைதியாகச் சிலைபோல் நிற்கின்றனர். அடுத்துத் துடும்பில் இரண்டடி அடிக்கும் பொழுது ஆட்டக்கலைஞர்களும் தப்பில் இரண்டடி அடித்துக் கொண்டே முன்னால் நகர்ந்து செல்கின்றனர். அடுத்து அதே போன்று அமைதியாக ஒரு விநாடி நின்று விட்டு தப்பில் அடித்த படி இடதுகாலை பின்னால் எடுத்து வைத்து பின்னோக்கி நகர்ந்து செல்கின்றனர். பின்னர் அதே போன்று அமைதியாக ஒரு விநாடி நின்றுவிட்டு தப்பில் அடித்தபடி இடது காலைப் பின்னால் எடுத்து வைத்து பின்னோக்கி நகர்ந்து செல்கின்றனர்.

6. எதிர் எதிர் அடி

வலது காலை முன்னோக்கிப் பின்னல் இட்டது போல் இடது காலுக்கு முன்னால் பாதம் நன்கு நிலத்தில் படும்பாடி நேராக எடுத்து வைக்கின்றனர். அப்பொழுது இடது கால் சற்று மடங்கிய நிலையில் பின்னால் இருக்கின்றது.வலது கையையும் உள்ளங்கையில் குச்சியுடன் மேலே பார்த்தாற்போல் மடக்கி கழுத்துக்கு நேராக கொண்டு வருகின்றனர். அப்பொழுது தலையை முன்னோக்கி குனிந்தாற்போல் வைத்துக் கொள்கின்றனர். அடுத்து வலது காலை பின்னோக்கி எடுத்துக் கொண்டு இடது காலை வலது காலுக்கு முன்னால் பின்னல் இட்டது போல் பாதம் நன்கு நிலத்தில் படும்படி எடுத்து வைக்கின்றனர். அவ்வாறு வைக்கும் பொழுது வலது கைக்கு செய்தலைப் போன்று இடது கையையும் மடக்கி தரையை பார்த்தாற்போல் கழுத்துக்கு நேராக வைக்கின்றனர். அப்பொழுது தலையை முன்னோக்கிச் சற்று குனிந்தாற்போல் வைத்து கையை தலைக்கு நேராக வைக்கின்றனர், என வலது கை, காலையும், இடது கை, காலையும் மாற்றி மாற்றி வைத்து கொடுக்கப்படும் நேரத்திற்கு தகுந்தாற்போல் ஐந்து அல்லது ஆறு முறை இவ்வாறு செய்கின்றனர்.

எதிர் எதிர் அடிக்கு அடிக்கும் அதே இசையில் இடது காலின் முழங்கால் மடக்கிய நிலையில் இடது காலின் விரல்கள் மட்டும் நிஜலத்தில் படும்படி வைக்கின்றனர். வலது காலை இடது பக்கமாக எடுத்து வைத்து தலையை மட்டும் வலது பக்கமாக இருந்து இடது பக்கமாக திருப்புகின்றனர். அப்பொழுது வலது கையை நன்கு முன்னோக்கி தலைக்கு மேலே தூக்கிக் கொண்டு உடம்பு இடது பக்கமாக திருப்புகின்றனர். பின்னர் அப்படியே கையை முதுகு புறமாக குச்சி செல்லும்படி தோள்பட்டைக்கு ஒட்டினாற்போல் நன்கு மடக்குகின்றனர். அடுத்து தலைக்கு மேலாக வரும்படி வலது கையை வலது காலை எடுத்து வைக்கும் பொழுது கொண்டு வருகின்றனர். காலை நிலத்தில் வைக்கும் பொழுது தப்பில் அடித்தாற்போல் முன்னோக்கி கொண்டு வருகின்றனர். இவ்வாறு வலது காலை எடுத்து வைத்து இடது புறமாக திருப்பி நான்கு அடிக்கு ஒரு சுற்று எனச் சுற்றி வருகின்றனர்.

இந்த அசைவையும் கொடுக்கப்படும் நேரத்திற்கு தகுந்தாற்போல் இரண்டு மூன்று முறை செய்யப்படுகிறது. இவ்வடவிற்கு துடும்பில் இசையானது கித்திருஜ்-ஜீகிட் என்ற முறையில் ஐந்து முறை துடும்பில் வாசிக்கப்படுகின்றது.

7. அடதலம்

வலது காலை முன்னால் எடுத்து வைத்து இடது காலைப் பின்னால் சற்று மடங்கிய நிலையில் வைத்துக் கொள்கின்றனர். தப்பை அதில் கட்டியுள்ள கயிற்-றைக் கொண்டு தோளில் மாட்டிக் கொள்கின்றனர். வலது, இடது கையில் குச்-சியுடன், இரண்டு கைகளையும் நன்கு நேராக கீழ் நோக்கி நீட்டும் பொழுது உடம்பை (இடுப்பிற்கு மேல் பகுதியை) முன்னோக்கி வளைக்கின்றனர். பின்னர் வலது காலை எடுத்து பின்னோக்கி பழைய இடத்தில் வைக்கின்றனர். அப்பொழுது இரண்டு கைகளையும் அப்படியே நேராக தலையின் அளவிற்கு தூக்கி உடம்பை நிமிர்த்தி நேராக நிற்கின்றனர். பின்னர் வலது காலை வலது பக்கம் பக்கவாட்டில் எடுத்து முழங்காலை லேசாக மடங்கிய நிலையில் வைக்கின்றனர்.பின்னர் உள்ள இடது காலின் விரல்களை மட்டும் நிலத்தில் பதியும்படி வைத்து குதிகாலை தூக்கி நிற்கின்றனர். அப்பொழுது வலது கையை தலைக்கு மேல் தோன்பட்டைக்கு நேரா-கவும் இடது கையில் குச்சியுடன் சிறிது மடங்கிய நிலையில் தலைக்கு நேராக உடம்பிற்கு முன்னால் வைத்துக் கொள்கின்றனர்.வலது காலை பழைய இடத்திற்கு எடுத்து வைக்கும் பொழுது வலது கை உடம்பிற்கு நேராகவும் மாற்றிக் கொள்-கின்றனர்.

நொண்டி அடித்தாற்போல் வலது காலை பின்னோக்கி மடக்கி வைத்துக் கொண்டு வலது மற்றும் இடது கைகளைச் சிறிது மடக்கிய நிலையில் தலைக்கு மேலே நேராக தூக்கிக் கொண்டு வலது புறமாக ஆறு சுற்று சுற்றுகின்றனர். இடது காலை பின்னோக்கி மடக்கி வைத்துக் கொண்டு, வலது மற்றும் இடது கைகளைச் சிறிது மடக்கிய நிலைக்கு தலைக்கு மேலே நேராகத் தூக்கிக் கொண்டு இடது புறமாக ஆறு சுற்றுச் சுற்றுகின்றனர். என மொத்தம் காலை மடக்கிய நிலையில் பன்னிரண்டு சுற்று சுற்றும் முறை இவ்வாட்த்தில் காணப்படுகிறது.

இதே அடவில் இசைக்குத் தகுந்தபடி கொடுக்கப்படும் நேரம் அதிகமாக இருந்தால் வலது காலை மடக்கி மண்டியிட்டு வலது கையில் குச்சியை வைத்-திருக்கின்றனர். இடது கையில் தப்பைப் பிடித்து வலது கையை மடக்கித் தப்பில் நான்கு அடி அடிக்கின்றனர். அப்பொழுது இடது கால் சற்று வளைந்தாற்போல் வலது காலின் அசைவுக்குத் தக்கப்படி பின்னால் இருக்கின்றது. அடுத்து இடது காலை மடக்கி மண்டியிட்டு இடது கையில் தப்பும் வலது கையில் குச்சியை-யும் வைத்துக் கொண்டு தப்பில் நான்கு அடி அடிக்கின்றனர். அப்பொழுது வலது கால் சற்று வளைந்தாற்போல் இடது கால் அசைவிற்கு தக்கப்படி சிறிது பின்னால் இருக்கின்றது. இவ்வாறு வலது மற்றும் இடது கால்களை மாற்றி மாற்றி மூன்று

முறை இசைக்கேற்ப கால்கள் மாற்றி வைக்கப்படுகிறது.

8. சவாரி அடி

வலது காலை வலது பக்கமாக முன்னோக்கி நன்றாக அழுத்தி வைக்கின்றனர். இடுப்பிற்கு மேல் உள்ள பகுதியை முன்னோக்கி சாய்த்து வலது கையை மடக்கிய நிலையில் முன்னால் கொண்டு வந்து பின்னால் எடுத்துச் செல்கின்றனர். வலது கையின் அசைவைப் போலவோ இடது கையும் கையில் தப்புடன் முன்னால் வந்து பின்னால் செல்கின்றது. இந்தக் கையின் அசைவுகள் கையிருக்கும் நிலை-யில் அதாவது உடம்பின் வலது மற்றும் இடது பக்கவாடடில் இருந்து முன்னால் வந்து பின்னால் செல்கின்றது. இவ்வாறு வலது மற்றும் இடது கால்களை மாற்றி மாற்றி வைத்து பன்னிரண்டு அடி வைத்து முன்னோக்கிச் செல்லுகின்றனர். பன்-னிரெண்டு அடி வைத்து முன்னோக்கி நகர்த்தப் பிறகு அங்கு வலது புறமாக காலை எடுத்து வைத்து அரைவட்டம் மடித்து நிற்கின்றனர்.அவ்வாறு திரும்பு-வதற்கு ஏதுவாக வலது கையை வலது புற பக்கவாட்டில் நீட்டியபடி வைத்துக் கொண்டு திரும்பிய பிறகு கையை மடக்கிக் கொள்கின்றனர்.

ஆட்டக்கலைஞர்கள் இப்பொழுது பார்வையாளர்களுக்கு முதுகைக் காட்டிய படியும் துடும்பு மற்றும் உருட்டிசைக் கலைஞர்களுக்கு முகத்தைக் காட்டிய படியும் நின்றிருக்கின்றனர். பன்னிரண்டு அடி வைத்து நகர்தல் என்பது கொடுக்கப்ப-டும் நேரத்திற்குத் தகுந்தாற் போல் குறையவும் அல்லது அதிகரிக்கவும் செய்யும். இப்பொழுது நின்று இருக்கும் நிலையில் இருந்து வலது காலை முன்னோக்கி எடுத்து வைத்து முன்னோக்கி நகருகின்றனர். அப்பொழுது வலதுகை மற்றும் இடது கைகள் இடுப்பு அளவிற்கு மடக்கி வைத்திருக்கின்றனர்.வலது கையை கீழ்-நோக்கிய படி முழங்கை லேசாக மடக்கி ய நிலையில் கொண்டு சென்று பிறகு தப்பில் அடித்தாற்போல் மடக்கிக் கொள்கின்றனர். வலது காலை முன்னால் வைக்-கும் பொழுது தலையை வலது புறமாகப் பின்னால் பார்ப்பது போல் திரும்பிப் பின்-னர் நேராக வைத்துக் கொள்கின்றனர்.அடுத்து இடது காலை முன்னால் எடுத்து வைக்கும் பொழுது தலையையும் இடது புறமாகத் திரும்புகின்றனர்.

இவ்வாறு முன்னோக்கி நகரும் பொழுது உடம்பு மற்றும் கழுத்தை வலது இடது புறமாக மாற்றி மாற்றி லேசாகத் திருப்பிப் பின்னால் வருபவர்களை பார்ப்பது போன்ற பாவனையை ஏற்படுத்தி ஆடிச் செல்கின்றனர். இவ்வாறு பன்னிரண்டு அடி முன்னோக்கி சென்று பழைய இடத்தை அடைந்த பிறகு இடது புறமாக இடது காலை பக்கவாட்டில் எடுத்து வைத்து வலது கையில் தப்பை பிடித்துக் கொள்கின்றனர். இடது கையை தோள்பட்டை அளவிற்கும் சற்று மேல் இருக்கும் படி இடது புறமாக முன்னோக்கி நீட்டிய அரை வட்டமாகத் திரும்பி நிற்கின்றனர். இவ்வாறு திரும்பிய நிலையில் உடம்பின் முன்பக்கம் பார்வையாளர்களை பார்த்-தபடியும் உடம்பின் பின்பக்கத்தை துடும்பிசைச் கலைஞர்களுக்கு காட்டிய படியும்

நிற்கின்றனர்.

9. குச்சி அடி

காலைக் கீசூழ தேய்த்தாற்போல் நின்ற இடத்திலேயே தப்பில் வலது கையை மடக்கி அடிக்கின்றனர். பிறகு வலது புறமாக இரண்டு கால்களையும் நிலத்தில் ஊன்றி உந்தி எழுந்து காற்றில் உடலை மிதக்க விட்டபடி ஒரு சுற்று சுற்றி வந்து நிற்கின்றனர். அப்போது வலது கையில் குச்சியுடன் தலைக்க மேலே சிறிது மடக்கிய நிலையில் தூக்கியும், இடது கையில் தப்புடன் வயிற்றை ஒட்டியப் பிடித்த படியும் இருக்கும்படி வைத்துக் கொள்கின்றனர். சுற்றி வந்து நிலையில் நிற்கும் பொழுது தப்பில் ஒரு அடி அடிக்கின்றனர்.இவ்வாறு அடித்த பிறகு இடது புறமாக இரண்டு கால்களையும் நன்கு நிலத்தில் ஊன்றி உந்தி எழுந்து உடம்பைக் காற்றரில் மிதக்கவிட்டபடி திரும்புகின்றனர். அவ்வாறு இடது புறமாகத் திரும்பும் பொழுது வலது கையில் தப்பையும் இடது கையில் குச்சியும் வைத்துக் கொள்கின்றனர். வலது கையை தப்பை பிடித்தபடி வயிற்றுடன் சேர்த்து வைத்துக் கொண்டு, இடது கையை தலைக்கு மேலே தூக்கிய படி சுற்றுகின்றனர். இவ்வாறு இடது புறமாகச் சுற்றி நிலைக்கு வரும் பொழுது வலது கையில் குச்சியும், இடது கையில் தப்பும் வைத்து அடிக்கின்றனர். இவ்வாறு வலது மற்றும் இடது புறமாக நான்கு சுற்றுச் சுற்றுகின்றனர். இந்த நான்கு சுற்று என்பது ஒதுக்கப்படும் நேரத்தைப் பொறுத்து இரண்டாகக் குறையவும் ஆறு எட்டு என அதிகரிக்கவும் செய்யும்.

இசையின் வேகம் அதிகரிக்க அதிகரிக்க இவ்வடவு வேகமாக ஆடப்படும் பொழுது பார்வையார்களின் மனதிலும் ஒருவிதமான வேக உணர்வை ஊட்டுகின்றனர். இதே இசைக்கு ஒதுக்கப்படும் நேரத்தைப் பொறுத்து வேறு ஒரு அசைவையும் செய்கின்றனர். நின்ற இடத்தில் இருந்து வலது புறமாக பக்கவாட்டில் வலது காலை எடுத்து வைக்கின்றனர். இரண்டு காலின் பாதங்களையும் நிலத்தில் தேய்த்தப்படி, இடுப்பை வலது, இடது புறமாக லேசாகத் திருப்பிய படி நகர்கின்றனர். அவ்வாறு செய்யும் பொழுது வலது கையை குச்சியுடன் ஒள்பக்கமாக முகத்திற்கு நேராக மடக்கிய படி உள்ளங்கையை வெளிப் பக்கமாக வைத்து, குச்சியை விரல் இடுக்கில் வைத்துப் பிடித்துக் கொள்கின்றனர். பிறகு அவ்வாறு மடக்கிய நிலையில் வலது கையை கீழும் மேலும் முழங்கையை மட்டும் ஏற்றி இறக்குவது போன்ற அசைவை ஏற்படுத்தி நகர்ந்து செல்கின்றனர். இவ்வாறு வலது புறமாக நகர்ந்து சென்ற பிறகு, இடது காலை இடது பக்கவாட்டில் எடுத்து வைக்கின்றனர். வலது கையில் தப்புடன், இடது கையை உள்பக்கமாக மடக்கி உள்ளங்கையை வெளியில் தெரியும் படி முழங்கையை மட்டும் இடுப்பில் படும்படி கீழும் மேலும் அசைக்கின்றனர். இரண்டு கால்களையும் நிலத்தில் ஏற்றி இறக்கி தேய்த்தபடி வலது புறம் நகர்ந்தது போல் இடது புறமாக நகர்ந்து பழைய இடத்திற்கு வருகின்றனர்.

10. ஒதே மூமேண்டு உருட்டு

இடது காலை நன்கு நிலத்தில் ஊன்றிய படி வைத்து, வலது காலை வலது பக்கமாகப் பக்கவாட்டில் எடுத்து வைத்து காலை நிலத்தில் தேய்த்தாற்போல் வலது புறமாக ஒரு சுற்று சுற்றுகின்றனர். அவ்வாறு சுற்றும் பொழுது வலது கையை தலைக்கு நேராக குச்சியுடன் தூக்கி உள்ளங்கையை வெளிப்புறமாக வைத்துக் கொண்டு தலையை தொடுவது போல் மணிக்கட்டை சாய்த்து மேல் நோக்கி எடுக்-கின்றனர். இவ்வாறு ஒரு சுற்றுச் சுற்றி முடிக்கும் பொழுது வலது கையை முகத்-துக்கு நேராகக் கீசூழ இறக்கி நேராக நிற்கின்றனர். பின்னர் இடது காலை இடது பக்கப் பக்கவாட்டில் நிலத்தில் தேய்த்தாற் போல் எடுத்து வைத்து, வலது காலை இடது காலின் அசைவிற்கேற்ப நிலத்தில் நன்கு ஊன்றியபடி திரும்புகின்றனர்.

அப்பொழுது தப்பை வலது கையில் பிடித்துக் கொண்டு இடது கையை தலைக்கு நேராகத் தூக்கி உள்ளங்கை வெளிப்புறமாக இருக்கும்பாடி வைத்துக் கொண்டு தரையை தொடுவது போல் மணிக்கட்டை சாய்த்து மேல் நோக்கி எடுத்-தபடி இடப்புறமாக ஒரு சுற்று சுற்றி வருகின்றனர். அவ்வாறு சுற்றி முடித்து நிலைக்கு வரும் பொழுது, கால்களை நேராக வைத்து இடது கையைத் தொங்-கவிட்டு வைத்து நிற்கின்றனர். இவ்வாறு பத்து அடி நகர்வு செய்யும் பொழுது மூன்று முழுசுற்றுகள் சுற்றி முடிக்கின்றனர். நேரம் அதிகமிருப்பின் மூன்று சுற்று-கள் ஆறு சுற்றுகளாக மாறுகின்றன.

புதிய அடவுகள்

துடும்பாட்டக்கலைஞர்கள் பழைய பாரம்பரிய மிக்க மேற்குறிப்பிட்ட பத்து அடவுகளை ஆடினாலும், சில குழுக்கள் தங்கள் விருப்பம் மற்றும் திறமைக்கு ஏற்ப திரைப்படங்களின் தாக்கம் இல்லாத ஒரு சில புதிய அடவுகளைத் தங்கள் ஆட்டத்தில் இணைத்துள்ளனர். ஆட்டமுறைகளில் புதிய அடவுகளை இணைத்து ஆடுவது மட்டுமல்லாமல் பார்வையாளர் விரும்பத்திற்கு ஏற்ப சில சாகச நிகழ்ச்-சிகளையும் செய்கின்றனர். 'டியூப்லைட் பல்பை' உடைத்தல், கண்ணின் இமைகள் மூலமாக பணம் அல்லது ஊசியை எடுத்தல் தலையால் தேங்காயை உடைத்தல் போன்ற சாகச நிஜகழ்ச்சிகளையும் செய்கின்றனர். போட்டிகள் நிறைந்த உலகத்தில் தங்கள் ஆட்டக்குழுவிற்குத் தொடர்ந்து வாய்ப்புகள் கிடைக்க வேண்டும் என்ப-தற்காக ஒவ்வொருமுறை ஆடச் செல்லும் பொழுதும் ஏதேனும் ஒரு புதுமையை தங்களது ஆட்டத்தில் புகுந்திய படி உள்ளனர். இவ்வாறு செய்யவில்லை எனில் அவர்கள் இத்துறையில் தொடர்ந்து நிலைக்கு நிற்க முடியாமல் போகிறது என்று ஒரு சில ஆட்டக்கலைஞர்கள் கூறுகின்றனர்.

சேரன் துடும்பாட்டக்குழு கலைஞர்கள் தங்கள் ஆட்டத்தில் புகுத்திய புது அடவுகளாக

1. குளியல் ஆட்டம் 3. பொட்டு வைத்தல்

2. முகம் கழுவுதல் 4. துணி துவைத்தல்

என்பனவற்றைக் கூறினர். இக்குழுவின் இந்த புதிய அடவுகளுக்கு மக்கள் மத்தியில் நல்ல வரவேற்பு இருப்பதாக ஆட்டக் கலைஞர்கள் கள ஆய்வின் போது கூறினர்.

1. குளியல் ஆட்டம்

குளியல் ஆட்ட அடவிற்கு இசைப்பு முறையானது மூன்றடி அடவிற்கு அடிக்கும் முறையே இருக்கும். இந்தத் துடும்பின் இசைக்கு ஏற்ப ஆட்டக்கலைஞர்கள் குளம் ஆறு போன்ற நீர் நிலைகளில் பெண்கள் அமர்ந்து குளிப்பதைப் போன்று கால்களை பின்புறமாக மடக்கிப் பார்வையாளர்களைப் பார்த்தவாறு நன்கு காலின் மேல் அமர்ந்து கொண்டு தப்பையும் குச்சியையும் தங்களுக்கு முன்பாக கீசூழ வைத்து விடுகின்றனர்.

பின்னர் இரண்டு கைகளையும் ஒன்றாகச் சேர்த்து நீரை அள்ளித் தங்களின் உடம்பின் மீது ஊற்றிக் கொள்வது போல் இசைக்கு ஏற்ப வலது புறம் மூன்று முறையும், இடது புறம் மூன்று முறையும் செய்கின்றனர். பிறகு சோப்பை கொண்டு உடம்பைத் தேய்த்தல் போன்று இசையின் தன்மைக்கு ஏற்பச் செய்கின்றனர். பிறகு நீரை ஊற்றி பின்னர் துண்டால் உடம்பை துடைப்பது போன்று செய்கின்றனர்.

2. முகம் கழுவுதல்

குளியல் அடவிற்கு அமர்ந்தது போலவே இந்த அடவுக்கும் காலின் மீது மடக்கி அமர்ந்து கொண்டு இசைக்கு ஏற்ப இரண்டு கைகளையும் சேர்த்து நீரை எடுத்து முகத்தில் ஊற்று வதைப் போன்று மூன்று முறை செய்தல், பிறகு முகத்தில் 'சோப்பு போட்டு தேய்ப்பதைப் போன்று துடும்பின் அடிக்கு ஏற்ப இரண்டு கைகளால் முகத்தை தேய்த்தல், அடுத்து மீண்டும் நீரை கொண்டு கழுவுவதைப் போல் இசைக்கு ஏற்ப ஆடுகின்றனர். குளித்து முடித்தவுடன் துண்டை கொண்டு உடம்பையும் முகத்தையும் துடைப்பது போன்று மூன்றடிக்குத் தகுந்தாற் போல் இரண்டு கைகளிலும் துண்டைப் பிடித்து கொண்டு பாவனை செய்து ஆடுகின்றனர்.

3. பொட்டு வைத்தல்

அதே மூன்றடி துடும்பிசைக்கு வலது காலை மட்டும் நன்கு நிலத்தில் பதியும் படி மடக்கி அதன் மேல் அமர்கின்றனர்.இடது காலின் பாதம் நன்கு நிலத்தில் பதியும்படி முழங்காலை மடக்கி உடம்பிற்கு முன்பாக நேராக வைத்துக் கொள்கின்றனர். பெண்கள் முகத்தை அழகு படுத்துவது போன்று செய்து காட்டி ஆடுகின்றனர். முகத்தில் பவுடர் போடுவதைப் போன்று செய்கின்றனர். இடது கையில் கண்ணாடி வைத்திருப்பதைப் போன்று பாவனையாக வைத்து இருக்க, அதனைப் பார்த்து நெற்றியில் திலகம் வைத்துக் கொள்வதைப் போன்று வலது கையின் மோதிர விரால் நெற்றியில் பொட்டுவைக்கும் இடத்தில் விரலை வைத்து பாவனை செய்து ஆடுகின்றனர். பிறகு பெண்கள் கண்ணாடியைப் பார்த்து தலை வாறுவ-

தைப் போல இடது கையில் கண்ணாடியும் வலது கையில் சீப்பும் வைத்து இருப்பது போன்ற பாவனையில் தலையை சீவுவதைப் போன்று ஆடுகின்றனர்.

4. துணி துவைத்தல்

பெண்கள் நீர் நிலைகளுக்குச் சென்று துணிகளை துவைத்து அலசிக் காயப்போடுவதைப் போன்று வலது காலின் மீது அமர்ந்து கொள்கின்றனர். இடது காலை உடம்பிற்கு முன்பாக நன்கு நிலத்தில் பதியும்படி முழங்காலை மடக்கி நேராக வைத்துக் கொள்கின்றனர். தங்களுக்கு முன்பாக வைத்துள்ள தப்பை முன்பக்கம் சரிவாக இருக்கும்படி வைத்துக் கொள்கின்றனர். அதைத் துணி துவைக்கும் கல்லாகப் பாவித்து தாங்கள் கையில் வைத்திருந்த துண்டை அந்த தப்பில் அடித்து துவைப்பது போன்று செய்கின்றனர். இரண்டு கைகளால் அந்த துண்டை பிடித்து வலது தோள்பட்டையில் இருந்து எடுத்து அடிப்பது போன்று மூன்றடி இசைக்கு ஏற்ப மூன்று முறை செய்கின்றனர். பிறகு துவைத்த துண்டை நீகில் அலாசுவது போன்று ஆடுகின்றனர். அவ்வாறு அலாசியபின்பு அந்த துணியை நன்கு பிழிந்து கொடியில் காயவைப்பது போன்று நன்கு உதறிக் கொடியில் போடுகின்றனர்.

ஒயிலாட்ட அடவுகள்

நிலை

ஒவ்வோர் ஆட்டத்தின் தொடக்கத்திலும் ஆட்டக்காரர்கள் நிற்கும் முறை நிலையெனப்படுகிறது. நிலையில் நிற்கும் பொழுது இடது கால் முன்னாலும் வலது கால் பின்னாலும் இருக்கும். இடது கால் பாதம் நேராக முன்பக்கம் நோக்கியிருக்கும். வலது கால் பாதம் வலப்பக்ககக் கால்வாசி திரும்பியிருக்கும். உடலின் எடை இருகால்களிலும் சம அளவு இருக்கும். முழங்கால் தொய்வாக இருக்கும். நிலையில் நிற்கும் போது இடது கை, வலது கை ஆகிய இரு கைகளிலும் கைக்குட்டையின் எதிர் எதிர் நுனிகளைப் பிடித்திருக்கின்றனர்.

குத்து

குத்து என்பது பாதத்தின் ஒரு நுனியால் தரையில் குத்துவதைக் குறிக்கும் சொல். இது இருவகைப்படும். பாதத்தின் முன்பகுதியால் தரையில் குத்துவது முன் குத்து என்றும் பின் பகுதியில் தரையில் குத்துவது பின் குத்து என்றும் பெயர் பெறும். குத்து இருகால்களுக்கும் பொதுவான இயக்கம். வலதுகால் முன்குத்து ஏறிவரவும், இடதுகால் முன் குத்து இறங்கி வரவும் பயன்படுகின்றன.

ஏற்றஇறக்கம்

இது எல்லா ஆட்டங்களுக்கும் தொடக்கமாக அமையும் இயக்கத் தொகுதியாகும். நிலையினின்று காலைப் பெயர்த்தவுடன் அமையும் இயக்கம் இதுவே. நிலையில் நிற்கும் போது இடது கால் முன்னாலும் வலது கால் பின்னாலும் இருக்கும். ஏற்ற இறக்கம் என்பது வலது காலைப் பெயர்த்து எடுத்து இடது காலின் பக்கத்தில் முன் குத்தாகக் குத்தி மறுபடியும் நிலைக்குக் கொண்டு வந்து பின்னர் இடது

காலை வலது காலின் முன் பக்கத்தில் முன்னதாகக் குத்தி நிலைக்குக் கொண்டு வரும் இயக்கமே ஆகும்.

அடி அடித்தல்

ஏற்ற இறக்கத்தைத் தொடர்ந்து வரும் இயக்கம் அடி அடித்தல் எனப்படும். ஏற்ற இறக்கத்தின் பின்னர் நிலைக்கு வந்தவுடன் வலது காலைத் தூக்கி முன்னால் மிதித்துக் குனிந்து கைக்குட்டையைக் கீழ்நோக்கி வெட்டுவது போல வீசுவதை அடி அடித்தல் என்கின்றனர்.

அடி

உடலின் எடையைச் சுமத்தாமல் பாதத்தைத் தரையில் படருமாறு வைத்தல் 'அடி' எனப்படுகிறது. ஒரு காலின் அடி போடும்போது மறு காலில் உடலின் எடை தங்கியிருக்கும். இரு கால்களாலும் அடி போடப்படும் என்றாலும் வலது கால் அடியே பெரும்பான்மையானது. நேர் முன்னாலும், முன்னால் சிறிது பக்க வாட்டிலும் பக்கங்களிலும் அடி போடப்படும்.

மிதி

உடலின் எடையைச் சுமத்திப் பாதத்தைத் தரையில் படருமாறு மிதித்தல் மிதி எனப்படுகிறது. மிதி பெரும்பாலும் நின்ற இடத்திலேயோ சிறிது தள்ளியோ விழும். இது இருகால்களுக்கும் பொதுவானது. உடலில் எடையைத் தாங்கி நிற்கும் கால், மறு காலில் இயக்கத்திற்குப் பின்னரும் தொடர்ந்து உடலின் எடையைத் தாங்க வேண்டியதிருக்கும் நிலையில் நிம்மதி விழும். இம்மிதியின் போது பாதம் திரும்பி உடலைத் திருப்பவும் துணை புரியும். இது ஆட்டத்தில் மையக் கூறாக அமையக் கூடியது.

இழுவை

முன்னால் இருக்கும் காலைப் பின்னால் வீசியிழுத்து முன் குத்துடன் ஊன்றுதல் இழுவை எனப்படுகிறது. காலைப் பின்னால் வீசியிருக்கும் இயக்கக் காரணமாக இது இப்பெயர் பெறுகிறது. இது இரு கால்களாலும் செய்யப்படும்.

செண்டிப்பு

செண்டிப்பு என்பது குதித்துப் பின் வாங்குதலைக் குறிக்கும். குதித்துப் பின்வாங்கும் போது வலது கால் முன்குத்து விழுந்து பின் இடது கால் முன் குத்து விழும். வலது காலிலும், இடது காலிலும் முன் குத்துக்கள் ஒன்றன் பின் ஒன்றாகப் பின் நோக்கி விழுவதால் உடலின் எடை காலில் இறங்குவதில்லை. அதனால் உடலின் எடை முன் பக்கமாக உடலை இழுக்கிறது. எனவே இந்நிலையில் இருந்து அடுத்த நிலைக்கு உடனே போய்விட வேண்டியுள்ளது.

எட்டுப்போடுதல்

வலது காலை முன்னால் ஓரடி எடுத்து வைத்து இடது காலை அதன் பக்கத்தில் முன்குத்தாகக் குத்தி மறுபடியும் வலது காலை மிதித்துப் பின்னர் அடுத்த

பக்கம் நோக்கித் திரும்பும் ஓர் இயக்கம் உள்ளது. இதில் ஓர் இடத்தை விட்டு முன்னால் செல்லுதலை எட்டுப்போடுதல் எனகின்றனர்.

மடக்கு

இது வலது காலால் மட்டுமே செய்யப்படும் ஓர் இயக்கம். இழுவை போலக் காலைப் பின்னால் நீட்டி, முன்குத்தாக ஊன்றிக் கொண்டு, முழங்காலை மேலும் மடக்கி தாழ்த்தி உடலையும் தலையையும் பின்புறமாக வெட்டி திருப்புதல் மடக்கு எனப்படுகிறது.

குதித்தல்

குதித்தல் இருவகைப்படும். ஒன்று நின்று குதித்தல், மற்றொன்று குத்த வைத்த நிலையில் குதித்தல், குத்த வைத்த நிலையிலேயே ஓரிடத்திலிருந்து வலப்பக்கமா-கக் குதித்துப் பின் இடப்பக்கமாகக் குதித்தலைக் குத்த வைத்துக் குதித்தல் என்கி-றோம். நின்று குதித்தல் என்பது ஒரு காலால் குதித்தல், இதுகால்களால் குதித்தல் என இருவகைப்படும். ஒரு காலால் குதித்தலில் பல வகையுண்டு.

புரளுதல்

படுத்துப் புரளுவதைப் போல நின்று கொண்டே புரளுவது புரளல் எனப்படுகி-றது. இது ஒரு புரளலாய் வரலாம். ஒன்றுக்கு மேற்பட்ட புரளல்களாகவும் வரலாம். இடையில் ஒரு குத்து மிதியுடன் அமையும். புரளலும் இரு கால்களின் மிதிக-ளுக்கும் மாறி மாறி விழும் புரளலும் உண்டு. இப்புரளல் இடப்பக்கமாக அமையும் போது மேலேறுதலும், வலப்பக்கமாக அமையும் போது கீழிறங்களும் நிகழ்கின்றன.

கிறுக்கி

கிறுக்கி என்பது குத்து மிதிகளுடன் திரும்புவதைக் குறிக்கும். வலது கால் முன் பக்கமாக அடி அடித்து நிலைக்கு வந்த பின்னர்க் கிறுக்கி தொடங்கும். கிறுக்கி எப்போதும் வலது பக்கமாக அமையும் .

திரும்புதல்

திரும்புதல் என்பது குத்து மிதிகளுடன் திரும்பும் கிறுக்கியினின்று வேறுபட்டது. இது தரையில் உராய்தலின்றி உடலைத் திருப்புதலைக் குறிக்கப் பயன்படும் சொல் எனலாம். வலது காலை வீசித்திரும்புதல், இடது காலை வீசித்திரும்புதல் ஏதாவது ஒரு காலைத் தூக்கி ஆடித்திரும்புதல், இரு கால்களையும் தூக்கித் தவ்வித்திரும்-புதல் ஆகியன அனைத்தையும் இதனுள் அடக்கலாம்.

பானா ஆட்டம்

குத்தும் மிதியுமாக மாறி மாறி விழும். இவ்வியக்கத் தொகுதியின் நிலைகள் ‘ப’ வடிவத்தின் நான்கு முனையில் அமைகின்றன. எனவே இது பானா ஆட்டம் எனப்படுகிறது. பானாவில் திறந்தப் பகுதி பார்வையாளர்களை நோக்கியிருக்கும்.

குத்தாட்டம்

ஒயிலாட்டத்தின் முக்கியமான இயக்கத் தொகுதிகளுள் குறிப்பிடத்தக்க ஒன்று குத்தாட்டம். ஏனெனில் இது ஒயிலாட்டத்தின் அழகையும், கம்பீரத்தையும், ஆண்மையையும் பெருமிதத்தையும் எடுத்துக்காட்டும் ஓர் இயக்கத்தொகுதி ஆகும். இடது காலை முன்னால் வைத்து நிலையெடுத்து அது போலவே பக்கத்தில் வலது காலை முன் வைத்து நிலையெடுப்பதை மாறி மாறிச் செய்வது எனக் குத்தாட்டத்தை விளக்கலாம்.

சறுக்கு

சறுக்கிச் செல்வதைப் போன்ற தோற்றத்தை இம்மிதிகள் உருவாக்குவதால் இது இப்பெயர் பெறுகிறது. இது மூன்;று அரையளவு அடிகளைக் கொண்டது. ஒவ்வோர் அரையளவு அடியும் ஒரு தாளக் கூறில் தான் அமையும். எனினும் அதனுள் மூன்று கால் மிதிகள் விழுந்து விடும். இடது கால் முன்னாலும் வலது கால் பின்னாலும் இருக்கும் போது சறுக்கு ஆரம்பிக்கும்.

பின்னிறக்கம்

இது மூன்று குதிகள், பின்நோக்கி அமைவதைக் கொண்ட ஓர் இயக்கத் தொகுதியாகும். வலது காலையும், கையையும் தூக்கிக்கொண்டு இடது கால் பின்னோக்கிக் குதித்து விட்டு இடது காலையும் கையையும் தூக்கிக் கொண்டு வலது காலால் குதித்துவிட்டு மறுபடியும் வலது காலையும் கையையும் தூக்கிக்கொண்டு இடது காலால் குதித்து முடிப்பது பின்னிறக்கம் எனப்படும்.

மூன்றடி போட்டு பக்கமாக ஏறிவரல்

வலது பக்கமாக மூன்று அடிபோட்டுக் குத்துடன் இணைத்து ஏறி வருவது இவ்வாறு அழைக்கப்படுகிறது. இது ஆட்டத்தின் மையக் கூறாக அமைகின்ற ஓர் இயக்கத்தொகுதி.

சுற்று

இடது காலை மைய அச்சுப்போல ஒரே இடத்தில் சிறிது சிறிதாகத் திருப்பி மிதித்துக் கொண்டு வலது காலை முன்னால் சிறிது சிறிதாக நகர்த்தி மிதித்துக் கொண்டு சுற்றுதல் சுற்று எனப்படும்.

உட்காருதல்

உட்காருதல் என்பது குத்தவைத்தலைக் குறிக்கிறது. ஆட்டத்தின் இடையில் இது ஓர் இயக்கத் தொகுதியாக அமைகிறது.

கொட்டு

இரு கைகளாலும் கொட்டுவதையே இச்சொல் குறிக்கிறது. இது ஒரு வரிசை ஆட்டத்திலும் வட்ட ஆட்டத்திலும் இடம் பெறும். எப்போதும் குனிந்த நிலையிலேயே கொட்டு விழும். ஒரு வரிசை ஆட்டத்தில் முன்னால் அடி போட்டு முன்பக்கமாகக் கொட்டுவர். கொட்டும்போது இரண்டடி போட்டுக்கொட்டுவர். ஒரு கொட்டுக்கொட்டியவுடன் கைகள் இடுப்பளவில் இருபக்கமும் விரிக்கப்படும்

நிறுத்துதல்

ஆடிக்கொண்டு இருக்கும்போது குறிப்பிட்ட ஓர் இயக்களத்தொகுதியால் இறுதியில் திடீரென நிறுத்துதலை ஓர் இயக்கத் தொகுதியாகக் கொள்ளவேண்டியுள்ளது. ஆட்டம் நின்றவுடன், கச்சத்தின் ஒலிகள் அமைதி அடைகிறது.

கைகளின் பாவனைகள்

இவைகள் தனியாகக் குறிப்பிடப்படும் கைகளின் இயக்கங்களாகும். கையிறு இழுப்பது போலவும், பானை சுமப்பது போலவும் அடிப்பது போலவும் செய்யப்படும் கைகளின் இயக்கங்களைப் பாவனைகள் எனலாம்.

இசைக்கருவிகள்

ஆட்டத்தை அழகு, சிறப்புமிக்கதாக ஆக்குவதே இசைதான். ஆட்டத்தை நேரில் காணாவிடினும் இசையை வைத்தே இந்த ஆட்டம் தான் நிகழ்கிறது என்று தீர்மானிக்க வைக்கும் அளவிற்கு இசை வல்லமை படைத்ததாக உள்ளது. கண் இல்லாத குருடன் கூட ஆட்டக்காரணமாக மாறுவதற்கு இசைதான் காரணமாக அமைகின்றது. இனக்குழு ஆட்டக்கலையில் ஒலிக்கும் இசையை வைத்து இந்த அடவு தான் இந்த நிகழ்வுதான் நிகழ்கிறது என்று நேரில் காணாமலே உணரமுடிகின்ற அளவிற்கு அம்மக்களின் இரத்தத்துடன் இசை கலந்துள்ளது. அத்தகைய இசைக்கருவிகளை தயாரிக்கும் முறைகள் குறித்து காணலாம்.

தேவராட்டம் - தேவதுந்துமி

கம்பளத்து நாயக்கரின் தேவராட்டத்திற்கும், சேவை ஆட்டத்திற்கும் தேவ துந்துமிஜயே முதன்மை இசைக்கருவியாக உள்ளது. ஆட்டங்களில் மட்டுமில்லாது கம்பளத்தாரின் வாழ்க்கை மற்றும் வழிபாட்டுச் சடங்குகளிலும் பிரிக்கமுடியாத ஒன்றாகத் தேவதுந்துமி பயன்படுத்தப்பட்டு வருகின்றது. உறுமி, உறுமை, உறுமி கொட்டலு, கோமாளி கொட்லு, பூம்பூம்மாடு வாத்திஜயம், பெருமாள் மாடு வாத்தியம் ஆகிய பல்வேறு பெயர்களில் தேவதுந்துமி வழங்கப்படுகின்றது.

தேவதுந்துமி என்பது பொது நிலையில் தாளக்கருவியைக் குறிக்கும் சொல்லாகும். சென்னைப் பல்கலைக்கழகப் பேரகராதி இச்சொல்லுக்கு பேரிகை என்று பொருள் கூறுகின்றது. இது தேவலோகப் பறையாகவும் கூறப்படுகின்றது. (ஆளவந்தார், தமிழர் தோற்கருவிகள் 1981 ப.74) சிவனின் வாகனமான நந்தி இசைக்கும் மத்தளமாகவும் துந்துமி கூறப்படுகின்றது. துந்துமியொரு குடமுழா என்றும் முழவு என்றும் குறிக்கப்படுகின்றனது.

'துந்துமி' என்பது கூம்பு வடிவிலான தோற்கருவி. மாமரத்தால் செய்யப்பட்டது. 'கோனா' என்ற கருவியால் தாக்கி ஒலிக்கப்படுவது. உரத்த ஒலியைக் கொடுக்கும். இந்தத் துந்துமியை இயக்குவோர் 'னுரனேரடிhலயபாயவய' என்று அழைக்கப்படுகின்றனர். (மேலது ப.75) பூமி துந்துமி, அரங்க துந்துமி, மகாதுந்துமி, ஆகிய பெயர்களில் இது குறிப்பிடப்படுகின்றன. பூமி துந்துமியே இசைக்கருவிகளில் மிகப்-

பழமையானதாகும்.

தேவதுந்துமி இரண்டு முகங்களை உடையது. இடை சுருங்கி, இரு முனைகளிலும் அகன்றிருக்கும். நீண்ட வளைந்த குச்சியைக் கொண்டு இடது தோலின் மேலும் கீழும் உராய விலங்கு உறுமுதலைப் போன்ற ஒலியை உண்டாக்கும்.

உறுமி என அழைக்கப்படும் இக்கருவி இரண்டு புறமும் தோலால் மூடப்பட்டுள்ளது. சிலப்பதிகாரம் கூறும் கரடிகையை ஒத்தது, இது (அரு.மருததுரை தமிழக நாட்டுப்புற வழிபாட்டுக் கூறுகள் 1998 ப.106) என்றும், தோலினாலான ஒரு சோடிக் கயிறுகள் இக்கருவியுடன் இணைக்கபட்டுள்ள நிலையில் இசைப்பவரின் கழுத்திலிருந்து இடுப்பு வரை தொங்க அரை வட்டமாகப் பிறை வடிவில் வளைந்த தடியினால் அழுத்தித் தேய்த்து இடைவிடாது வாசிக்கப்படுவதால் இதிலிருந்து றும் - றும் - ஆ என்ற ஓசை இதமாக எழும். இக்கருவி எழுப்பும் இவ்வோசையினைக் கொண்டே உறுமி எனப்பெயர்பெற்றது. தேவர்கள் ஆடிய ஆட்டத்திற்கு இக்கருவியைப் பயன்படுத்தியதால் தேவதுந்துமி எனப்பெயர் பெற்றது. இக்கருவியினை 'மாலா' என்ற தாழ்த்தப்பட்ட இனத்தவர்களே வாசிக்கின்றனர்.

சேமக்கலம்

சேமக்கலம் என்னும் இசைக்கருவி சேமக்கோல், சேமக்கலம், சேகண்டி, ஜெயகண்டி, வெண்கலமுரசு ஆகிய பெயர்களில் வழங்கப்பெறுகின்றது. வெங்கலத்தட்டில் வட்டமாக அமையப்பெற்ற இக்கருவியைத் தட்டி ஒலி எழுப்புவதற்குச் சிறுகோலும் கயிற்றில் இணைக்கப்பெற்றுள்ளது. சேவையாட்டத்திலும் திருமால் அவதாரக்கோவில்களிலும் (பெருமாள் கோவில்) சேவைப் பலகையுடன் இணைத்து சேகண்டியும் வாசிக்கப்பட்டு வருகின்றது.

சலங்கை

சலங்கையைக் 'கெஜ்ஜலு' என்று தெலுங்கில் குறிப்பிட்டுள்ளனர். சேவையாட்டம் ஆடுவோர் அனைவரும் சலங்கை கட்டிக்கொண்டு ஆடுகின்றனர். பாடலுக்குத் தாளமாகவும், கால்மிதிகளுக்கு அழகு சேர்க்கவும் இவை பயன்படுகின்றன. சில சேவையாட்டக்குழுவினர் இடுப்பில் சலங்கை கட்டியும் கைகளில் சலங்கையை பிடித்து ஒலிஜ எழுப்பியும் ஆடுகின்றனர். 'கெஜ்ஜலுமெட்டு' ஆட்டம் என்ற ஒரு ஆட்டம் சேவையாட்டத்தில் இடம்பெறுகின்றது.

ஜால்ரா

இரு கைகளிலும் பிடித்து அடித்து வாசிக்கப்படும் ஜால்ரா (சிங்கி) வெண்கலத்தாலானது. சேவையாட்டத்தின் துணை இசைக்கருவியாகப் பயன்படுகின்றது. ஆட்டக்காரர்களில் இறுதியாக நிற்பவர் சேவைப் பாடலுக்கேற்ப ஜால்ராவை இசைத்துக்கொண்டு ஆடிவருகின்றார்.

சேவையாட்டத்தில் பயன்படுத்தப்படும் இசைக்கருவிகளும் உடை, ஒப்பனைப் பொருள்களும் புனிதமானவையாகக் கருதப்பட்டுப் பெருமாள் கோவிலில் வைத்துப்

பாதுகாக்ப்படுகின்றன. ஆட்டத்திற்கான பொருட்கள் கோவிலிலிருந்து எடுக்கப்படும் போதும் ஆட்டம் முடிந்து பொருட்கள் வைக்கப்படும்போதும் சிறப்பு பூசை செய்யப்படுகின்றது. இப்பொருட்களனைத்தும் கம்பளத்தாரின் பொது நிதியிலிருந்து தயார் செய்யப்படுகின்றன.

ஒயிலாட்டம்

ஒயிலாட்டத்தின் இசைக்கருவியாக முற்காலங்களில் 'தப்பு' எனப்படும் தாளக்கருவியைப் பயன்படுத்தியதாகவும் பின்பு காலப்போக்கில் அதற்குப் பதிலாகத் தாங்களே பானையின் வாயில் தோலைக்கட்டி வாசித்து வந்ததாகவும் தகவலாளர்களே கூறுகின்றனர். (ஆறுமுகம். கொண்டேகவுண்டார்பாளையம்.18 நவம்பர் 2010) தற்பொழுது இவ் ஆட்டத்தில் இசைக்கப்படும் 'தவுல்' எனும் தாளக்கருவியை ஆட்டக்கலைஞரில் ஒருவரே இசைக்கின்றார். இத்தோடு 'சால்ரா' எனப்படும் வெங்கலத்தினாலான தாளக்கருவியையும் இசைக்கின்றார்.

துடும்பாட்டம் - துடும்பு

கெட்டியான இரும்புத்தகரத்தைப் பழைய இரும்புக்கடையில் வாங்கி 12,24,36 அங்குலம் என்ற அளவிற்கு தகரத்தைத் தட்டி நிமிர்த்தி வளைத்து அதில் 1 அடி, 1 ½ அடி, 1 ¼ அடி அளவு இடைவெளிவிட்டு ரிவிட் ஆணி வைத்து அடித்துத் தகரத்தை சேர்த்தல், வண்டி மாட்டுத் தோலை வாங்கி, அதை இரண்டு நாட்கள் வெயிலில் காய வைத்து, நான்கு விரல் அளவிற்கு வெளியே தெரிகின்றமாதிரி தோலை அறுத்து துடும்பை அதன்மேல் வைத்துக்காய வைக்கின்றனர். பிறகு வெளியே உள்ள அத்தோலில் நான்கு விரல் அளவிற்கு இடைவெளி விட்டுவிட்டு ஓட்டை போடுதல். இதனை முத்திரிபதித்தல் என்று கூறுகின்றனர். கெட்டியான கம்பியை வாங்கி வட்ட வடிவில் வளைத்து 'போல்ட்' போட்டு பட்டறையில் கொடுத்து ஒட்டவைக்கின்றனர். பின்னர் ஒரு விரல் அளவிற்கு அகலமான மாட்டுத்தோலை அறுத்துக்கம்பியில் கட்டுப்போட்டு இழுத்துக்கட்டுகின்றனர். இத்தோலை வார் என்றும் கூறுகின்றனர். நடுவில் பின்னல் வடிவிஜல் முத்திவார் அமைத்து இரண்டு நாட்கள் காயவைக்கின்றனர். சில இடங்களில் வாருக்குப் பதிலாகக் கயிற்றைக் கொண்டு கட்டுவார்கள். பிறகு மாட்டுத்தோலின் முடியைச் சாம்பலைத் தூவி ஒரு ரூபாய் நாணயத்தை வைத்து இழுத்து நீக்குவர். இவ்வாறு துடும்பு தயாரிக்கப்படுகின்றது. துடும்பில் அடிக்க 1 ½ அடி நீளத்திற்குக் குச்சியை வைத்துக் கொள்கின்றனர்.

தகரக் துடும்பை விடப் பித்தளைத் துடும்பு தயாரிக்க அதிக பணம் தேவைப்படுவதால் பெரும்பாலான கலைஞர்கள் தற்பொழுது தகரத் துடும்பையே பயன்படுத்துகின்றனர். ஆனால் தகரத்துடும்பை விடப் பித்தளைத் துடும்பே நன்கு அதிர்ந்து ஓசையை தரும் என்று கள ஆய்வின் போது தகவலாளி கூறினார். (ராசு.பூச்சியூர்.35, ஜனவரி 2010)

கணியான் கூத்து - மகுடம்

கணியான் கூத்தில் முதன்மைபெறுவது மகுடம் என்னும் இசைக்கருவியாகும். மகுடத்தில் மந்தம், உச்சம் என்று இரண்டு வகை உண்டு. மஞ்சனத்தி (நுணா), வேம்பு, பூவரசு போன்ற மரத்தால் மூன்று வளைவுகள் செய்து அவற்றை வட்ட வடிவில் இணைத்து அதன் மீது எருமைக்கன்று தோலால் போர்த்தி மகுடம் தயார் செய்யப்படுகிறது. முரவேலைகளை ஆசாரி செய்தாலும் தோல் வைத்துக் கட்டுவதை இவர்களே செய்து கொள்கின்றனர். உச்சத்திற்கு தோலிலுள்ள சவ்வை நீக்காமல் கட்டப்படும் என்றும் மந்தத்திற்கு சவ்வை நீக்கிக் கட்டப்படும் என்றும் கூறப்பட்டது. புளியங்கொட்டையை ஊறவைத்து வேகவைத்து அரைத்து, பசையாக்கி அப்பசையைக் கொண்டு தோல்கள் ஒட்டப்பட்டு மகுடம் தயார் செய்யப்படுகிறது. மகுடத்தின் தோற்றம் தப்பினை ஒத்திருக்கும். ஆயினும் தோற்றத்தில் சிறு வேறுபாடும் காணப்படும். மகுடம் கையினால் அடித்து இசைக்கப்படுகிறது. மகுடத்தில் உச்சம் அல்லது உச்சகட்டம் 'கணீர்' என்ற ஒலியையும் எழுப்புகின்றன. உச்சகட்ட மகுடம் இரண்டும் மந்தக்கட்ட மகுடம் ஒன்றும் பொதுவாக ஒரு நிகழ்ச்சியில் பயன்படுத்தப்படுகிறது.

ஒப்பனை - தேவராட்டம்

தேவராட்டத்திற்கென்று தனித்த உடை, ஒப்பனை முறை மேற்கொள்ளப்பெறுவதில்லை. தெய்வ வழிபாட்டில் தேவராட்டம் ஆடும்போது ஒப்பனை இன்றி சட்டை அணியாமல் (தலையில); உருமால் தலைப்பாகை கட்டி காலில் சலங்கை கட்டாமல் ஆட வேண்டும். பெரியவர் முதல் சிறுவர் வரை வழிபாட்டில் ஆடும்பொழுது நிச்சயம் தலைப்பாகை கட்டியிருக்க வேண்டும். மேற்சட்டை அணிந்து இருக்கக் கூடாது. அருப்புக்கோட்டைக்கு அருகில் உள்ள ஜமீன்கோடாங்கிபட்டியைச் சார்ந்த திரு.குமரராமன் மற்றும் அவரது சுற்றத்தார் ஜக்கம்மா வழிபாட்டின் போது உருமால் வேட்டி கட்டி திறந்த மேலுடம்புடன் ஆடுகின்றனர். வாழ்வியல் சடங்கில் ஆடும் பொழுது சட்டையணிந்தும் தலையில் சிறு துணி, கால்களில் சலங்கைகள் தார்பாய்;ச்சியாகக் கட்டிய வேட்டி என்ற வகையில் உடை ஒப்பனை செய்து ஆடி வருகின்றனர். திண்டுக்கல் மாவட்டப்பகுதியில் உள்ள சில ஊர்களில் கம்பளத்தார் இராஜபரம்பரையினர் போல வேடமணிந்து கைகளில் வில் அம்பு வைத்துக்கொண்டு தேவதுந்துமியின் இசைக்கேற்ப வேட்டையாடும் பாவனையில் தேவராட்டம் ஆடும் முறை காணப்படுகிறது. மேலும், அனுமன், குறத்தி, குறவன், காவலர், இராஜா, இராணி போல் பல வேடமணிந்து தேவதுந்துமி இசைக்கேற்ப தெய்வ அழைப்பின் போது கம்பளத்தார் ஆடிச்செல்வதை வத்தலகுண்டிற்கு அருகில் உள்ள சின்ராயப் பெருமாள் வழிபாட்டின் போது காணமுடிந்தது.

சேவையாட்டம்

சேவையாட்ட ஒப்பனை முற்றிலும் புதுமையானது. ஒப்பனையில் மயிலிறகு முதன்மை பெறுகிறது. இடுப்பில் எட்டு முழு வேட்டியைக் கீழ்ப்பாச்சியாகக் கட்டி மேலே ஒரே வண்ணத்தில் சட்டை அணிகின்றனர். மார்பில் மாராப்புத் துணி அல்லது பட்டி பெருக்கல் குறிபோல் அணியப்படுகிறது. அதன்மீது பித்தளையால் ஆன 'நெஞ்சு வில்லை' அணிகின்றனர். கழுத்தையொட்டி அரை வட்டமாகவும் அதன் மையத்திலிருந்து நெஞ்சுக்கு நடுவில் வட்ட வடிவிலான வில்லைகள் ஒன்றன்கீழ் ஒன்றாக கோர்க்கப்பட்டு இடுப்புவரை தொங்கும் படியாகவும் இது அமைந்துள்ளது. தலையில் தலைப்பாகைக் கட்டி அதன் மேல் 'தலைபில்லை' கட்டுகின்றனர். தலைப்பில்லை வட்ட வடிவமாகக் காசுபோல் பித்தளையால் செய்யப்பட்டிருக்கிறது. தலைப்பாகையைச் சுற்றி இந்த பில்லைகள் கட்டப்பட்டிருக்கும். இதில ஏறத்தாழ நாற்பது பில்லைகள் உள்ளன. இது 'நெத்திப்பில்லை' என்றும் அழைக்கப்படுகிறது. தலைப்பாகையின் மீது 'தலைக்குச்சி' யும் செருகுவர். பத்து அல்லது பதினைந்து மயில் இறகுகள் ஒரே குச்சயில் கட்டப்பட்டிருப்பதே தலைக்குச்சி எனப்படுகிறது. நானூறு முதல் ஐநூறு வரை உள்ள மயிலிறகுகளைக் கட்டாகக் கட்டி இடுப்புக்குக் கீசூழ தொங்கவிடுகின்றனர். ஒவ்வொரு ஆட்டக்காரரும் இரண்டு கட்டுகள் பயன்படுத்துகின்றனர். காலில் சலங்கை அணிகின்றனர்.

மயிலிறகின் அடிப்பகுதி அல்லது தண்டுப்பகுதியை நீரில் ஊறவைத்து அதனை முறித்து. உரித்து அதன் உள்ளிருக்கும் தக்கைப் பகுதியை எடுத்து அதிலிருந்து அலங்கார மாலைகள் செய்து மயிலிறகின் அடிப்பகுதியில் கட்டி விடுகின்றனர். கை மணிக்கட்டில் இத்தகைய மாலையைக் கட்டுகின்றனர். இது கைக்கட்டு எனப்படுகிறது. கையில் பிரம்பு அல்லது கோல் வைத்திருக்கின்றனர். நெற்றியில் நாமத்தை மட்டும் தீட்டிக்கொள்கின்றனர்.

சேவையாட்டம் வழிபாட்டில் நிகழ்த்தப்படும் பொழுது வழிபாடு முடியும் வரை சேவையாட்டக் கலைஞர்கள் புலால் உணவுகளை உண்பதில்லை.

ஒயிலாட்டம்

ஒயிலாட்டக் கலைஞர்கள் வழிபாட்டுச் சடங்கில் ஆடும் பொழுது மேல் சட்டை அணியாமல் மார்பு, தோள்பட்டை, முன்னங்கை, நெற்றி ஆகியவற்றில் விபூதி, சந்தனத்தை பூசி மாலை அணிந்து கொண்டு ஆடுகின்றனர். வழிபாடு அல்லாத பிற சூழல்களில் ஆடும்பொழுது வேட்டியைக் கீழ்ப்பாய்ச்சிக் கட்டி மேலே வெள்ளைச் சட்டை அணிந்து இரண்டு அல்லது மூன்று வண்ணங்களால் அமைந்த துணியால் தலைப்பாகைக் கட்டி வலக்கையில் வண்ணக் கைக்குட்டையைப் பிடித்துக்கொள்கின்றனர் அல்லது வெள்ளை அரைக்கால் சட்டை, வெள்ளை பனியன், வெள்ளை தலைப்பாகை அணிந்து வலக்கையில் வண்ணக்கைக்குட்டைப் பிடித்து ஆடுகின்றனர். இவ்வாறு சீருடை அணியவேண்டும் என்ற கட்டாயம் எதுவும் இல்லை. சில குழுவினர் விருப்பம்போல தங்கள் குழுவிற்கு என்று ஒவ்வொரு

வண்ணத்தை தேர்வு செய்து அணிந்து கொள்வதும் உண்டு.

ஒயிலாட்டத்திற்கென்று அணியப்படும கச்சம் (அல்லது மணிச்;சலங்கை)சிறப்புமிக்கது. சிறு சிறு மணிகள் ஒன்றோடொன்று மோதாதவாறு கயிறு கொண்டு கட்டடப்பட்டிருக்கும். சதங்கை 'கச்சம்' எனப்படுகிறது. கச்சத்திலுள்ள மணிகளின் எண்ணிக்கை இருபத்தைந்து முதல் நூறு வரை அமையலாம். மணிகளின் எண்ணிக்கை மிகுந்திருப்பது சிறப்புமிக்கது. இக்கச்சங்களை மூன்று வகைப்படுகின்றன.

1. வேப்பங்காய்க்கச்சம் - ஒரு கோடு போன்ற திறப்புடன் அமையும் மணிகளைக் கொண்டது.

2. தவளைவாயக்கச்சம் - தவளையின் வாயைப் போன்ற தோற்றத்துடன் ஓரறுவையோடு அமையும் மணிகளைக் கொண்டது.

3. நிலக்கோட்டைக் கச்சம் - நிலக்கோட்டையில் செய்யப்படுவதும் கூட்டல் அடையாளம் போன்ற திறப்பபினையுடையதுமான நாலறுவை மணிகளைக் கொண்டது.

இவற்றில் நிலக்கோட்டை கச்சத்தை அணிந்து ஆடுவதே கம்பீரமாகக் கருதப்படுகிறது.

துடும்பாட்டம்

துடும்பாட்டக் கலைஞர்களும் தங்களின் உடையில் எந்த மாற்றத்தையும் செய்வதில்லை. அவர்கள் இயல்பாக அணியும் உடையுடனே ஆடுகின்றனர். காலில் சலங்கை மட்டும் கட்டிக் கொள்கின்றனர். தலையில் ஆட்டக்கலைஞர்கள் அனைவரும் ஒரே நிறத்தில் துண்டைத் தலைக்கட்டாக கட்டிக் கொள்கின்றனர். சில ஆட்டக்குழுக்கள் மட்டும் மேல் சட்டையை ஒரே வண்ணத்தில் அணிந்து கொள்கின்றனர். முகத்திற்கு என்று புதிய ஒப்பனைகள் எதுவும் செய்து கொள்வதில்லை. கால்சட்டை அல்லது வேஷ்டியை அணிந்து கொள்கின்றனர்.

தப்பாட்டக் கலைஞர்கள் முக ஒப்பனைக்கு என்று எந்த முக்கியத்துவமும் தருவதில்லை. இருப்பினும் ஒப்பனை முறைகள் இடத்திற்கு இடம் மாறுபடுகின்றன. "ரெங்கராசன் குழுவினர் காலில் (இடுப்பு வரை) வெள்ளை பனியன், இடுப்பில் வண்ண வெல்வெட் அரைக்கால் சட்டை, அதற்குப் பொருத்தமான வண்ணத்தால் ஆன இடுப்புப்பட்டி, தலைப்பெட்டி (2 அங்குல அகலமுள்ள வண்ண ரிப்பன் போல), உடலில் வண்ண பனியன், கழுத்தில் பாசி மணி, கையில் தாயத்து, காலில் சலங்கை அணிகின்றனர். இதே குழுவினர் அரசு சார்ந்த நிறுவனங்களுக்குச் சென்று ஆடும் போது ஒப்பனையில் சிறிது மாற்றம் செய்து கொள்கின்றனர். வேட்டியைக் கீழ்ப்பாய்ச்சியாகக் கட்டி இடுப்பிலும் தலையிலும் பட்டையான வண்ணத்துணிகள் கட்டி, கழுத்தில் பாசிமணியும் கையில் தாயத்தும் காலில் சலங்கையும் அணிந்து ஆடுகின்றனர்.

ஆட்டக்கலைகள் ஆடப்படும் சூழலைப்பொறுத்தும் அவர்களின் ஒப்பனை முறைகள் மாறுபடுவதை இதனால் அறிந்து கொள்ள முடிகின்றது. துடும்பாட்டக் கலைஞர்களும் இறப்பு வீடுகளில் ஆடும் பொழுது கறுப்பு வண்ண மேல்சட்டையோ அல்லது கறுப்பு கொடியையோ அனைவரும் அணிந்து கொள்கின்றனர்.

ஜிக்காட்டம் அல்லது 'டிரம் செட்' குழு கலைஞர்கள் தலையில் சிவப்பு துணி, முழு கால் சட்டை, மேல் சட்டை அணிந்து அதற்கு மேல் நல்ல கண்ணைக் கவரும் நிறத்தில் முழங்கால் வரை மேல் சட்டையை அணிந்து கொள்கின்றனர். இவர்களும் இறப்பு வீடுகளுக்குச் சென்று ஆடும்பொழுது, கறுப்பு வண்ண மேல் சட்டையை அணிந்து கொள்கின்றனர். இவர்கள் முக ஒப்பனைக்கு அதிக முக்கியத்துவம் தருவதில்லை. இவர்களின் ஒப்பனை முறைகளும் இடத்திற்கு இடம் சூழலுக்குத் தகுந்தாற்போல் மாறுபடுகின்றன.

தப்பில் அலங்காரம்

தப்பாகக் கலைஞர்களும், துடும்பாட்டக் கலைஞர்களும் தங்களின் ஆட்ட இசைக்கருவிகள் தங்கள் குழுவின் பெயரையும், ஊரின் பெயரையும் வண்ணங்களில் எழுதி தொழில் முறையில் ஆடும்பொழுது மட்டுமில்லாமல் சமயச் சடங்குகள், வாழ்வியல் சடங்குகள், பொது நிகழ்ச்சிகளில் ஆடும்பொழுதும் விளம்பரப்படுத்துகின்றனர். மேலும் அத்தப்பில் வண்ண காகிதங்களையோ, காகித மாலைகளையோ அணிந்து அலங்காரம் செய்து கொள்கின்றனர். தப்பைக் கட்டி இருக்கும் கயிற்றில் வண்ண காகிதங்களை சுற்றி அழகுபடுத்துகின்றனர். மேலும் அதன் நுனிப் பகுதியில் உல்லன் நூல்களால் செய்யப்பட்ட குஞ்சங்களைக் கட்டிக் கொள்கின்றனர். தப்பில் கட்டியுள்ள மாட்டுத்தோலின் நடுவிலும் துடும்பின நடுவிலும் வண்ணநிற வர்ணங்களினால் வண்ணப்பூக்களையோ, நட்சத்திரங்களையோ அல்லது தங்களுக்குப் பிடித்த தலைவர்களின் முகப்படத்தையோ வரைந்து அழகுபடுத்திக் கொள்கின்றனர்.

இவ்வாறு அலங்காரம் செய்து கொள்வதையோ, விளம்பரப்படுத்துவதோ நாற்பது ஐம்பது ஆண்டுகளுக்கு முன்பு ஆடத்தொடங்கும் பொழுது இவ்வாட்டங்களில் இடம்பெற்றிருக்கவில்லை. தற்போதைய நிலையில் அடைந்து வரும் இத்தகைய மாற்றங்கள் இவ்வாட்டங்கள் மெல்ல மெல்ல தொழில்முறை கலையாக மாறி வருவதை வெளிப்படுத்துகின்றன.

கணியான் கூத்து

கணியான் கூத்தில் ஆறு அல்லது ஏழுபேர் இடம் பெறுகின்றனர். ஒருவர் அண்ணாவி அல்லது புலவர் என்று சுட்டப்படுகிறார். இவரே அக்குழுவின் தலைவராகச்செயல்படுவர். இவர்தான் கதையைப் பாடுபவர். இவருக்குத் துணையாக துணைப்பாடகர் ஒருவர் இருப்பார். மகுடம் அடிப்பவர் இருவர். ஒருவர் ஜால்ராக்காரர். பெண்வேடம் தரிப்பவர்கள் இருவர். இந்த எண்ணிக்கை மாறுபடுவதும்

உண்டு. மகுடம் அடிப்பவர் மூவராகவும் இருப்பதுண்டு. பின்பாட்டு பாடுபவருக்குத் தனியாக ஒருவரை அமர்த்தாமல் ஜால்ராக்காரரே பின்பாட்டுப் பாடுவதுண்டு. அண்ணாவி பெரும்பாலும் 35 வயதிற்கு மேற்பட்டவராக இருப்பர்.

பெண் வேடமும் கலைஞர்கள் தங்களுடைய நீள முடியை வட்டமாகக் கொண்டை போட்டுக்கொள்கின்றனர். பெண்களுக்கான முக ஒப்பனையுடன் புடவை, ஜாக்கெட் முதலிய அணிந்து கொள்கின்றனர். கவர்ச்சிகரமாக இவர்கள் உடையணிவதில்லை. காலில் சதங்கை அணிகின்றனர். அண்ணாவி வேட்டி மற்றும் நீளக்கை ஜிப்பா அணிந்து இடுப்பில் துண்டினைக் கட்டியிருப்பார். மகுடம் அடிப்பவர்கள் பெரும்பாலும் சட்டை ஏதும் அணிவதில்லை. ஒரு சிலர் அணிந்து கொள்கின்றார்.

இசைக்கருவிகள் தயாரிக்கும் முறை

தேவதுந்துமி

தேவதுந்துமி உருவாக்கும் முறையை மாலா இனத்தவரே நன்கு அறிந்துள்ளனர். ஆற்றங்கரை ஓரங்களில், நீர்ப்பிடிப்புள்ள பாறைப் பகுதிகளில் வளர்ந்த வேங்கை மரம் கொண்டு செய்யப்படும் தேவதுந்துமியின் ஒலி தெளிவாகவும் நாதமுடையதாகவும் இருக்கும் என்ற நம்பிக்கையின் அடிப்படையில் தேவதுந்துமியின் உடற்கூடு செய்வதற்கு வேங்கைமரம் பெரிதும் பயன்படுத்தப்படுகின்றது. தேவதுந்துமியை இசைக்கும் பொழுது காற்றை உள்ளே இழுத்து வெளிவிடுவதற்கும் ஒலியைச் சீராக எழுப்புவதற்கும் உதவும் வகையில் குறுகிய உடற்பகுதியில் இரு துவாரங்கள் போடப்பட்டுள்ளன. வாய்ப்பகுதிகளில் பதப்படுத்தப்பட்ட இளம் ஆட்டுகுட்டியின் தோல் பொருத்தப்படுகின்றது. இதன் சுருதியைக் கூட்டவும் குறைக்கவும் ஏதுவாக இருவாய்ப்பகுதிகளும் நூல் கயிற்றினால் இணைக்கப்படுகின்றன.

பெண்களின் நிலை

இனக்குழு ஆட்டக்கலைகளான தேவராட்டம், சேவையாட்டம், ஒயிலாட்டம், கணியான்கூத்து, துடும்பாட்டம் ஆகிய ஆட்டங்களில் பெண்கள் கூட அனுமதிக்கப்படுவதில்லை. பெண்கள் தீட்டுக்குரியவர்களாக இருப்பதால் வழிபாட்டு நிலையில் இவர்கள் ஆட அனுமதிக்கப்படாது ஒதுக்கப்பட்ட நிலை தற்பொழுது பிற சூழல்களில் ஆடப்படும் பொழுதும் தொடர்கிறது. பொழுது போக்கு நிலையில் ஆடப்படும். பெண்கள் ஆட அனுமதிக்கப்படுவதில்லை. பெண்களுக்கு ஆட ஆர்வமும் தகுதியும் இருந்தும் பெண்களுக்கென்றே விதிக்கப்பட்டுள்ள கட்டுப்பாடுகளின் காரணமாக இவர்கள் ஒதுக்கப்படுகிறார்கள். தேவராட்டத்தில் மட்டும் கடந்த பத்து ஆண்டுகளாக பெண்கள் ஆட அனுமதிக்கப்படுகிறார்கள். அதுவும் கம்பளத்தார் வாழ்கின்ற அனைத்து ஊர்களிலும் இவ்வனுமதி வழங்கப்படுவதில்லை. ஜமீன் கோடங்கிபட்டி கிராமத்தில் வாழ்கின்ற குமாரராமன் அவர்கள் இப்புரட்சியை செய்து வந்துள்ளார் கணியான் கூத்தில் பெண்கள் ஆட அனுமதி மறுக்கப்படுவது

மட்டுமில்லாமல் கணியான் இனப்பெண்கள் இக்கூத்தைக் காணவே அனுமதிக்கப்படுவதில்லை.

இனக்குழு ஆட்டக்கலைஞர்களின் வீட்டுப்பெண்கள் இக்கலைஞர்கள் தங்களை முழுமையாக கலையில் ஈடுபடுத்திக்கொள்ள பின்புலமாக இருந்து உதவுகின்றனர். இவர்கள் ஆட்டம் ஆடச்செல்லும் பொழுது வீடு மற்றும் குடும்பத்தை பராமரிக்கின்றனர். இக்கலைஞர்களுக்கு வருமானம் இல்லாதபொழுது கூடைப்பின்னுதல், காடு, வயல்களுக்கு கூலி வேலைகளுக்கு செல்லுதல் போன்ற வேலைகளில் ஈடுபட்டு தங்களின் பொருளாதார தேவைகளை நிறைவு செய்து கொள்கின்றனர். கண்ணார் பாளையம் சண்முகம் என்ற துடும்பிசைக்கலைஞர் இருதயம் மற்றும் சிறுநீரகத் தொல்லையால் அவதிப்பட்டு வருகிறார். அவரால் வேலைக்கோ துடும்பாட்டம் ஆடவோ செல்ல இயலாது இருப்பினும் அவரின் மனைவி மற்றும் பதினைந்து வயது மகன் ஆகியோர் கூலி வேலைக்குச் சென்று இவரையும் குடம்பத்தையும் பராமரித்து வருகின்றனர். இவ்வாறு பெரும்பாலான கலைஞர்கள் வீட்டில் பெண்களே பொருளாதாரத் தேவையை நிறைவு செய்து வருகின்றனர்.

இவ் இனக்குழு பெண்களிடம் கள ஆய்வின் போது நீங்கள் இவ்வாட்டங்களை ஆட விரும்பவில்லையா என்று கேட்டதற்கு பெரும்பான்மையோர், “பரம்பரையாக ஆண்கள் மட்டுமே ஆடி வருகின்றனர். அதை மாற்ற நாங்கள் முயன்றால் தெய்வக்குற்றம் ஆகிவிடும் என்று கூறினர்”. சிலர் மட்டும் எங்களுக்கு விருப்பம் இருந்தாலும் எங்கள் இனத்திற்கான கட்டுப்பாட்டினால் நாங்கள் முயல்வதில்லை என்று கூறினர். மேலும் கணியான் அருந்ததிய இனப்பெண்கள் நாங்கள் வெளி ஊர்களுக்கு ஆடச்சென்றால் உயர்ந்த சாதியினரால் நாங்கள் பாலியல் தொல்லைகளுக்கு ஆளாக நேரிடும் என்பதால் நாங்கள் ஆடவேண்டும் என்ற எண்ணத்தை வளர்த்துக் கொள்வதில்லை என்று கூறினர். ஆனால் தற்பொழுது அருந்ததிய இனப்பெண்களும் துடும்பாட்டத்தை ஆடத்தொடங்கியுள்ளனர் என்று கண்ணார் பாளையத்தைச் சார்ந்த துடும்பாட்டக்கலைஞர் திரு.சண்முகம் 25.5.2001 அன்று வெளிவந்த குங்குமம் இதழில் பேட்டி கொடுத்துள்ளார்.

இக் கருத்துக்களின் மூலம் பெண்கள் ஆண்களுக்கு இணையாக ஆடும் திறமை பெற்றிருந்தாலும் பெண்கள் என்ற காரணத்தினாலேயே அவர்களின் திறமை, ஆர்வம் முடக்கப்படுகின்றது என்பதை உணர முடிகின்றது. மேலும் இனம் சார்ந்த கட்டுப்பாடும் ஜாதி சார்ந்த தொல்லைகளும் இவர்களை முன்னேறவிடாது தடைக்கற்களாக உள்ளன என்பதை அறியமுடிகின்றன.

இசைக்கருவிகளின் தயாரிப்பில் ஏற்பட்டு இருக்கும் மாற்றங்களும் வளர்ச்சிகளும்

கும்மி ஆட்டத்திற்கு என்று இசைக்கருவி முற்காலத்தில் இல்லை. கைகொட்டும் ஓசையும், வாய்ப்பாட்டுமே கும்மியின் இசையாக இருந்துள்ளது. தற்காலத்-

தில்தான் தவில் இசைக்கருவியை பயன்படுத்துகின்றனர். ஒயில் கும்மிக்கும் முன்பு இசைக்கருவிகள் ஏதும் இல்லை. கால் சலங்கையின் ஓசையும், கைகொட்டும் ஓசையும், வாய்பபாட்டுமே இசையாக இருந்துள்ளது. தற்காலத்தில் தவில், சிங்கி, மொரகேர்;, சட்டி மேளம் போன்ற பல இசைக்கருவிகள் பயன்படுத்தப்படுகின்றன.

“ஒயிலாட்டத்தின் இசைக்கருவியாக முற்காலங்களில் தப்பு எனப்படும் தாளக்கருவியைப் பயன்படுத்தியதாகவும், பின்பு காலப்போக்கில் அதற்கு பதிலாகத் தாங்களே பானையின் வாயில் தோலைக்கட்டி வாசித்து வந்ததாகவும் தகவலாளர்கள் கூறுகின்றனர். (சின்னு. நாயக்கன்பட்டி 13 செப்டம்பர் 1987) இன்று இவ்வட்டத்தில் இசைக்கப்படும் தவுல் எனும் தாளக்கருவியை ஆட்டக்கலைஞரில் ஒருவரே இசைக்கின்றார்”(நாட்டுப்புற கலைவடிவங்கள் கலைகள் ஒரு சமூகவியல் ஆய்வு ப.66).

சோ.சேகர் கூறியுள்ள இத்தகவலை வைத்துப் பார்க்கும் பொழுது ஒயிலாட்டத்தில் முன்பு பக்க இசைக் கருவியாக தவில் பயன்படுத்தப்பட்டு வந்திருக்கின்றது. ஒயிலாட்டத்தை பார்த்து ஒயில் கும்மி ஆடிய கலைஞர்கள் சில இடங்களில் பானையில் வாயில் தோலைக்கட்டி அதனை பக்க இசைக்கருவியாக பயன்படுத்தியுள்ளனர், தப்பும் பக்க இசைக்கருவியாக இருந்திருக்க வேண்டும். இவர்களை பார்த்து ஆடத்தொடங்கிய அருந்ததிய இன மக்கள் தப்பை பக்க இசைக்கருவி நிலையில் இருந்து மாற்றி ஆட்டக்கலைஞர்களின் கையில் வைத்து ஆடும் இசைக்கருவியாக மாற்றிவிட்டனர். பக்க இசைக்கருவியாக சட்டிக் கருவியையும், தவிலையும் பயன்படுத்தி உள்ளனர்.

தப்பு செய்வதற்கு தேவையான மரக்கட்டையை பலா மரத்தில் இருந்து எடுத்து செய்து கொள்கின்றனர். மரக்கட்டையில் வைத்துக் கட்ட ஆட்டுத் தோலைத் தயார் செய்து கொள்கின்றனர். ஆட்டுத்தோல் சுருங்காமல் இருக்க நான்கு பக்க மூலைகளிலும் ஆணி அடித்து இழுத்துக்கட்டி, நான்கு நாட்கள் உலர வைத்து விடுகின்றனர். தோலிலுள்ள ஆட்டு முடியை நீக்க சாம்பலைத் தூவி கொட்டாங்குச்சியால் (தேங்காய் ஓடு) இழைத்துத் தேய்த்து முடிகளை நீக்கித் தோலைத்தயார்படுத்திக் கொள்கின்றனர். அடுத்து புளியங்கொட்டையை நன்றாக அரைத்துக் காய்ச்சி கட்டையின் மேற்புறத்தில ; பூசுகின்றனர். அதன்பின்னர் தோலை ஊறவைத்து கட்டையில் ஒட்டவைக்க வேண்டும். ஒட்டிய தோல் மீது கயிற்றால் கட்டையில் கட்டி வைத்துவிட்டால் அது இருநாட்களில் ஒட்டிக்கொள்கிறது.

இவ்வாறு துடும்பாட்டக் கலைஞர்களும், தப்பாட்டக் கலைஞர்களும் தப்பு என்னும் இசைக்கருவியைத் தயாரித்து தங்களின் ஆட்டத்திஜற்குப் பயன்படுத்தி வருகின்றனர். காலமாற்றத்திற்கு தகுந்தாற்போல் அத்தப்பில் தங்களின் ஆட்டக்குழுவின் பெயர், மற்றும் ஊர்ப்பெயர், தொலைபேசி எண்கள் போன்றவற்றை வர்ணங்களைக் கொண்டு எழுதி விளம்பரப்படுத்திக் கொள்கின்றனர். துடும்பாட்-

டத்திற்கு முக்கியமாக பயன்படும் துடும்பை வீட்டில் உள்ள பித்தளை சட்டியில் மாட்டுத்தோலைக் கட்டித் தயாரிக்கும் பயன்படுத்தி வருகின்றனர். இரும்பின் பயன்பாடு அதிகரித்தும், அதன் விலை, பித்தளை பாத்திரத்தின் விலையை விடக் குறைவாக இருந்தாலும் தற்போது இரும்புத் தகரத்தைக் கொண்டு துடும்பு தயாரித்து வருகிறார்கள்.

துடும்பின் அளவைப் பொறுத்து அதற்கான தோலும் மாறுபடுகின்றது. பெரி;ய துடும்பிற்கு வண்டி மாட்டுத் தோலையும், உருட்டுக்கு பசுவின் தோலையும், தாசராவிற்கு எருமைக் கன்றுக்குட்டியின் தோலையும் பயன்படுத்துகின்றனர். இக்காலத்தில் தோலுக்குப் பதிலாக 'டிரம்' என்று சொல்லப்படுகிற பிளர்டிக் அட்டை வைத்து தயாரிக்கப்பட்ட இசைக்கருவியை பயன்படுத்திச் சிக்காட்டக் கலைஞர்களும், அதிரடி 'டிரம் செட்' கலைஞர்களும் ஆடிவருகின்றனர்.

மண் பானைகள் அதிகம் பயன்படுத்தப்பட்ட காலத்தில் மண் சட்டியில் தோலைகட்டி ஒயிற்கும்மி மற்றும் தப்பாட்டத்திற்கு பயன்படுத்தினார்கள். அடுத்து மரக்கட்டைகளின் பழக்கம் அதிகமானதும் மரக்கட்டையின் தப்பைச் செய்து பயன்படுத்தினார்கள். பிறகு வீட்டில் உள்ள பித்தளைப் பாத்திரத்தில் ஒரு பக்கம் ஒட்டைப் போட்டு பயன்படுத்தினார்கள். இப்பொழுது தகரத்தில் ஓட்டை வைத்துக்கட்டி நிமிர்த்திக் கட்டிப் பயன்படுத்துகின்றனர். அதிலும் சில வருடங்களாக மாற்றத்தைப் புகுத்தி நவீன இசைக்கருவியான டிரம்மை பயன்படுத்துகின்றனர்.

நாட்டார் கலைகளின் இன்றைய நிலை

கருத்துக்களை மக்கள் முன்னெடுத்துச் செல்வதிலும் மக்களைத் திரட்டி ஒருங்கிணைப்பதிலும் பொழுதுபோக்கு அம்சத்திலும் நாட்டுப்புக் கலைகளின் ஆற்றல் சமீப காலத்தில் நன்கு உணரப்பட்டு வருகின்றது. இன்றைய காலகட்டத்தில் பல்வேறு மேடை நிகழ்ச்சிகள் புதிது புதிதாக உருவாகிப் புகழ் பெறுவதைக் காணமுடிகிறது. தமிழக அரசு நடத்தும் குடியரசு தின, சுதந்திர தின ஊர்வலங்களில் பல்வேறு கலைக்குழுக்கள் பண்பாட்டு அடையாளமாக இடம் பெறச் செய்வதைக் காண முடிகிறது. மேலும், அரசு நிகழ்ச்சிகளில் நடைபெறும் கலைநிகழச்சிகள், ஊர்வலங்கள், முக்கிய தலைவர்களுக்கு அளிக்கப்படும் வரவேற்பு நிகழ்ச்சிகள் முதலானவற்றில் நாட்டுப்புறக் கலை நிகழ்ச்சிகள் இடம் பெறுகின்றன.

வானொலி நிலையங்கள் கிராமியக் கலைகளை விசேட காலங்களில் மக்கள் முன் நிகழ்த்துவதற்கு ஏற்பாடு செய்து வருகின்றன. இதற்கான கிராமியக் கலைஞர்களின் தேர்வு அரசால் நியமிக்கப்பட்ட குழுவினரால் செய்யப்படுகிறது. வானொலி வழியாகப் பார்க்க முடியாவிட்டாலும் காதால் கேட்டு மக்கள் பயனடைகின்றனர். மேலும், வானொலியில் மட்டுமில்லாமல் தொலைக்காட்சிகளில் கூட நாட்டுப்புறக் கலை நிகழ்ச்சிகள் இடம் பெறுகின்றன. குடும்பக்கட்டுப்பாடு, சுற்றுச்சூழலின் அவசியம், சேமிப்பு, பெண்கல்வி, எயிட்ஸ் விழிப்புணர்வு போன்ற

பல்வேறு நலத்திட்டங்களை விளக்குவதற்கும் பொழுதுபோக்கு நோக்கத்திற்காகவும் நாட்டுப்புறக் கலை நிகழ்ச்சிகள் ஒலி, ஒளி பரப்பப்படுகின்றன.

வானொலி, தொலைக்காட்சியுடன் இணைந்தும், தனித்தும் அறிவொளி இயக்கமும், தமிழ்நாடு அறிவியல் பேரவையும் மக்களிடம் கல்வியின் இன்றியமையாமை போன்ற கருத்துக்களை எடுத்துரைப்பதற்கு நாட்டுப்புறக் கலை வடிவங்களைப் பயன்படுத்தி வெற்றி கண்டுள்ளனர். தமிழக சுற்றுலாத் துறையும் கோடைகாலத்தில் ஊட்டி, கொடைக்கானல் போன்ற சுற்றுலா தளங்களுக்கு வரும் சுற்றுலாப் பயணிகளைக் கவர்வதற்காக இத்தகைய கிராமியக்கலைகளை வாரக்கணக்கில் ஏற்பாடு செய்கின்றன. 201,0 2011 ஆம் ஆண்டுகளில் நடைபெற்ற நிகழ்ச்சிகளை கள ஆய்வின்போது பார்க்கும் வாய்ப்பு கிடைத்தது.

அரசு நிறுவனங்கள் மற்றும் அரசு அளிக்கும் இத்தகைய வாய்ப்புகளால் நாட்டுப்புறக் கலைஞர்கள் பெரிதும் உற்சாகம் அடைகிறார்கள். தாங்களும் தங்கள் கலைகளும் கல்வி கற்றவர்களால் மதிக்கத்தக்கதாக உள்ளதை அறிந்து அவர்கள் பெரிதும் மகிழ்கிறார்கள். இத்தகைய சூழல் அவர்கள் அக்கலைகளில் தொடர்ந்து உற்சாகமாக ஈடுபடத் தூண்டுகிறது.

தனியார் நிறுவனங்கள் வியாபார நோக்கத்திற்காகவும், கிறித்துவ சமயத்தைச் சார்ந்த தொண்டு நிறுவனங்கள் சமூக மேம்பாட்டிற்காகவும் நாட்டுப்புறக் கலைகளைப் பயன்படுத்திக் கொள்கின்றன. தமிழக அரசு நலிவுற்ற முதிய கலைஞர்களுக்கு தமிழ்நாடு இயல் இசை நாடக மன்றம் வாயிலாக ஓய்வு{தியம் வழங்கி வருகிறது. “கலைநிகழ்ச்சிகள் செய்து கொண்டிருக்கும் போதோ, நிகழ்ச்சிகள் செய்யப் பயணம் மேற்கொள்ளும் போதே இறக்கும் கலைஞர்களுக்கு ரூ.1,,,- உதவித்தொகைத் தரப்படுகிறது. ஒவ்வோர் ஆண்டும் தமிழக அரசு சார்பாகப் பல்வேறு துறைகளைச் சேர்ந்த கலைஞர்களுக்கு கலைமாமணி பட்டம் வழங்கப்படும் போது அதில் நாட்டுப்புறக் கலைஞர்களும் இடம் பெறுகின்றனர். இத்தகைய பட்டங்களும், பட்டயங்களும், ஊக்கத்தொகைகளும் கலைஞர்களுக்கு மிகுந்த உற்சாகத்தை அளிப்பதைக் களப்பணியில் அறிய முடிந்தது. அரசிடமிருந்து பெறப்பட்ட இத்தகைய பாராட்டுக்களை அவர்கள் தங்களுக்கு கிடைத்த சமூக அங்கீகாரமாகக் கருதி அரிய பொக்கிஷமாகப் போற்றுவதையும் காண முடிந்தது.

ஒரு கிராமத்தில் அல்லது குறிப்பிட்ட ஒரு வட்டத்தில் மட்டும் ஆடப்பட்டு வந்த ஆட்டக்கலைகள், பிற மாவட்டங்களில் சென்று ஆடப்பட்டு வந்தது இக்கலையின் ஆரம்ப கால வளர்ச்சி நிலையாக இருந்தது. ஆனால் தற்பொழுது அதாவது இருபதாம் நூற்றாண்டின் இறுதிப் பகுதி மற்றும் இருபத்தோறாம் நூற்றாண்டின் முதல் பகுதியில் மாவட்டங்கடந்து, மாநிலம் கடந்து, நாடு கடந்து பிற நாடுகளுக்குச் சென்று ஆடும் அளவிற்கு உச்சகட்ட வளர்ச்சி நிலையை அடைந்துள்ளது.

இந்த வளர்ச்சி நிலை தொடர்ந்து நீடித்து மேலும் வளர வேண்டுமானால் நாட்டுப்புறக் கலைஞர்களுக்குத் தங்களின் கலை குறித்தும், தங்களின் வாழ்க்கை மேம்பாடு குறித்தும் விழிப்புணர்ச்சி ஏற்படுவது அவசியமாகும். கல்வியறிவின்மை, ஏழ்மை முதலான காரணங்களால் இவர்கள் தொடர்ந்து ஏமாற்றப்பட்டு வந்த நிலை முற்றிலுமாக நீங்க வேண்டும்.

ஆட்டக்கலைகளின் வெள்வேறு நிலைகளை அடவுகளே நமக்கு வேறுபடுத்திக் காட்டுகின்றன. ஒவ்வொரு ஆட்டத்திற்கான அடவுகளும் அவ்வினம் சார்ந்த பண்பாட்டை முன்வைக்கக் கூடியவைகளாக உள்ளன. இசைக்கருவியின் துணையும், வாய்ப்பாட்டும் பார்வையாளர்களுக்கு ஏதேனும் ஒரு நிகழ்வை அல்லது கருத்தை முன் வைக்கின்றன. ஆட்டக்கலைகள் பார்வையாளர்களின் மனதில் ஒரு பதிவை அதிர்வை உணர்வுத்தூண்டல்களை ஏற்படுத்த ஒப்பனையும் முக்கியப் பங்கு வகிக்கின்றது. இசைக்கருவிகளையும் அதனை இசைப்பவர்களையும் ஆட்டக்கலைஞர்கள் எவ்வாறு மதித்துப் போற்றுகின்றனர் போன்ற தெளிவுகளை இவ்வியல் தந்துள்ளது. மேலும் பெண்கள் தங்களுக்கு திறமையிருந்தும் அதை வெளிப்படுத்த போதிய வாய்ப்பு கிடைக்காமல் இருக்கின்ற நிலை குறித்தும், இசைக்கருவிகளின் தயாரிப்பில் ஏற்பட்டு இருக்கும் மாற்றங்கள் குறித்தம், மாறிவரும் மக்களின் மனநிலைக்கு ஏற்ப இக்கலைஞர்கள் தங்கள் கலைகளை மாற்றி போராடவேண்டியுள்ள நிலை குறித்தும் இவ்வியலில் அறிந்துகொள்ள முடிகின்றது.

www.ingramcontent.com/pod-product-compliance
Ingram Content Group UK Ltd.
Pitfield, Milton Keynes, MK11 3LW, UK
UKHW021658190726
13853UKWH00001B/348

9 798889 510888